ஒரு பெண்மானின் கண்

ஒரு பெண்மானின் கண்

மேலும் சில கதைகள்

(சாகித்திய அகாதெமி விருது பெற்ற பஞ்சாபி
சிறுகதைகள்)

மோஹன் பண்டாரி

ஆங்கிலத்திலிருந்து தமிழில்
பெண்னேசன்

சாகித்திய அகாதெமி

Oru Penn Maanin Kann Melum Pira Kathaigal: Tamil translation by Pennesan of Mohan Bhandari's Award winning Punjabi Short Stories Collection 'Moon di Akh', through the English version of the work by Rana Nayar, Sahitya Akademi, New Delhi, Rs. 250/-

உரிமை © சாகித்திய அகாதெமி		Copyright: @Sahitya Akademi	
ஆசிரியர்	: மோஹன் பண்டாரி (1937-2015)	Author	: Mohan Bhandari (1937-2015)
மொழிபெயர்ப்பாளர்	: பென்னேசன் (பி.1958)	Translator	: Pennesan (b.1958)
இலக்கியநடை	: சிறுகதைகள்	Genre	: Short Stories
பதிப்பாளர்	: சாகித்திய அகாதெமி	Publisher	: Sahitya Akademi
முதற் பதிப்பு	: 2024	1st Edition	: 2024
ISBN	: 978-93-6183-869-9	ISBN	: 978-93-6183-869-9
விலை	: ரூ. 250/-	Price	: Rs. 250/-

All rights reserved. No part of this book may be reproduced or utilized in any form or by any means, electronic or mechanical including photocopying, recording or by any information storage and retrival system, without permission in writing from Sahitya Akademi.

சாகித்திய அகாதெமி

தலைமை அலுவலகம் : இரவீந்திர பவன், 35, பெரோஸ்ஷா சாலை, புது தில்லி 110 001.
secretary@sahitya-akademi.gov.in | 011-23386626/27/28.

விற்பனை அலுவலகம் 'ஸ்வாதி' மந்திர் சாலை, புது தில்லி 110 001
sales@sahitya-akademi.gov.in | 011-23745297, 23364204.

கொல்கத்தா 4, டி.எல். கான் சாலை, கொல்கத்தா 700 025
rs.rok@sahitya-akademi.gov.in | 033-24191683/24191706.

சென்னை குணா வளாகம், 443, இரண்டாம் தளம், அண்ணா சாலை,
தேனாம்பேட்டை, சென்னை 600 018.
chennaioffice@sahitya-akademi.gov.in 044-24311741 | 24354815

மும்பை 172, மும்பை மராத்தி கிரந்த சங்கிரகாலய சாலை,
தாதர், மும்பை 400 014
rs.rom@sahitya-akademi.gov.in 022-24135744 | 24131948.

பெங்களூரு மத்தியக் கல்லூரி வளாகம், பல்கலைக்கழக நூலக கட்டிடம்,
டாக்டர் அம்பேத்கர் வீதி, பெங்களூரு 560 001
rs.rob@sahitya-akademi.gov.in. 080-22245152, 22130870.

அச்சகம் : Mani Offset, Chennai - 600077.
அட்டை : Spectrum Graphic Studio, Chennai - 600017.
ஒளி அச்சு : R. Udhayabaskar, Chennai - 600032.
Visit our website at http://www.sahitya-akademi.gov.in

பொருளடக்கம்

முன்னுரை	7
மொழிபெயர்ப்பாளரின் முன்னுரை	15
மொழிபெயர்ப்பாளரைப் பற்றி	17
1. புறா	19
2. ஒரு பெண்மானின் கண்	54
3. பகிர்வு	65
4. தலையை வாரிக்கொள் கண்ணே	91
5. உடைப்பு	128
6. என்கிற...	158
7. காயம்	170

முன்னுரை

பஞ்சாபின் செக்கோவ் என்று பிரியமாக அழைக்கப்படும் மோஹன் பண்டாரி, ஒப்பீட்டளவில் இந்த சிறிய வட்டத்தில் அல்லது அத்தனை பிரபலம் இல்லாத ஒரு துறையில் அவருடைய இருப்பு மிகவும் பிரம்மாண்டமானதாகும். குல்ஸார் ஸாந்து, தலீப் கவுர் திவாணா, பிரேம் பிரகாஷ், குர்பச்சன் புல்லர், பண்டாரி போன்ற பிற வித்தகப் படைப்பாளிகளின் சமகாலப் படைப்பாளியாக இருந்தும் மற்ற அனைவரிடமிருந்தும் ஒரு அம்சத்தில் இவர் தனித்து விளங்குகிறார். மற்ற அனைவரும் வாழ்க்கையின் விரிவான பரப்பில் எப்போதாவது தங்களை ஈடுபடுத்திக் கொள்வதை அனுமதித்தாலும், மோகன் பண்டாரி இவர்களிலிருந்து தனித்து நின்று தான் தேர்ந்தெடுத்த இலக்கிய வகைமைக்கு முற்றிலும் தன்னை அர்ப்பணித்துக் கொண்டவராக இருந்தார்.

சுயபிரகடனம் செய்து கொள்பவராக, ஏறத்தாழ கடுமையானதொரு நுண்ணோவியராக, அவர், சிறுகதை வடிவத்தைப் படைப்பாற்றலின் சுய-வெளிப்பாடாகக் கருதவில்லை. ஆனால் தான் அறிந்த ஒன்றாகவோ அல்லது அறிந்து கொள்ள விழையும் ஒன்றாகவோ அதனை அவர் கருதுகிறார். ஆங்கிலத்தில் இமேஜிஸ்டுகள் அல்லது ஜப்பானிய ஹைக்கூ கவிஞர்கள் போல பண்டாரியும் அவருடைய சிறுகதைகளும் தனித்துத் திகழ்பவையாகும். வார்த்தைச் சிக்கனம் குறித்து அவருடைய இடைவிடாத தளர்வற்ற முயற்சியும், சோர்வுறாத வகையில் மொழியின் கவிதானுபவத்தை நோக்கிய பயணமும் மனிதத்துவத்தின் உயர்ந்த விழுமியங்களில் அவர் கொண்டுள்ள பற்று ஆகியவையும், மிகவும் எளிமையாக அவரைக் குறும்புனைவின் முன்னணிப் படைப்பாளியாக, பஞ்சாபில் மட்டுமின்றி பிற இந்திய மொழிகளிலும் முன்னோடியாகக் காட்டுகின்றன.

பஞ்சாப் மாநிலத்தில் சமூக-பண்பாட்டளவில் மிகப்பெரிய அளவில் கொந்தளிப்பும் கிளர்ச்சியும் நடைபெற்று வந்த காலகட்டத்தில் மோஹன் பண்டாரி இலக்கியப் பரப்பில் தன் பயணத்தைத் தொடங்கினார். ஒருபுறம் பசுமைப்புரட்சி அந்த மாநிலத்தின் வயல்களில் கிளர்ந்தெழுந்தது என்றால், மறுபுறம், துண்டாடப்பட்ட பஞ்சாபின் துயரங்கள் அதனளவில் பிரம்மாண்டமாகக் காட்சியளித்தது. பொருளாதாரத் தளத்தின் விரிவாக்கம், அதன் புவியியல் வரம்புடனும் அரசியல் மேல்தள அமைப்புடனும் ஒத்திசைந்தன. (1966-ல் தான் பஞ்சாப் இரண்டாவது

முறையாக புவியியல் அளவில் மேலும் பிரிக்கப்பட்டது. பஞ்சாபி மொழி பேசும் தனி மாநிலத்துக்கான அகாலியினரின் அரசியல் கோரிக்கையை ஏற்று பஞ்சாப் என்னும் பெரும் நிலப்பரப்பைப் பிரித்து ஒரு சிறிய மாநிலமாக பஞ்சாப் உருவாக்கப்பட்டது). இதுபோன்ற காலகட்டத்தில் தான் மோஹன் பண்டாரி 1965-ல் தன்னுடைய "*தில்சவ்லி*" என்ற கதைத் தொகுப்புடன் இலக்கிய உலகில் பிரவேசித்தார். இதைத் தொடர்ந்து மேலும் மூன்று தொகுப்புக்கள், மனூக் தி பேட் (1967), காத் தி லட் (1975), பச்சான் (1986) போன்ற தொகுப்புக்கள் இரு பதிற்றாண்டு கால அளவில் வெளியாகின.

மிகவும் குறைவாகவே எழுதிய தன் ஆதர்சப் படைப்பாளர் செக்கோவ் போலவே, பண்டாரியும் முப்பத்தைந்து ஆண்டுகளில் ஏறத்தாழ எழுபது சிறுகதைகள் மட்டுமே எழுதியிருக்கிறார். நாள் தவறாமல் எழுதக் கூடிய படைப்பாளியாக அறியப்படாவிட்டாலும், மோஹன் பண்டாரி ஒருவகையில் மிகுந்த கவனத்துடனும் ஆர்வத்துடனும் அறிவார்ந்த முறையிலும் ஒழுங்கு, நெறிமுறையைக் கடைப்பிடிக்கும் எழுத்தாளராகவும் திகழ்ந்திருக்கிறார். அவருடைய கதைகள் அமைதியான முறையில் நம்பிக்கையையும் எங்கும் சிதறாத கட்டுப்பாட்டையும் வெளிப்படுத்துவதில் மட்டுமின்றி, இந்த அம்சங்கள் அவருடைய எழுத்தாற்றலைத் தனித்துவமாக அடையாளப்படுத்துகின்றன. இவைமட்டுமின்றி, உடன் தொடரும் கதையோட்டத்தில், நெகிழ்ச்சியேதுமற்ற முறையில் இழையோடும், நிலையான, நிரந்தரமான வரலாற்று உணர்வையும் அவை பிரதிபலிக்கின்றன. இந்தப் பின்னணியில்தான் இந்த 'மூஹ் தி அக்' (ஒரு பெண்மானின் கண்) என்ற ஒருவகையில் நீளமான ஏழு சிறுகதைகள் அடங்கிய தொகுப்பை நாம் பார்க்க வேண்டும். தொண்ணூறுகளின் முற்பகுதியில் முதன்முதலாக பதிப்பிக்கப்பட்டு, பண்டாரி அவர்களுக்கு 1998-ல் மதிப்புயர்ந்த சாகித்ய அகாடமி விருது வழங்கப்பட்ட பிறகு மீண்டும் இந்த ஆண்டு பதிப்பிக்கப்பட்டுள்ளது.

இக்குறிப்பிட்ட தொகுப்பு பண்டாரியின் பிற படைப்புக்களிலிருந்து குறிப்பிடத்தக்க அளவில் விலகி நின்று, பஞ்சாப் துயரின் பின்னணியில் படைக்கப்பட்டுள்ளது. கடந்த எண்பதுகளின் முற்பகுதியில் அல்லது பிற்பகுதியில் பஞ்சாப் தீவிரவாதம் சார்ந்த வன்முறையில் துயருற்றிருந்தது. பஞ்சாப் மக்களுக்கு அது முற்றிலும் வேதனையும் சோதனையும் மிகுந்த காலகட்டமாக அமைந்திருந்தது. அவர்கள் தங்களை வாட்டும்

இரண்டு கடுமையான சூழல்களுக்கிடையில் தள்ளப்பட்டனர். சில நூறு பயங்கரவாதிகளின் மனசாட்சியற்ற மிகவும் கொடூரமான வன்முறைச் செயல்கள் மற்றும் அரசு அமைப்புகளின் ஒழுங்கமைக்கப்பட்ட, அரச பயங்கரவாதத் தாக்குதல்களால் நேரிடும் காவல் துறையினர் இழைத்த கற்பனைக்கெட்டாத கொடுமைகள், காரணமற்ற சிறைவாசம், என்று அந்தக் காலகட்டத்தின் ஒரு சோகமான, முடிவில்லாக் காட்சியாக நீட்சி கொண்டுள்ளது. அவருடைய முந்தைய எந்தக் கதைத் தொகுப்பிலும் பண்டாரி இந்தக் குறிப்பிட்ட தொகுப்பில் இருப்பதைப் போல அவரது சமகாலத்தின் மூலாதாரமான நரம்பினை அல்லது படுகாயமுற்ற நாடித் துடிப்பை இத்தனை ஆழமாகத் தொட்ட அளவுக்கு நெருக்கமாகத் தொட்டதில்லை. இக்கதைகள், திசை மாறிப் போன காலத்தைப் பற்றியும், கொடூரமான அச்சத்தால் பாதிக்கப்பட்ட மக்களைப் பற்றியும், கொடுங்கனவின் அதிர்ச்சியில் சிக்கித் தவிக்கும் ஒரு மாநிலத்தின் துயரத்தைப் பற்றியும் கூறிச்செல்கின்றன. ஒவ்வொரு கதையும் பரிச்சயமற்ற பயங்கரவாதத்தின் முகமூடியைப் பிடுங்கி எறிய முயல்வதைப் போலவும், அந்த முயற்சியின் போக்கில் வளமான, அடுக்கடுக்கான விவரணைகளாக அவை மாறுவதைப் போலவும், இக்கதைகளின் கதாபாத்திரங்கள், சூழ்நிலைகள் மற்றும் விவரணைகளின் செழுமையில் வியப்பளிக்கும் வகையில் சிக்கல் தன்மை கொண்டதாகவும் ஒன்றிலிருந்து மற்றொன்று மாறுபட்டும் நிற்கிறது.

புறா (கபூத்தர்) (The Pigeon) சிறுகதையில், ஒருவருடைய வற்புறுத்தப்பட்ட துறவறத்திலிருந்து பிறக்கும் வன்முறையின் உச்சகட்ட சிதறலே கதையின் போக்கை அதன் விளிம்பில் கொண்டு நிறுத்துகிறது. ஒப்பீட்டளவில், இளம் வயதிலேயே டக்கருடன் (கோவிலில் உள்ள கடவுளின் சிலை) திருமணம் செய்து வைக்கப்பட்ட சக்தி தேவி, தனது அதீதமான உள்ளுணர்வு, எப்போதும் கொந்தளிக்கும் இயல்பு ஆகியவற்றை முற்றிலும் மீறிக் கொண்டு இறைத்தன்மையுடன் நிறைந்த வாழ்க்கையை வாழ்வதற்கு நிர்ப்பந்திக்கப்படுகிறாள். தன்னுடைய ஆன்மா ஒரு புறாவுக்குள் வசிக்கிறது என்ற அவளுடைய தனிப்பட்ட நம்பிக்கையின் மூலம் உடல்/ஆன்மா என்ற இருமை வெளிப்படும் விதத்திலிருந்து அவளுடைய பிளவுண்ட ஆளுமை வெளிப்படையாகத் தெரிய வருகிறது. முதலில் பண்டாரி இதுபோன்ற நாட்டுப்புறவியல் தொனியைத் தன்னுடைய கதையில் புகுத்துகிறார். பின்னர், இதனை வரலாற்றின் உடனடித் தன்மையோடு மிகவும் திறமையுடன்

இணைக்கிறார். இந்தப் பாணியானது, ஆப்பிரிக்க-அமெரிக்க எழுத்தாளரான டோனி மோரிசன் என்ற சிறந்த நாவலாசிரியர் தனது நாவல்களில் அடிக்கடி முயற்சிப்பதை ஒத்திருக்கிறது. நக்சலைட் இயக்கத்துக்கும் பஞ்சாபில் நடந்த வேதனை நிறைந்த நீண்ட பயங்கரவாத வன்முறைக்கும் இடைப்பட்ட காலகட்டத்தில் கதையின் வரலாற்றுச் சட்டகம் மிகவும் அருமையாக விரிவடைந்துள்ளது. கதை சொல்லியின் தன்மை நிலையில் விவரிக்கப்பட்டாலும், பண்டாரி தொடர்ச்சியாக ஒருவகையான சூழ்நிலையை முன்வைக்கிறார். அந்த இடத்தில் கதைசொல்லி கிருஷ்ணா, தனது சொந்தக் கூற்றுக்களை சந்தேகத்துடன் அணுக வேண்டிய கட்டாயத்தில் இருக்கிறார். சக்தி தேவி எப்போதும் விரும்பித் தன் கையினால் உணவை ஊட்டி வந்த புறாவை இறுதியில் கொல்வதனால், கிருஷ்ணா தனக்குரிய சடங்குகளை மட்டும் செய்யாமல் அவனுக்குள் கொதித்துக் கொண்டிருக்கும் பழி தீர்க்கும் தாகத்தையும் ஒருவகையில் தணித்துக்கொள்கிறான்.

"ஒரு பெண்மானின் கண்' (மூஹ் தி அக்) (The Eye of a doe) என்னும் இத்தொகுப்பின் தலைப்புக் கதையில் மொழியின் மீதான ஆளுமையும் அதே அளவில் அடிப்படையான விஷயங்களை மிகவும் நுட்பமாகக் கையாள்வதன் மூலம் அங்கு நிலவும் பயங்கரவாதம் தொடர்பான சூழலைக் கதாசிரியர் மிகவும் திறமையாகக் கட்டமைத்துள்ளார். மதக்கலவரங்களின் பின்னணியில் அமைக்கப்பட்டுள்ள இக்கதை, ஒரு ராணுவ மேஜரின் பார்வையில் உள்ளவாறு சொல்லப்படுகிறது. இந்த மேஜர், உள்ளூர் நிர்வாகத்துக்குத் தேவைப்படும் போதெல்லாம் உதவிகளை வழங்கும் வகையில் அரசிடம் உத்தரவு பெற்ற ராணுவப்படை ஒன்றின் உறுப்பினர். ஒரு மாலை வேளையில், கதைசொல்லி மேஜர் சட்டாவும் அவருடைய நண்பர்களும் தங்களின் மது விருந்துக்கொண்டாட்டத்தில் தீவிரமாக இருக்கின்றனர். அப்போது எதிர்பாராத ஒரு விருந்தினரின் வருகை அங்கு நடைபெறும் விருந்தை மட்டும் குலைக்காது அவருடைய விருந்தினர்களின் மகிழ்ச்சியையும் கொண்டாட்டத்தையும் குலைத்து விடுகிறது. இதில் மிகவும் மோசமான விஷயம் என்னவென்றால், அவருடைய மொத்த வாழ்க்கையையும் குற்ற உணர்ச்சியாலும் வருத்தத்தாலும் அமைந்த சுழற்சியில் தள்ளி விடுகிறது. அவருடைய விருந்தாளி, பயத்தால் ஒடுங்கி நடுங்கியிருந்த பெண்மணி ஒருத்தி, அவருடைய பாதுகாப்பில் உள்ளபோது இரவில் இறந்து விடுகிறாள். அவளுக்குத் தான் மிகவும் தேவைப்பட்டபோது, அவளிடமிருந்து தொடர்பேதுமின்றித் தான் ஒதுங்கி நின்றது சரியான காரியமா

என்று அவர் கவலைப்படுகிறார். சாதாரணமாக துணையற்ற அபலைப் பெண்ணுக்கு எதிரான வன்முறையும் அவளுக்கு இழைக்கப்படும் கொடுமையான செயல்களும் கோழைத்தனமான செயல் என்று கருதப்பட்டது, தற்போது நிலவும் முரண்பாடான சூழ்நிலையில் அவை இரக்கத்தின் பாற்பட்ட கதாநாயகனின் செயல் என்றும் இன்னும் சொல்லப்போனால் அது ஒருவகையான தீரச்செயல் என்றும் பார்க்கப்படுகிறது. கதையின் உண்மையான ஆற்றல் என்பது ஒரு சாதாரணமான சூழ்நிலையைக் கவித்துவமாக, மாறாக சர்ரியலிச உச்சங்களுக்கு எடுத்துச் செல்வதைப் போலவே சுருக்கமான வார்த்தைகள் மூலம் உருவாக்கப்பட்ட மொழியின் உச்சம் வாசகரை அங்கங்கு உறைய வைக்கும் அனுபவத்தையும் அளிக்கிறது.

பகிர்வு (ஸான்ஜ்) (Sharing) என்ற கதையில் பண்டாரி அவருடைய பிரசித்தமான நாட்டுப்புறம் x நகர்ப்புறம் என்ற தளத்துக்கு மீண்டும் செல்கிறார். வேறுபட்ட இரு பரந்த கலாச்சாரச் சூழல்களை உருவப்படுத்துவதும், அவை இரண்டுக்கும் இடையிலான மெல்லிய தொடர்பையும் அவற்றிலிருந்து கிளர்ந்த எதிர்ச்சொல்லாடல்களையும் ஆய்ந்து பார்ப்பதும் இக்கதையில் நடைபெறுகிறது. சத் பிரகாஷ், பிரம் பிரகாஷ் ஆகிய இருவருக்கும் பொதுவான பெற்றோர் என்ற விஷயத்தையும் தாண்டி அவர்களுக்குள் பகிருவதற்கு அதிகம் உள்ளன. அவர்கள் வெறும் பூகோள அடைப்படையில் பெருமளவு விலகி இருப்பதாகத் தோன்றினாலும் பொருளாதார அளவிலும் அவர்கள் பெருமளவில் விலகியே இருக்கின்றனர். இரு சகோதரர்களுக்கும் இடையில் நிலவும் பெரும்பிளவு என்பது பஞ்சாபில் உலவும் தீவிரவாதிகளின் வன்முறைச் செயல்கள்தான். கிராமத்திலேயே தங்கியிருக்க முடிவு செய்த சத் பிரகாஷ், திடீரென்று தன்னுடைய முழு குடும்பத்தையும் நோக்கிப் பார்வையைத் திருப்பும் கோரமான வன்முறையின் கொடூரங்கள் தன் முகத்தில் வலுவாக அறைவதைக் கண்டு விழித்துக் கொள்கிறார். ஆனால் கூட்டுப்புழுவைப் போன்ற சண்டிகார் நகரில் வழக்கறிஞராக இருக்கும் அவருடைய இளைய சகோதரர் பிரம் பிரகாஷ், தீவிரவாதிகள் வன்முறையைப் பற்றிப் பேசுவது தன் சகோதரர் சொத்தைக் குவித்து வைத்துக் கொள்வதற்காகக் கூறும் சாக்குப் போக்கு என்று கருதுகிறார். இதுவே அவருடைய வெற்றிக்கும் வளமான வாழ்வுக்கும் வலுவான ஆயுதம் என்றும் கருதுகிறார். வன்முறை பற்றிய தனது சித்தரிப்பில் பண்டாரி காட்டும் இந்த இருண்மை, சந்தேகத்திற்கு இடமின்றி, கதையின் ஒவ்வொரு கட்டத்திலும் பெருகும் நகைமுரண்

தொடர்பான வலுவான ஆதாரமாக விளங்குகிறது. கதையின் இந்தப் பாங்கானது, பிரசித்தி பெற்ற ஜெர்மன் நாடகாசிரியர், பெர்டோல்ட் பிரெக்ட் தன் படைப்புகளில் பெரும்பாலும் கையாளும் போரும் அதைத் தொடர்ந்த வன்முறை பற்றிய அவரது பார்வையை ஒத்திருக்கிறது. சொல்லப்போனால், Mother Courage and her Children என்ற பிரெக்டின் பிரசித்தி பெற்ற நாடகத்தை இது நினைவூட்டுகிறது. இந்தச் சட்டகத்திற்குள்ளேயே அவர் ஏறக்குறைய ஒரு செகோவிய கருப்பொருளான, ஆபாசம், அற்பத்தனம் அல்லது இரக்கமின்மை ஆகியவை, பெரும்பாலும் மனித இயல்பை எதிர்பாராத விதத்தில் எப்படி ஆக்கிரமிக்கிறது என்று ஆய்வுக்கு உட்படுத்துகிறார். பிரம் பிரகாஷ் தனது சகோதரரையும் அவரது குடும்பத்தினரையும், அவர்களிடமிருந்து மறைமுகமாக வேண்டுகோள் வந்தபோதிலும் நேரில் சென்று சந்திக்க மறுக்கும் இறுதி முடிவு, அச்செயலின் முன்கணிப்பையும் மீறி ஒருவரை ஈர்க்கிறது. வெளிப்படையாக, அவர் ஒரு சுயநலவாதி ஒழுங்கீனமானவர் என்பவை போன்ற நமது முந்தைய எண்ணத்தை வலுப்படுத்துவதன் மூலம், அவருடைய செயல், நம்முடைய தார்மீகமான எதிர்பார்ப்புகளைத் திருப்திப்படுத்துகிறது.

தலையை வாரிக்கொள், என் கண்ணே! (வெஹ்ரே வாலி) (Comb your hair, My Dear!) என்ற இந்தக் கதையில்தான், பண்டாரி இறுதியாக, அதிகம் அறியப்படாதவர்களுக்கு, விளக்க முடியாத பயங்கரவாதத்துக்கு மனிதர்களின் முகங்களை அணிவிப்பதில் வெற்றி பெறுகிறார். போலியான துணிச்சலின் முகத்திரைக்குப் பின்னால், ஒரு தீவிரவாதி அடையும் சங்கடத்தின், தீவிரமான ஈடுபாடு கொண்ட, அனுதாபம் கலந்த விவரிப்பு உள்ளது. அவரது குடும்பத்தின் கூற்றுக்களுக்கும், போதிக்கப்பட்ட, கருத்தியல் காரணத்திற்கும் இடையில் ஏதாவது ஒன்றைத் தேர்வு செய்வதற்கு அது போராடுகிறது. தன்னுடனேயே நீண்டகாலமாக நடத்தி வரும் இழுபறியின் விளைவாக, அவருடைய இறுதித் தேர்வானது அவருக்குள்ளே இருக்கும் மனிதநேயத்தை மீட்டெடுக்க உதவுவது மட்டுமின்றி, சமூகத்தின் மீது பண்டாரி வைத்துள்ள இரக்கத்தின் வீச்சையும் ஆழத்தையும் வரையறுக்கவும் உதவுகிறது. தன்னுடைய வாழ்க்கையின் சிக்கலான முடிச்சுகளை அவிழ்ப்பதில் ஈடுபட்டுள்ள தீவிரவாதி புத்தா, அவர் வீடு திரும்பும்போது மட்டுமே தனது கலைந்த கூந்தலை அவிழ்க்கும் ஜியோனியுடன் தன்னுடைய வாழ்க்கையை தவிர்க்க முடியாமல் ஒப்பிடுகிறார். பெரும்பாலும் இலக்கியம் அவரது கதைகளில் கற்பனை சார்ந்த உருவகமாகவோ அல்லது குறியீடாகவோ மாற்றம் கொண்டு, உண்மையை உரித்து

எறியும் அவருடைய மொழி நடைக்கு ஒரு குறிப்பிட்ட அடர்த்தியையும், உடன் மறைமுகத் தன்மையையும் அளிக்கிறது.

உடைப்பு (ஸாய்ந்த்) (The Breach) சிறுகதையானது, பலகூறுகளாகப் பிரிந்து, பல்வேறு குரல்களில் நடத்தப்படும் உரையாடலாக விளங்குகிறது. பிரிவினையின் போது காணப்பட்ட இதயங்களின் பிரிவானது முஸ்லிம் எதிர்ப்பு என்னும் கருத்துருவில் இருந்து தொடங்குகிறது. இந்த மனங்களின் பிரிவு, சம்பந்தப்பட்ட நிகழ்வுகளின் அளவு அல்லது பிரம்மாண்டம் ஆகியவை எந்த வகையிலும் குறையாமல், 1984-ம் ஆண்டில் நிகழ்ந்த சீக்கிய எதிர்ப்புக் கலவரங்கள் வரை தொடர்ந்து செல்கிறது. இக்கதையின் நாயகனான ஹர்ச்ந்த், ஒருவகையில், இரட்டை பாதிப்புக்கு உள்ளாகிறான். முதலில், பிரிவினையின் போது நிகழ்ந்த கலவரத்தில் முஸ்லிமாக இருந்ததால் தன் தாயை இழக்கிறான். பிறகு மீண்டும் 1984 கலவரத்தின் போது தன்னுடைய வாழ்வாதாரத்துக்கான மூலதனத்தை இழக்கிறான். இந்த முறை அவன் சீக்கியன் என்பதால். இது நன்கு கட்டமைக்கப்பட்ட கதையாக உள்ளது. முதல் சம்பவத்தில், முஸ்லிம் அகதிகள் தங்களிடமிருந்து தப்பித்து ஓடுவதைத் தடுக்கும் வகையில், ஒரு மரத்தை முறித்து ஆற்றுப் பாலத்தின் குறுக்காக வீசப்படுகிறது. பின்னர் பாலத்தின் அடியில் நதியின் நீர் உடைப்பெடுத்து ஓடுகின்றது. இது ஹர்ச்சந்தின் குடும்ப வாழ்க்கையை நோக்கிச் செல்லும் போது அவனுடைய அமைதியான வாழ்க்கை, மகிழ்ச்சி ஆகியவற்றுக்குக் குறுக்கில் நிற்பதுபோன்ற உருவகத்தைத் தருகிறது. இத்தொகுப்பில் உள்ள மற்ற கதைகளைப் போலவே, இந்தக் கதையும், குறைமதிப்பீடு அல்லது பரிந்துரைக்கும் தன்மை ஆகியவற்றின் ஆற்றலை முழுமையாகப் பயன்படுத்திக் கொள்ளும் வகையில் அமைந்துள்ளது. பண்டாரியின் கதைகளில் இருந்து வெளிப்படும் பெரும்பாலான கவிதைகள், அத்தகைய கவித்துவ வெளிப்பாட்டின் நேரடி விளைவாகவே இருக்கின்றன. அது வாசகரின் கற்பனையை எந்த அளவுக்கு திருப்திப்படுத்துகிறதோ அதே அளவுக்கு உற்சாகப்படுத்தவும் செய்கிறது. தொகுத்து வழங்கப்படும் கதைகள் ஒருவகையான கலவையான அனுபவங்களை வழங்குகின்றன என்று பொதுவாக நம்பப்படுகிறது. ஏனெனில் அவற்றில் சிறந்தவையாகக் கருதப்படுபவை கூட பெரும்பாலும் சீரற்ற தரமும், தொனியும், சுருதியும் உள்ளடக்கிய கதைகளால் நிரம்பியுள்ளன. மோஹன் பண்டாரியின் ஒரு பெண்மானின் கண் என்னும் இச்சிறுகதைத் தொகுப்பு, ஒருவகையில் மகிழ்ச்சி தரும் வகையில் விதிவிலக்காக அமைந்துள்ளது. ஏனெனில் வன்முறை, பயங்கரவாதம் ஆகிய

ஒரே கருப்பொருளில் மாறுபாடுகள் இருந்தபோதிலும், அவரது கதைகள் இந்தக் கருப்பொருளைக் கையாள்வதிலும் அதற்கான மொழியையும், கதைக்கான பாணியின் தேர்விலும் நம்பமுடியாத வகையில் புதுமையையும் புத்துணர்ச்சியையும் காட்டுகின்றன. அதனை இக்கதைகள் நளினமாகச் செய்து விடுகின்றன. இக்கதைகளின் கருத்தாக்கம் அல்லது செயலாக்கத்தைப் பொறுத்தவரை, அவற்றின் ஆழத்தையும் வீச்சையும் ஆய்ந்து சொல்லும் விதத்தில் பாராட்டத்தக்க அளவில் நித்தியத் தன்மையை வெளிப்படுத்துகின்றன. இக்கதையின் உணர்வுப்பூர்வமான வகையில் அமைந்த மனிதநேயத்தின் பிம்பங்கள், வாசிப்பவருக்குப் பித்துப் பிடிக்க வைப்பதைப் போன்று திகிலைக் கிளப்பும் அதே வேளையில், நம்முடைய மனதில் அதிக நேரம் உலவிக்கொண்டிருக்கும். பண்டாரியின் தற்போதைய இந்தத் தொகுப்பு, அதன் சமகாலத்தின் வாழும் வரலாறாகும். எனவேதான், இந்தக் கதைகளை மொழிபெயர்ப்பது என்பது அத்தனை எளிதான காரியம் இல்லை. இது உண்மையில் மிகவும் சவாலான ஒன்றாகவும், அதேவேளையில், மிகுந்த பயனை விளைவிக்கும் ஒன்றாகவும் அமைந்துள்ளது. உண்மையில் அவரது கதைகளின் மொழிபெயர்ப்பைக் கடினமாக்கியது என்னவென்றால், தொடர்ந்து வரும் ஒருவகை லயத்தின் மீது பண்டாரி கொண்ட பெருவிருப்பேயாகும். இது அதற்கே உரிய வகையில் முறையாக நியாயப்படுத்தினாலும் சில வேளைகளில் அக்கதைகளின் ஆங்கில மொழிபெயர்ப்பைச் சற்றே சிக்கலாக்கி விடுகிறது. பெரும்பாலான சந்தர்ப்பங்களில், நான் மூலத்தின் வாக்கிய அமைப்பை மிகவும் கவனமாகப் பின்பற்றியிருந்தாலும், தெளிவு, துல்லியம் அல்லது சிக்கனம் என்ற பெயரில் அவ்வப்போது ஈடுபடுவதற்கு என்னை அனுமதித்தேன். அடுத்து, மொழிபெயர்ப்பதற்கு இயலாத பண்பாட்டுச் செழுமையின் பரந்து பட்ட வெளியும் உள்ளது. நான் எதையும் கையில் தொடாமல், அதன் தூய்மையுடனே விட்டுவிட்டேன். இருப்பினும், மோஹன் பண்டாரியின் கதை சொல்லும் வலிமையான பாங்கு அப்படியே, சிதைவடையாமல் வந்துள்ளது அல்லது அப்படி உள்ளதாக நான் நம்புகிறேன். இது எத்தனை தூரம் உண்மையிலேயே நிகழ்ந்துள்ளது என்பதை ஒருவகையில் விவேகமும் வாசிப்புக் கூர்மையும் கொண்ட வாசகர் தானே தீர்மானித்துக் கொள்ளலாம்.

சண்டிகர்
ஜனவரி, 2003   ராணா நய்யர்

மொழிபெயர்ப்பாளர் முன்னுரை

பஞ்சாபி மொழியின் பெருமைக்குரிய படைப்பாளி மோஹன் பண்டாரி அவர்களின் கதை மாந்தர்கள் ரத்தமும் சதையுமானவர்கள். நாம் அங்கங்கு தெருக்களில், பூங்காக்களில், ஆலயங்களில், தர்காக்களில், குருத்வாராக்களில், அரசு அலுவலகங்களில், நூலகங்களில் சந்திக்கும் வெகு சாமானியர்கள். அவர்களின் உணர்ச்சிகள் உண்மையானவை. அவர்களின் கோபமும் சோகமும் உண்மையானவை. சுயபச்சாதாபம் உண்மையானது.

The Eye of a doe and other stories (Mooh di Akh) என்ற அற்புதமான இக்கதைத் தொகுப்பினை மொழிபெயர்ப்பதற்குக் கிடைத்த இந்த வாய்ப்பின் மூலமாக மோஹன் பண்டாரி அவர்களின் உயிர்ப்புள்ள கதைகளையும் அதன் மாந்தர்களையும் ஒரு வாசகனாகவும் அவர்களின் உலகில் பிரவேசிக்கும் அரிய வாய்ப்பு கிடைத்ததை என் பெரும்பேறாகக் கருதுகிறேன். என்னுடைய வாழ்வில் நாற்பதுக்கும் மேலான ஆண்டுகளை டெல்லியில் கழித்தது, அங்கு எனக்குக் கிட்டிய அற்புதமான பஞ்சாபி பேசும் மக்களின் நட்பு ஆகியவற்றால் இந்தக் கதைகளில் வரும் அத்தனை பேரும் எனக்கு ஏதோ ஒருவகையில் பரிச்சயமானவர்களாகவே இருக்கிறார்கள். அவர்களுடன் எங்கோ உறவாடியிருக்கிறேன், உரையாடியிருக்கிறேன் என்றே இத்தொகுப்பின் ஒவ்வொரு சிறுகதையும் ஒருவகையான மன நெருக்கத்தை எனக்கு அளிக்கிறது. இது நிச்சயமாக ஏதோ ஒருவகையா பிரமை இல்லை என்றே நம்புகிறேன்.

அனைத்துக்கும் மேலாக, மத்திய அரசுப்பணியில் சேர்ந்த துவக்க ஆண்டுகளில் நான் பணிபுரிந்த பிரிவு பஞ்சாப் மாநிலத்தின் அப்போதைய அரசியல் சிக்கல்கள், நிகழ்வுகள் ஆகியவற்றுடன் தொடர்புடையதாக இருந்தது. எனவே, அங்கு அப்போது நிலவிய அரசியல் சூழல், பதட்டங்கள் ஆகியவற்றுடன் உத்தியோக ரீதியாகவும் எனக்குப் பரிச்சயம் இருந்தது. எனவே இக்கதைகள் ஒவ்வொன்றும் அந்த நெருக்கத்தை மேலும் அதிகமாக்கியதை உணர முடிகிறது. பல இடங்களில், என்னுள் கிளர்ந்த நெகிழ்ச்சியை என்னால் தவிர்க்க முடியவில்லை. பல நேரங்களில் மொழிபெயர்ப்பு வேலையை நிறுத்தி வைத்து மனதை வெறுமையாக்கி வைத்துக் கொள்ளவும் சிரமப்பட்டிருக்கிறேன்.

என் மனதுக்கு மிகவும் நெருக்கமான இப்பணியை எனக்கு அளித்த சாகித்திய அகாதெமி அமைப்பினைச் சார்ந்த ஒவ்வொருவருக்கும் என் பணிவான நன்றிகளைத் தெரிவிக்கக் கடமைப்பட்டுள்ளேன். இத்தொகுப்பில் அங்கங்கு பரவலாக இருந்த பஞ்சாபி வார்த்தைகளின் பொருளை எப்போது வேண்டுமானாலும் தெளிவுபடுத்திக் கொள்ளும் உரிமையும் சலுகையும் எனக்கு வழங்கிய என் நண்பன் வினீத் பாபாவுக்கு என் நெஞ்சார்ந்த நன்றி.

தொண்ணூறு வயதைக் கடந்தும், நடமாட்டம் முற்றாகக் குறைந்த நிலையிலும் இன்றும் ஒரு நாளைக்குக் குறைந்தது நான்கு மணி நேரமாவது நூல்களை வாசிக்கும் பழக்கம் கொண்ட என் மாமியார் திருமதி. ராஜம் கிருஷ்ணமூர்த்தி என்னும் தீவிர வாசகிக்கு இந்த நூலை சமர்ப்பணம் செய்கிறேன்.

கிருஷ்ணகிரி பென்னேசன்
ஜூன் 2024

மொழிபெயர்ப்பாளரைப் பற்றி...

பென்னேசன். பிறப்பும் வளர்ப்பும் கிருஷ்ணகிரியில். பிறந்த ஆண்டு 1958.

நாற்பத்து மூன்று வருட டெல்லி வாழ்க்கை. யதார்த்தா நாடகக் குழுவைத் தொடங்கி 36-க்கும் மேற்பட்ட நாடகங்களைத் தயாரித்து மேடையேற்றியிருக்கிறார். ழான் யானஸ்கோ, சந்திரசேகர கம்பார், பேராசிரியர் ஓம்சேரி, விஜய் டெண்டுல்கர், சதீஷ் அல்லேகர் ஆகியோரின் நாடகங்களைத் தமிழாக்கி மேடையேற்றியிருக்கிறார். ராகவன் தம்பி என்ற பெயரில் நிறைய கட்டுரைகளையும் மொழிபெயர்ப்புகளையும் செய்திருக்கிறார்.

ஸாதத் ஹஸ்ஸன் மண்ட்டோ, க்ருஷன் சந்த், இஸ்மத் சுக்தாய், ரஜீந்தர் சிங் பெத்தி, ராகேஷ் ஷர்மா ஆகியோரின் சிறுகதைகளின் மொழிபெயர்ப்பு பல்வேறு இதழ்களிலும் இணையதளங்களிலும் வெளியாகியுள்ளன.

மத்திய உள்துறை அமைச்சகத்தில் பணிபுரிந்து பின்னர் விருப்ப ஓய்வு பெற்று வடக்கு வாசல் மாத இதழை டெல்லியில் இருந்து 7 ஆண்டுகள் கொண்டுவந்தார். வடக்கு வாசல் அறக்கட்டளை மூலம் பல்வேறு தமிழிசை விழாக்களை டெல்லியில் நடத்தியிருக்கிறார். வடக்கு வாசல் பதிப்பகம் மூலம் இவருடைய சனிமூலை கட்டுரை தொகுப்பையும் சேர்த்து 5 நூல்களை டாக்டர் அப்துல் கலாம் டெல்லியில் வெளியிட்டிருக்கிறார். இது தவிர, வடக்கு வாசல் இலக்கியச் சிறப்பிதழ், எஸ்.சங்கரநாராயணன் தொகுப்பில் ஜுகல்பந்தி-சங்கீதக் கதைகள் சிறுகதைத் தொகுப்பையும் வெளியிட்டிருக்கிறார்.

வடக்கு வாசல் பெரும் பொருளாதார இழப்பை ஏற்படுத்தியதும், சில ஆண்டுகள் நாளேடு ஒன்றில் மூத்த செய்தியாளராகப் பணிபுரிந்து உச்சநீதிமன்றம், நாடாளுமன்றம், மத்திய அமைச்சரவைகள் ஆகியவற்றில் செய்தி சேகரித்து அனுப்பியிருக்கிறார். பல்வேறு ஆளுமைகளை நேர்காணல் கண்டிருக்கிறார்.

தற்போது கிருஷ்ணகிரியில் வசித்து வருகிறார். டெல்லி வரலாறு குறித்த நாவல் (கங்குல்) ஒன்றும் சிப்பாய் கலகம் குறித்த நாவல் (சப்பாத்தி) ஒன்றையும் எழுதி வருகிறார். சனிமூலை

கட்டுரைத் தொகுப்பு - வடக்கு வாசல் பதிப்பகம், சக்கர-யாகம் - வாழ்க்கைக் குறிப்பு நூல், குவிகம் பதிப்பகம், போஜனம், சிறுகதைத் தொகுப்பு-போதிவனம் பதிப்பகம், 1919-ல் இது நடந்தது - ஸாதத் ஹஸ்ஸன் மண்ட்டோ சிறுகதைத் தொகுப்பு - சுவாசம் பதிப்பகம்.

பேகம்களின் கண்ணீர் (சுவாசம் பதிப்பகம்), ஒரு பெண்மானின் கண் (சாகித்ய அகாடமி), நவீன உலகின் துவக்கம்-சவால்கள், இந்தியாவில் உயர்கல்வி (இரண்டும் தமிழ்நாடு பாடநூல் மற்றும் கல்வியியல் பணிகள் கழகம்) ஆகிய இவர் மொழிபெயர்த்த நூல்கள் விரைவில் வெளிவர உள்ளன. இவருடைய மொழிபெயர்ப்பு நாடகங்களின் தொகுப்பும் விரைவில் வெளிவர உள்ளது.

1. புறா

அந்தப் பாழாய்ப்போன புறாவினால்தான் அத்தனை தொல்லையும். அன்றுதான் சக்தி தேவி, தன்னுடைய மவுன விரதத்தைத் தொடங்கினாள். அன்னம், ஆகாரம் அத்தனையும் நிறுத்திவிட்டுத் தன்னைத்தானே அறைக்குள் வைத்துப் பூட்டிக் கொண்டாள். இப்படித்தான். இதுபோன்ற நேரங்களில், கட்டிலில் படுத்தவாறு இதயமே வெடித்து விடுவது போல மணிக்கணக்கில் உரத்த குரலில் அழுவாள். மூன்றாவது நாள் விடியற்காலையில் மழை தொடங்கிற்று. முதலில் லேசான தூறலாகவும் பின்னர் கனமழையாகவும் தொடர்ந்தது.

நான் முற்றத்துச் சுவரில் சாய்ந்து உட்கார்ந்திருந்தேன். மேலிருந்து கனத்த நீர்த்துளிகள் சடசடத்து விழுந்த வண்ணம் இருந்தன. அவை முதலில் சிறு குமிழிகளாகக் குதித்தன. பிறகு வெடித்தன. தோன்றியும் மறைந்தும் விளையாட்டுக் காட்டிக் கொண்டிருந்த அந்த நீர்க்குமிழிகளின் நடனத்தை மெய்சிலிர்த்து கவனித்துக் கொண்டிருந்தேன். ஏதோ வசியத்தில் கட்டிப் போட்டதுபோல இருந்தது. தரையில் தெறித்து விழுந்த நீர்த் துளிகள் என் கால்களை நனைத்தவாறு இருந்தன. சூழல் இறுக்கமாக இருந்த நிலையில் இது ஏதோ மழைக்காலம் போல மெல்லக் குளிர் பரவத்தொடங்கியது.

ஹரி ஓம்... ஷாந்தி... ஷாந்தி... என்று பாராயணம் அமைதியாகத் தங்கு தடையின்றித் தொடர்ந்து கொண்டிருந்தது.

என் இதயம் உருகி வழிந்தது.

இந்த வேளையில், சக்தி தேவி கதவுக்குப் பின்னாலிருந்து தோன்றினாள். களைத்தும் மயக்கநிலையிலும் காணப்பட்டாள். மீண்டும் மீண்டும் அவள் முன்பு நெடுஞ்சாண்கிடையாக விழுந்து வணங்க வேண்டும் என்ற எண்ணம் என்னுள் முதலில் கிளர்ந்தது. அல்லது தடாலென்று விழுந்து, பெருகி வழியும் கண்ணீரால் அவள் பாதங்களைக் கழுவ வேண்டும் என்றும் தோன்றியது ஆனால் மனதை திடப்படுத்தி, நின்ற இடத்திலேயே நின்று கொண்டிருந்தேன். சொல்லப்போனால், முகத்தை வேறுபக்கமாகத் திருப்பிக் கொண்டேன். எதிர்த்திசையிலிருந்து வந்த அவள் பெருத்த காலடியோசையுடன் என்னைக் கடந்து சென்றாள். ஏறத்தாழ மதம் பிடித்த யானை போலச் சென்றாள். கடந்து சென்ற அவளுடைய

முதுகுப்புறத்தை வெறித்துப் பார்த்தவாறு நின்றிருந்தேன். "தடிமனாக நடுத்தர உயரத்துடன் வட்ட முகம் கொண்ட பெண்மணி". உண்மையில் அவள் தன்னைப் பற்றி என்ன நினைத்துக் கொண்டிருக்கிறாள்? நான் என்ன அவளுடைய வாயிலில் நுழைய அனுமதி கோரி நிற்கும் சேவல் என்றா? திடீரென வலுவானதொரு தாழ்வு மனப்பான்மை எனக்குள் ஆழமாக வியாபிக்கத் தொடங்கியது.

மூலையில் இருந்த குளியலறையை நோக்கி நடந்து சென்ற சக்தி தேவி தனக்குப் பின்னால் பலமாகக் கதவைச் சாத்திக் கொண்டாள். பிறகு உள்ளிருந்து தாளிட்டாள்.

மவுனவிரதம் தொடர்ந்தது. எங்கும் "ஹரி ஓம் ஷாந்தி ஷாந்தி" என்ற பாராயணம் மீண்டும் தொடங்கியது.

தொடர்ந்து, மிகவும் வித்தியாசமான பாடல் ஒன்று காற்றில் மிதந்து வந்தது. "ஜல் கா ஜமா பெஹன் கே, தன் கி கயி பலாயே" (நீரைப் போர்வையாக அணிந்து என் தேகத்தின் அழுக்கைக் கழுவுகிறேன்). காற்றில் மிருதுவானதொரு அலைபோல அந்த இசை மிதந்து சென்ற போது, என் உதடுகள் அனிச்சையாக முணுமுணுத்தது, "நம் உடலின் இந்த அழுக்கைக் கழுவுவதற்கு ஏதுமில்லை".

மேலும் எல்லாவற்றுக்கும் மேலாக, மழையின் மாயம் இருந்தது.

***

அடிக்கடி நான் நினைத்துக் கொள்வதுண்டு. இந்த இடத்துடன் கட்டிப் போடப்பட்டுள்ளதாக நான் ஏன் உணரவேண்டும்? அது என்ன பக்தியா, நம்பிக்கையா, அச்சமா அல்லது அதிகாரமா - அல்லது என்னதான் அது என்பதை மறந்து விடுவோம். அல்லது ஏதோ நான் நழுவிச் செல்கிறேன் என்று நீங்கள் கூறலாம். ஒரு வேளை மிகச்சாதாரணமான, எளிமையானதொரு பேராசையாகவும் இருக்கலாம். இங்கு மொத்தம் பதினாறு அறைகள். விக்கிரகங்களின் மேல் அணிவிக்க அம்பாரமாகக் குவிந்துள்ள தங்க நகைகள். கோயிலின் பெயரில் எழுதி வைக்கப்பட்டுள்ள ஐம்பது ஏக்கர் நிலம். இதுதவிர, காணிக்கையாகக் குவியும் கணக்கற்ற பணம் என்று ஒருவேளை இவையனைத்துமே கூடக் காரணமாக இருக்கலாம்.

ஆனால் இதுபோன்ற மனதை வைத்துக் கொண்டு நான் என்ன செய்வது? உண்மையில், அது சில நேரங்களில் எல்லாவற்றிலிருந்தும் தன்னை விலக்கிக் கொள்கிறது. மோசடிதான். அது அடிக்கடி என் மனதின் வார்த்தைகளைக் கேட்கிறது. ஒருவரை அடைத்து வைக்கும் வகையில் சின்னச்சின்ன சிர்ஹிந்த் செங்கற்களால் கட்டப்பட்டுக் கோட்டை போன்ற உயரமான இக்கட்டிடத்தில் இருந்து பலமுறை தப்பிச் செல்ல முயற்சித்திருக்கிறேன். அப்படி முயற்சித்தது மட்டுமின்றி, தப்பி ஓடியுமிருக்கிறன். ஒருமுறை விக்கிரகங்களைக் குளிப்பாட்டிக் கொண்டிருந்தபோது அவற்றில் ஒன்று என் கையிலிருந்து தவறிக் கீழே விழுந்து விட்டது. உங்களுக்கு நன்றாகத் தெரிந்திருக்கும். இதுபோல, விக்கிரகத்தைக் கீழே தவற விடுவது ஒன்றும் சிறிய விஷயமல்ல. அது மஹாபாவம். இன்னும் மோசம் என்னவென்றால், கீழே விழுந்ததால் விக்கிரகத்தில் மெல்லிய விரிசலும் ஏற்பட்டு விட்டது. இப்படியான அமங்கலமான காரியம் நடந்து விட்டதைக் கண்டு சக்தி தேவி கோபத்தின் உச்சிக்குச் சென்றாள். விளக்கின் தெய்வீகச் சுடரைப் போல அதிர்ந்தாள். என்னை நோக்கி வலது சுட்டுவிரலை உயர்த்தி, “பாவி, ஒழிந்து போ... நான்கு திசைகளும் இப்போது உன்னைத் தொலைத்து நிற்கும்”. என்னை நம்புங்கள். அக்கணமே கால் பிடறியில் பட்டுத் தலைதெறிக்க ஓடினேன். நாலாதிசைகளிலும் இலக்கின்றி அலைந்து திரிந்தேன். எங்கு சென்றாலும் கோயிலின் நினைவுதான் என்னை வதைத்தது. கோயிலுக்குள், எப்போதும் நித்தியமாக நிலைத்து நிற்கும் சக்தி தேவியின் விக்கிரகம். அதுபோன்ற வேளைகளில், முழு உலகமும் இந்தக் கோயிலுக்குள்ளே சுருங்கிப் போனது போலக் காட்சியளிக்கும் என்று சொன்னால் என்னை நீங்கள் நம்ப வேண்டும். எங்கோ சரிந்து விழுவது போல எனக்கு அனைத்தும் அத்தனை சோர்வை அளிக்கிறது. சுவாசத்தை மீட்டெடுத்த பிறகு, ஒரே திக்கில் வெறித்துப் பார்த்துக் கொண்டிருந்ததை உணர்ந்தேன். யாரோ ஒருவன் என்னுள் கடந்து செல்வதைப் பார்த்தேன். மாறாக ஒருவகை அங்கீகாரத்துடன்தான் ·அவனைப் பார்த்தேன். அவனும் பதிலுக்கு என்னை நோக்கிப் புன்னகைத்தான். சற்று தைரியமடைந்தவனாக அவனைக் கேட்டேன், “பாய் சாஹிப், இந்த உலகில் கடவுளைக் காணமுடியாத இடம் என்று ஏதேனும் உண்டா?” என் வார்த்தைகளைக் கேட்டு அவன் சிரித்தான் “அட அசடே, கடவுள் உனக்குள் வாழ்கிறான். உன்னுடைய சாரத்தை நீ அறிந்து கொள்’. விடுதலை என்பது சுத்தமாகப் பயனற்றது.

முற்றாகத் தப்பிக்கும் வழி என்று எதுவும் கிடையாது. இந்த எண்ணங்கள் மனதில் ஒலித்தவாறு உடனே மீண்டும் திரும்பி விட்டேன். அந்தப் புறாவைப் போலவே.

அடிக்கடி அதுவும் இப்படித்தான் செய்கிறது. விடிகாலையில், தனக்குப் பிடித்தமான தானிய வேட்டையை நிறுத்தி விட்டு, உள்சுவற்றின் மேலுள்ள வளைவிலிருந்து கொல்லைப்புறம் நோக்கி வேகமாகக் கீழிறங்குகிறது. பிறகு சக்தி தேவி கையில் வைத்திருக்கும் தானியங்களைக் கொத்தித் தின்கிறது. அப்படி தானியங்களைக் கொத்தும்போது லேசாகத் தலையைச் சிலுப்பிக் கொள்கிறது. சிறகுகளைப் படபடத்தவாறு சிற்பத்தூணில் தாவி அமருகிறது. அங்கு அமர்ந்தவாறு ஒருகணம் தன்னைச் சுற்றிப் பார்வையை சுழலவிடுகிறது. பிறகு எம்பிப் பறந்து வானத்தில் வட்டமடித்துப் பார்வையிலிருந்து மறைந்து விடுகிறது. மாலையில் சூரியன் மறைந்த பிறகுதான் மீண்டும் திரும்பி வருகிறது. அது பத்திரமாகவும் ஆரோக்கியமாகவும் திரும்பி வருவதைப் பார்த்த பிறகுதான், சக்தி தேவியின் முகம் மகிழ்ச்சியில் மிளிரும். பரிபூர்ணானந்த நிலையில் தன் மடியின் மீது அது அமர்ந்திருப்பதைப் பார்த்து முதலில் புன்முறுவலிப்பாள். பிறகு உதடுகள் தன்னிச்சையாகப் பிரிந்து உச்சாடனம் செய்யும்... "ஹரி ஓம்".

இது வழக்கமான ஒன்றுதான். சக்தி தேவியின் ஆன்மா அந்தப் புறாவுக்குள் வசிக்கிறது. நான் அப்படித்தான் அடிக்கடி நினைத்துக் கொள்வேன்.

கிஷன்... கிஷன்... யார் கூப்பிடுகிறார்கள்? என் மனவோட்டம் தடைபட்டது.

சக்தி தேவி ஏதோ உச்சாடனம் செய்தவாறு தோன்றினாள். வெள்ளைச் சேலை. பாதி காய்ந்தும் பாதி ஈரமாகவும் முகம் மாசுமறுவற்று சுத்தமாகவும் தூய்மையாகவும் இருந்தது. தேய்த்துக் கழுவிய தாமிரப் பாத்திரத்தின் வாசனை இருந்தது. கூந்தல் பின்புறம் அலையாகத் தவழ்ந்தது. பாதங்கள் ஒருவகையில் ஸ்திரமற்று இருந்தன. ஈரம் சொட்டியவாறு, பாதத்தின் நுனியால் அடியெடுத்து நடந்து வந்தாள். என் பார்வை அவளைத் தொடர்ந்தது. முற்றத்தில் அடிமீது அடிவைத்து கவனமாக நடந்த சக்தி தேவி திடீரென்று ஓரிடத்தில் நின்றாள். கிருஷ்ணரின் சிலைக்கு எதிரில் நின்று அவள்

தியானிப்பதைப் போலத் தோன்றியது. மெல்லிய மணியோசை என்னுள் ஆழத்திலிருந்து ஒலிக்கத் தொடங்கியது. உடனே எழுந்து நின்று அவளிருக்கும் இடம் நோக்கிச் செல்ல வேண்டும் என்று தோன்றியதும், சிறுபுன்னகை என் உதடுகளில் நடனமிடத் தொடங்கியது. நான் வெறுமனே மவுனத்தில் ஆழ்ந்து போகவேண்டும். அங்கேயே. அந்தக் கணத்தில் அவள் நிற்குமிடத்திலேயே. கண்களை மூடியவாறு பஜன் ஒன்றைப் பாட வேண்டும். அல்லது கீதையில் ஏதாவது ஒரு சுலோகத்தை உரக்க வாசிக்கவேண்டும். ஆனால், நின்ற இடத்திலிருந்து என்னால் ஒரு அங்குலம் கூட நகரமுடியவில்லை. என் கால்களில் விலங்கைப் பூட்டியது போல இறுக்கமாக இருந்தது. இரு கால்களிலும் கைகளிலும் சக்தி எல்லாம் வடிந்து போனது போல இருந்தது. பகவானே... உன்னுடைய வழிகள் மிகவும் விசித்திரமாக உள்ளன. எங்காவது வழி தவறிவிட்டேனா? பிரபு... நிலை தடுமாறுவதிலிருந்து என்னைக் காப்பாற்று!!. தியானம் முடிந்து நேராகத் தன் அறையை நோக்கிச் சென்றாள். உண்மையில் என் கண்கள் முற்றிலுமாகச் செயலிழந்தது. கண்களில் நீர் மட்டும் அருவியாகப் பொழிந்தது. சரியாக அந்த நேரத்தில் அவள் அறையிலிருந்து வெளியில் வந்தாள். நானிருந்த திசையில் உற்று நோக்கினாள். என் இதயம் தொண்டைக்கு எகிறியது. என்ன நடக்கும் என்று யாருக்குத் தெரியும்? மிருதுவான குரலில் சொன்னாள், "கிஷன், உனக்கு என்ன சாக வேண்டுமென்று ஆசையா? எத்தனை நேரம் நீ இப்படியே உட்கார்ந்திருப்பாய்? ஏன் இப்படி எதுவும் சாப்பிடாமல் இருக்கிறாய்? எழுந்து சமைக்கப்போ." சக்தி தேவி சாத்வீகமான உணவை விரும்புகிறவள் இது மனதில் உறைத்த கணத்தில் சொன்ன பேச்சைக் கேட்கும் குழந்தை போல எழுந்து நின்றேன் குழாயை நோக்கிச் சென்று, கைகளையும் முகத்தையும் கழுவிக் கொண்டேன். கிண்ணத்திலிருந்து சிறிது அரிசியை எடுத்து நீரில் ஊறவைத்தேன். பருப்பை வேகவைக்க அடுப்பில் வைத்தேன். தீ விட்டு விட்டு எரிந்தது. ஆனால் பருப்பும் அரிசியும் நன்கு கொதித்து வெந்திருந்தது.

நுனி விரல்களைப் பதித்து மெதுவாக நடந்து அவளுடைய அறையின் வாயிற்படிக்குத் திரும்பினேன் அறைக்குள் மெல்ல எட்டிப் பார்த்தேன். சக்தி தேவி கூந்தலை வாரிக்கொண்டிருந்தாள். மூலையில் பதுங்கி, அவளைப் பார்த்தவாறு இருந்தேன். சக்தி மீது ஒரு கண்ணும் அடுப்பின் மீது மற்றொரு கண்ணையும்

வைத்திருந்தேன் தீ இப்போது நன்கு எரிந்து கொண்டிருந்தது. என்னுள் ஒரு கொதிப்பு ஆழமாகக் கிளர்ந்தெழுந்தது.

அவசரமாக அடுப்பை நோக்கி ஓடினேன். பாத்திரத்தை வெறுமனே கையால் பிடித்துத் தரையில் இறக்கி வைத்தேன். விரல் நுனிகளில் கடுமையான எரிச்சல். ஒரு ஆறுதல் என்னவென்றால், பருப்பு நன்றாக வெந்திருந்தது. ஆனால் ஏகமாகக் குழையவில்லை.

மழை நின்றிருந்தது.

சக்தி தேவி இன்னும் தன் அறையிலிருந்து வெளியில் வரவில்லை. ஏனென்றால், அவள் கண்ணாடிக்கு எதிரில் உட்கார்ந்திருக்கவில்லை. ஏற்கனவே கண்ணாடியுடன் கண்ணாடியாகவே ஒன்றிவிட்டாள். திடீரென்று என் விரல்களின் நுனியில் வெப்பம் தந்த எரிச்சலை உணர்ந்தேன். வெளியில் முற்றத்துக்கு வந்தேன். தூணில் கட்டப்பட்டிருந்த பசுவின் அருகில் சென்று என் விரல் நுனிகளை நக்கச் செய்தேன். எரிச்சல் லேசாக அடங்கிய மாதிரி இருந்தது. ஆனால் திடீரென்று அசௌகரியமாக உணர்ந்தேன். உள்ளே சக்தி தேவி என்ன செய்து கொண்டிருக்கிறாள்? என்னுடைய எந்தப் பாவத்துக்கு இப்போது வஞ்சம் தீர்த்துக் கொண்டிருக்கிறாள்? நான் மிகவும் சாதாரணமான சேவகன். ஒருத்தி இப்படிக் கண்ணாடிக்கு எதிரே உட்கார்ந்து எப்படி மணிக்கணக்கில் தன்னையே பார்த்துக் கொண்டிருக்க முடியும்? என்னுடைய வேலைகளை முடிக்க முடியாமல் செய்து கொண்டிருக்கிறாள். இதெல்லாம் என்ன? எதுபோன்ற சடங்கு இது? ஒருகணம், இதைப் போலவெல்லாம் யோசிக்க எனக்கு அதிகாரம் இல்லை என்று நினைத்தேன். இது பாவச்செயல். எல்லாவற்றுக்கும் மேலாக, இதை ஒருவர் எப்படி எடுத்துக் கொள்கிறார் என்பதுதான் உண்மையான விஷயம்.

***

ஒருவேளை ஏதாவது ஒருவகை சோகம் எங்கோ உள்ளார்ந்து பதுங்கியிருக்கலாம். குழந்தையாக இருந்தபோதே அவளுக்கு இந்தக் கோயிலின் தக்கர்களுடன் (விக்கிரகங்களுடன்) திருமணம் முடிக்கப்பட்டிருந்தது. தன் பெற்றோருடன் சிற்றடி எடுத்து வைத்து அவள் இங்கு வந்தாள். விக்கிரகங்களுடன் அவளுக்குத் திருமணம் முடித்த பிறகு, அவர்கள் ஊருக்குத் திரும்பி விட்டார்கள். அப்போது அவள் மிகவும் உற்சாகத்துடன் இருந்தாள். பின்னர்

இந்த உற்சாகம் ஒருவகையில் தொல்லையளிப்பதாக அவளுக்கு அமைந்தது. அந்தக் காலகட்டத்தில் நாங்களும் சிறுவர்களாக இருந்தோம். நானும் ஷம்புவும். என் அண்ணன்தான் ஷம்பு. அவனுக்கு அப்போது ஏழு வயது. எனக்கு ஐந்து. சக்திதான் எங்கள் அனைவருக்கும் உணவு பறிமாறுவாள். சில நேரங்களில் இனிப்புக்களும் கிடைக்கும். எது எப்படியோ, எங்களுக்குக் கோயிலின் பிரசாதம் எப்போதும் தவறாமல் கிடைத்து வந்தது. பகல் நேரங்களில் ஆச்சார்யா கௌரி ஷங்கர் எங்களுக்குப் பாடங்களைப் போதித்து வந்தார். சிலேட்டுப் பலகைகளில் பாடங்களை எழுதுவது எப்போதும் எங்களுக்கு சோர்வை அளித்ததில்லை. ஒவ்வொரு முறையும் சிலேட்டுப் பலகையில் எழுதியதை அவருக்குக் காட்டுவோம். துணிகளைத் துவைப்போம். கோவிலை நன்றாக அலங்கரிப்போம். பிறகுதான் அங்கிருந்து நகருவதற்கு அனுமதி கிடைக்கும். சொல்லப்போனால் எங்களுக்கு இடப்பட்ட பணிகள் அனைத்தையும் நாங்கள் செய்து வந்தோம். விளையாட்டில் ஈடுபடுவது அல்லது வீடு திரும்புவது. இதை மட்டுமே தினமும் செய்து வந்தோம். தீஜ் பண்டிகை கொண்டாடுவதற்கு ஈடாக எங்களுடைய எல்லா நாட்களும் மிகவும் உற்சாகமாக அமைந்திருந்தது.

    பிறகு எங்களுக்கு நாட்கள், கடினமாக மாறத்தொடங்கின. எங்கள் விளையாட்டுக்களும் அப்படியே. பகல் நேரங்களில், கோவிலில் "கல்யாண விளையாட்டுக்கள்" விளையாடுவதை விட்டு விட்டோம். இரவு நேரங்களில், நாங்கள் விளையாடி வந்த கண்ணாமூச்சி விளையாட்டுக்கு ஒரு முடிவு வந்தது. உண்மையில் அப்படி திடீரென்று என்னதான் நடந்தது? ஏன் அப்படி நடந்தது? நாங்கள் எப்படி அதைத் தெரிந்து கொள்வது? ஒரு நாள், இருநாட்கள், மூன்று நாட்களில்... எங்களுக்குத் திகைப்பை அளித்தது. இன்னும் சொல்லப்போனால் எங்களைத் துயரப்படுத்தியது. ஆமாம். ஒரு சந்தர்ப்பத்தில், நாங்கள் அனைவரும் ஒன்றாக அங்குக் கூடியிருக்க வேண்டியிருந்தது. 'கதா' அல்லது கீர்த்தன் நடைபெறும் நேரங்களில் பக்தர்களிடையில் பிரசாதத் தட்டுக்களை விநியோகிக்கும் சேவையை நாங்கள் செய்ய வேண்டும் என்று எதிர்பார்த்தனர். பிறகு அத்தட்டுக்களில் மிச்சமானவற்றைத் தனியே எடுத்து வைக்கவும் வேண்டியிருந்தது. கதா முடிவடைந்ததும் எல்லோருக்கும் தீர்த்தப் பிரசாதம் வழங்கப்பட்டது. சக்தியைப் பார்க்க நேரும்போதெல்லாம்

எங்களுக்கு நல்ல சாப்பாட்டின் நினைவு வரும். அவள் ரகசியமாக குகையைப் போல இருந்த ஒரு இருட்டறையின் மூலையில் எங்களைப் பதுக்கி வைத்து எங்களுக்கு எதையாவது சாப்பிடத் தருவாள். தான் போர்த்தியிருக்கும் சால்வையிலிருந்து கொஞ்சமாகக் கையை வெளியில் நீட்டி, என்னிடம் எதையாவது கொடுப்பாள். நான் சாப்பிடுவதைப் பார்த்துப் பரவசமடைவாள்.

சாப்பாட்டை விடுங்கள். இப்போது எங்களுக்கு 'விசேஷமான இனிப்புப் பண்டம்' வீட்டிலிருந்து கிடைக்கத் தொடங்கியிருக்கிறது அதுவும் நெய்யால் வறுத்துத் தயாரிக்கப்பட்ட சுவையான பண்டங்கள்.

நான் இப்போது என்னுடைய எல்லா சிறுவயது கேளிக்கைகளையும் ஏறத்தாழக் கொன்று புதைத்து விட்டேன்.

பெப்பி (அம்மா) ஓ பெப்பி... இப்போதெல்லாம் எங்களை ஏன் கோவிலில் விளையாட அனுமதிப்பதில்லை? ஒருவழியாக, என் பெப்பியிடம் இது குறித்துக் கேட்டே தீரவேண்டும் என்று தீர்மானித்தேன். இதைக் கேட்டதும் முதலில் அவள் சிரித்தாள். பிறகு ஒருமாதிரி மிகவும் தீவிரமான குரலில் சொன்னாள், "அட தடிப்பசங்களா, வாழ்க்கை பூரா இப்படியே விளையாடிக்கிட்டே இருப்பீங்களா? வேலை வெட்டி எதுவும் செய்ய வேண்டாமா? கடவுள் புண்ணியத்துலே இப்போ உங்க அப்பாவோட ஜூத்தி (பஞ்சாபியர் அணியும் பூ வேலைப்பாடுள்ள காலணி) உனக்கு கச்சிதமாக இருக்கே!"

என்னுடைய அறிவு சராசரிக்கும் கொஞ்சம் அதிகமானதுதான். அம்மாவின் வார்த்தைகள் எனக்குப் பிடிக்கவில்லை. உதட்டைப் பிதுக்கியும் பற்களை நறநறவென்று கடித்தும் தலையைச் சொறிந்தும் என் அதிருப்தியைக் காட்டினேன். சிறிது நேரம் யோசித்தவாறு நின்றுவிட்டு ஓட்டம் பிடித்தேன். மரக்கட்டிலின் அருகில் வைத்திருந்த அப்பாவின் 'ஜூத்தி'யைக் கையில் எடுத்துத் திரும்பினேன் அவற்றைக் கால்களில் அணிந்து கொண்டேன்.

"பாரு, பெரிசாக இல்லையா? என்னமோ எனக்கு சரியாக இருக்கும்னு சொன்னியே?"

உண்மையில் அந்த ஜூத்தி என் கால்களுக்கு அழகாகவே இருந்தது. "அட அசடே, உன் மண்டையில் எப்பத்தான் மூளை

வரும்? உன்னோட வயசில்லை, ஆனாலும் சக்தி பெரிய பெண்ணாக ஏற்கனவே வளர்ந்து இருக்காளே. வேறே என்ன? இந்த வீட்டு முதல் மாடி வரைக்கும் வளர்ந்து இருக்கா. அதுக்குத்தான் இப்போ ஆச்சார்யா ஜி..." பாதி வார்த்தைக்கு இடையிலேயே பெப்பி திடீரென்று மவுனமாகிவிட்டாள்.

எங்கள் பேச்சில், அண்ணன் ஷம்பு துளிக்கூட ஆர்வம் காட்டவில்லை. சொல்லப்போனால் நாங்கள் பேசிக் கொண்டிருந்த போது அவன் கண்களைத் தாழ்த்தியபடியே உட்கார்ந்திருந்தான். ஒருவேளை வெட்கமாக இருக்கலாம்.

***

"ஆச்சார்யா ஜி, இவனுக்கு ஜோசியத்தில் நல்ல பயிற்சி குடுங்க. என்ன இருந்தாலும் பிராமண வீட்டுப் பிள்ளை. கத்துக்க அத்தனை நேரமெடுக்காது அவனுக்கு" என்று ஒருநாள் ஷம்புவின் கையைப் பிடித்துக் கொண்டு ஆச்சார்யா கவுரி ஷங்கர் கைகளில் ஒப்படைத்தார். சந்தேகமேயில்லை. அது கடினமான வேலைதான் ஆனால் சிறிது முயற்சி மற்றும் கடினமான உழைப்பு ஆகியவற்றின் உதவியுடன் அவன் பெரிய அளவிலும் சிறிய அளவிலும் ஜாதகங்களை எழுதவும் கணிக்கவும் தொடங்கினான். ஆச்சார்யாஜியை அது மிகவும் மகிழ்ச்சியில் திளைக்க வைத்தது. ஷம்பு எப்போதும் தான் ஒரு பணிவும் தகுதியும் கொண்ட மாணவன் என்பதை நிரூபித்து வந்தான். ஆச்சார்யாஜியைப் போல அவனும் ஐந்து முழ வேட்டி ஒன்றை எப்போதாவது கட்டிக் கொள்ளத் தொடங்கினான். இப்போதெல்லாம் ஆச்சார்யாஜி அவனை, 'பிஷம்பர் தத்" என்று அழைக்கத் தொடங்கினார். ஆனால் அங்கு வருகிறவர்களின் கேள்விகளைப் பொறுத்தவரை, ஆச்சார்யாஜி வேறு யாரையும் பதிலளிக்க அனுமதிக்க மாட்டார். அனைத்துக் கேள்விகளுக்கும் தானே பதிலளிப்பார். பல மைல்கள் தூரத்திலிருந்து மக்கள் தங்களின் கேள்விகளுக்கு விடை கேட்டு அங்கு வருவார்கள். அவர்களிடமிருந்து கிடைக்கும் காணிக்கை களுக்கு அளவேதுமில்லை. நகைகள், மெத்தை, போர்வைகள் மேலும்... அங்கு காணிக்கைப்பெட்டி நிரம்பி வழிந்தது. இவை எல்லாவற்றுக்கும் மேலாக, ரொக்கப் பணமும் கட்டுக்கட்டாக் குவிந்தது.

அவர் என்னை எப்போதும் 'அமைதியில்லாத ஆத்மா' என்று பெயர் சூட்டியிருந்தார். அடிக்கடி ஏதாவது சிறிய வேலைகளைக் கொடுத்து விரட்டிவிடுவார். வயலில் இருந்து பசுமாடுகளுக்கு நான் தீவனம் கொண்டு வரவேண்டும் என்று எதிர்பார்த்தார். அல்லது நான் வெறுமனே அலைந்து கொண்டிருக்க வேண்டும் என்றும் விரும்பினார். அது ஒருவிதத்தில் நன்மையாகவும் ஆயிற்று. நான் வெளியாட்களிடம் தொடர்பில் இருந்ததால் சில நேரங்களில் ஆச்சார்யார்ஜி அறியாத விஷயங்கள் கூட எனக்குத் தெரிந்திருந்தன. உண்மையான அறிவு என்பது ஜாதக கட்டங்களில் மட்டும் அடங்கி விடுவதில்லை. வெளியுலகில் அதை விட அதிகமாக நிறைய விஷயங்கள் நடைபெற்று வந்தன.

இப்போதெல்லாம் சக்தி தேவியின் அழகைப் பற்றியும் ஆச்சார்யாஜியின் நடத்தை பற்றியும் மக்கள் வெளிப்படையாகவே நிறைய கதைகளைப் புனையத் தொடங்கியிருந்தார்கள். கிசுகிசுக்கள் ஒரு காதிலிருந்து மற்றொரு காதுக்குக் கடத்தப்பட்டது. மக்கள் அடிக்கடி மறைவான விஷயங்களைப் பற்றிக் குசுகுசுவெனப் பேசிக் கொண்டிருந்தார்கள். சில வாட்டசாட்டமான இளைஞர்கள் வெளிப்படையாகவே சத்தம் போட்டுப் பேசத் தொடங்கியிருந்தனர். "தேவதை போன்ற மிகவும் அழகான பெண்ணை இந்தச் சாமியார் தன்னுடைய கட்டுப்பாட்டில் வைத்திருக்கிறான்" என்று குலுங்கிக் குலுங்கிச் சிரித்தவாறு வம்பு பேசி வந்தனர்.

சில இளைஞர்கள் தினமும் கோவிலை வலம் வந்தவாறு இருந்தனர். அவர்களில் பெரும்பாலோர் கோவில் நிலங்களை உழுது கொண்டிருந்த விவசாயிகளின் பிள்ளைகள். அவர்களில் ஒருவன், 'காயம் பட்ட' சூச்சா சிங். அவன் சமீபத்தில் நக்சலைட் இயக்கத்தில் சேர்ந்திருந்தான். இந்தப் பையன் எந்த பயமும் தயக்கமும் இன்றி வெளிப்படையாக எல்லாவற்றையும் பேசினான். மற்றவர்கள் முன்பு ஆச்சார்யாஜிக்கு சவால் விடும் வகையில் பேசினான். "சரியான திருடன் நீ. மற்றவர்களின் பணத்தில் வயிறு வளர்க்கிறாய். ஒருநாள் நாங்கள் உன் வயிற்றைக் கிழித்தெடுக்கப் போகிறோம்!" என்பான்.

ஆச்சார்யாஜி உடனே மதத்தைத் துணைக்கு அழைத்தார்-தாக்கர்ஜியின் தெய்வீகமான ஆவேசம் பற்றியும் விளக்கினார். ஒவ்வொரு நாளும் பதட்டம் அதிகரித்துக் கொண்டுதான் இருந்தது. இறுதியில் இரவு நேரங்களெல்லாம் ஷம்பு கோயில் வளாகத்தில்

படுத்துக்கொள்ள வேண்டும் என்று முடிவெடுத்தார். அனைத்து வகையான திருடர்களிடமிருந்தும் கொள்ளையர்களிடமிருந்தும் விக்கிரகங்களைக் காப்பாற்றுவதற்கு அப்படி செய்வது மிகவும் அவசியம் என்று நினைத்தார்.

இப்போதெல்லாம் ஷம்புவும் கோயில் வளாகத்திலேயே படுக்கத் தொடங்கினான்.

இப்படியே இரண்டு மாதங்கள் கழிந்தன.

ஒருநாள் ஊரையே பதறவைக்கும் வகையில் விஷயம் ஒன்று நடந்தது. இரவு நேரம் ஒன்றில், ஆச்சார்யாஜி கோயில் வளாகத்துக்கு உள்ளேயே கொல்லப்பட்டுக் கிடந்தார்.

அவரைத் தவிர, அன்று கோயிலில் இருவர் மட்டுமே தங்கியிருந்தனர்.

ஷம்புவும் சக்தி தேவியும். விசாரணை நடைபெற்றது. சக்தி தேவி அப்ரூவராக மாறினாள். ஷம்பு தன் குற்றத்தை ஒப்புக் கொண்டான்.

அவனுக்கு ஆயுள் தண்டனை விதிக்கப்பட்டது.

அவன் சிறையில் இருந்தபோது கவலையில் பெப்பி இறந்து போனாள். இரண்டு ஆண்டுகள் கழித்து எங்கள் தகப்பனாரும் இறந்து போனார்.

***

எடுத்ததும் என் அண்ணன் மீதுதான் எனக்குக் கோபம் வந்தது. உண்மையில், அவன் கோயில் வளாகத்தில் ஆச்சார்யாஜியைக் கொன்றதால் படுபயங்கரமான குற்றத்தை இழைத்திருக்கிறான். வழிபாட்டுத் தலத்தின் புனிதத் தன்மையைக் குலைத்திருக்கிறான். அவனுடைய இந்தச் செயல், மக்களின் பார்வையில் கோயிலின் மீதான மரியாதையை குறைத்து விட்டது. அதன் அமைதியைப் பதட்டம் குத்திக் கிழித்தெறிந்து விட்டது. சூழல் பாழாகப் போனது. காணிக்கைப் பணத்தின் வரவு குறையத் தொடங்கியது. மகன் சிறைக்குச் சென்ற துக்கத்தில், பெற்றோரும் எங்களைத் தவிப்பில் ஆழ்த்திச் சென்று விட்டார்கள். இதில் மிகவும் துயரமானது என்னவென்றால் கோயிலுக்குள் சக்தி தேவி எவ்விதத் துணையுமின்றி தன்னந்தனியாக விடப்பட்டாள். முதலில்,

ஆச்சார்யாஜியுடைய நெருங்கிய உறவினர்கள், அவளைக் கோயிலில் இருந்தும், ஏன் கோயிலுக்குச் சொந்தமான நிலத்திலிருந்தே வெளியேற்ற வேண்டும் என்றும் முயற்சித்தனர். அவள் மீது நீதிமன்றத்தில் வழக்கு ஒன்றையும் தொடுத்தனர். அந்த வழக்கில் இன்னும் தீர்ப்பு அறிவிக்கப்படவில்லை. இப்போது நீங்கள் சொல்லுங்கள், அவளை இந்த நிலையில் விட்டு விட்டு நான் எப்படி அந்த இடத்திலிருந்து வேறு எங்காவது செல்வது?

எனக்குத் தெரியும். அது மிகவும் பாவமான செயல். ஆனால் நான் என்ன செய்யட்டும்? மனசாட்சி என்னை இங்கே சிறைப்படுத்தி வைத்திருக்கிறது. சில வேளைகளில், என்னுடைய மூர்க்கத்தனமான மனது சற்று சந்தேகம் கொள்ளவும் செய்கிறது. சக்தி மீதே பல்வேறு சந்தேகங்களையும் தவறான எண்ணங்களையும் எனக்குள் விதைக்கிறது. ஆச்சார்யாஜியின் மரணத்துக்குப் பிறகு அவளும் ஒருமாதிரி விசித்திரமாகத்தான் நடந்து கொள்கிறாள்.

இப்போது, விடியற்காலையில், சூரிய உதயத்துக்கு முன்பு பசுவின் சாணத்தையும் கடைந்த மோரையும் கொண்டு கோயிலின் தரை முழுவதையும் கழுவி விடுவதில் தீவிரமாக இருக்கிறாள். பிறகு பல நேரங்களில் அப்படியே சோம்பி உட்கார்ந்தவாறு, திடீரென்று சமாதி நிலைக்குப் போய்விடுகிறாள். அல்லது எதிர்பாராத நேரங்களில் திடீரென ஆவேசம் வந்தது போல நடந்து கொள்கிறாள். இதுபோன்ற எல்லா நேரங்களிலும் நான் ஒருவன்தான் அவளைச் சமாளித்தாக வேண்டியிருக்கிறது. நேர்மையாகச் சொல்ல வேண்டுமென்றால். அது போன்று நேரும் போதெல்லாம் அவளால் தன்னைக் கட்டுப்படுத்துவது பெரிய பிரச்சினையாக இருக்கிறது. அப்போது அவளுக்கு இதுபோன்ற அசுரபலம் எங்கிருந்து வருகிறது என்பது கடவுளுக்கு மட்டுமே வெளிச்சம். விரித்துப் போட்ட கேசத்தைத் தரையில் அறைந்து கொள்ளும் காட்சியைத் தாங்கிக் கொள்வது மிகவும் கடினமான காரியமாகும். வெறித்தனமாகப் பற்களைக் கடித்துக் கொள்ளும் போது கிட்டித்துப் போய் நுரை தள்ளி வழியும் வாயைப் பிளக்க முயற்சிக்கும் போதெல்லாம் என் கைகள் அவளுடைய குருதியால் நனைக்கப்பட்டிருக்கும்.

சில நேரங்களில் அவள் இப்படியெல்லாம் நடிக்கிறாளோ என்று எனக்கு வலுவாகத் தோன்றும். ஒரு பெண்ணின் மனத்தின் ஆழத்தையும் வஞ்சகங்களையும் யாராவது அறிந்து கொள்ள

முடியுமா? அவளுடைய இதயத்தில் புதைந்திருக்கும் ரகசியத்தை யாராவது அறிவார்களா?

அடிக்கடி எனக்கு எரிச்சலும் உண்டாகும். "சக்தி... சக்தி... சக்தி... இந்தப் பெண் எதைக்கொண்டு இப்படி உருவாக்கப்பட்டிருக்கிறாள் என்று கடவுளுக்குத்தான் தெரியும். யாரால் இப்படிக் கொடூரமாகவும் கல்நெஞ்சுடனும் இருக்க முடியும்?

ஷம்பு சிறைக்குப் போனதிலிருந்து ஒருமுறை கூட அவனுடைய பெயரை அவள் உச்சரித்தது இல்லை. அவனைப் பற்றி ஒரு வார்த்தை கூட அவள் பேசியதில்லை. அவனைப் பற்றி சரியாகவோ தவறாகவோ எதுவுமே அவள் பேசியதில்லை. நான் ஒருவன் மட்டுமே தனியாகச் சென்று அவனைச் சிறையில் பார்த்து விட்டு வருவேன். அதுவும் என்னால் முடிந்தபோதுதான். ஆமாம். நான் அவனைப் பார்க்கச் செல்லும் நாளில் அவள் காலையில் விரைவாக எழுந்து பலகாரங்களை சிறுபொட்டலமாகக் கட்டி வைப்பாள். அதையும் சத்தமின்றிச் செய்வாள். ஏதோ சாந்தம் மட்டுமே இவளுடைய இரண்டாவது குணம் என்பது போல அப்போது நடந்து கொள்வாள். உணவைப் பரிமாறினால் மட்டுமே அவள் சாப்பிடுவாள். இல்லையென்றால், ஆண்டவனின் சித்தம் எப்படியோ அப்படி. ஏதாவது ஒரு சிறிய காரணம் கிடைத்தால் கூடத் தன்னிச்சையாக மவுனவிரதத்தை அறிவித்து விடுவாள். இந்த முறை அந்தப் பாழாய்ப்போன புறா எல்லாவற்றையும் கிளறி விட்டது. அவள் மவுன விரதத்தை அறிவித்து விட்டாள். இது அத்தோடு நிற்காது. சக்தி தேவிக்குப் பல வண்ணங்கள் உள்ளன. அவற்றை அவள் தன்னால் இயன்றபோதெல்லாம் எல்லாம் காட்டியிருக்கிறாள்.

நீங்கள் அவள் குரலைக் கேட்க வேண்டுமென்றால், அவள் ஏதாவது 'கதா' வை நிகழ்த்தும் சமயத்தில் கேட்கலாம். கதாவை நிகழ்த்தும்போது அவளே 'கதா'வாக மாறிவிடுவாள். ஜலதரங்கத்தின் ஒலி உங்கள் காதுகளில் ஒலிக்கத் தொடங்கும். அவளுடைய 'கதா'வை கேட்கும் போது, அதனை உணரத் தொடங்குவீர்கள். "அட... என்ன இது? அவளுடைய கண்களில் கண்ணீர் இப்படி அருவியாகப் பொங்குகிறதே" உண்மையில் கண்ணீருக்கு எந்த ஓசையும் கிடையாது. அது தன்னிச்சையாக வழிந்து கொண்டிருக்கும். துளித் துளியாக... அவளுள் சீறியெழும்

பாம்பினைக் கட்டுப்படுத்தாத வரை சக்தி தேவியின் கண்கள் தெளிவான ஏரியின் நீராக, நீல வண்ணத்தில் மிதக்கும் நீராக...

***

நேரத்தைக் கணிக்கும் ஆடியின் மணல் துகள் ஒவ்வொன்றாக சரிந்து விழுவது போல இதே கண்ணுக்கு நேராக, எட்டு ஆண்டுகள் வெறுமனே கடந்து போயின.

***

"சக்தி தேவி! சக்தி தேவி! அவன் திரும்பி வந்துவிட்டான்". கூச்சலிட்டும் அலறிக் கொண்டும் நான் கர்ப்பக்கிருகத்தின் வாயிற்படியை நோக்கி மூச்சிறைக்க, ஓடினேன். அப்படி ஓடிவந்த போது கோயிலின் படிகளில் தடுக்கி தலை குப்புற விழுவதை என்னால் தவிர்க்க முடியவில்லை. அவசரம், ஆர்வம், பதட்டம், கவலை ஆகியவற்றின் கலவையாக என் வார்த்தைகள் குளறின. அப்போது மாடத்தின் மீது நின்றிருந்த சக்தி தேவி இமைக்காமல் என்னையே உற்றுப் பார்த்தாள். எதனாலும் பாதிக்கப்படாதது போல மிகவும் அமைதியாகக் காட்சியளித்தாள். இந்த நிலப்பரப்பில் நடக்கும் அத்தனையும் அவளுடைய அருட்பார்வையின் ஆக்ஞையைப் பெற்றே நடக்கிறது என்பதை எனக்கு உணர வைக்க விரும்பியது போல அவள் நடந்து கொண்டாள். சோகை படிந்த, வெளிறிய புன்னகை ஒன்றை அவள் இதழ்க்கடையில் மலர விட்டது போலத் தோன்றியது. அவள் தன் இடது புருவத்தை சற்று லேசாக உயர்த்திப் பிறகு சகஜமாக வைத்துக் கொண்டாள்.

அவளுடைய மயக்கும் பார்வையின் நேரடித் தாக்குதலுக்கு ஆளாகி நின்றிருந்த நான் மலைத்துப் போனேன். அந்தக் கணம், சக்தி தேவிக்கு எல்லாம் தெரியும் என்று யாரோ என் காதில் கிசுகிசுப்பதைப் போல உணர்ந்தேன்.

***

ஷம்பு எங்கள் கிராமத்துக்குத் திரும்பிய போது மேட்டு நிலத்தில் குருத்வாரா ஒன்றைக் கட்டும் பணி மும்முரமாக நடைபெற்று வந்தது. அது பீர்கள் (ஞானிகள்) சமாதிகளிலிருந்து சற்றுத் தள்ளியிருந்தது. ஆர்வமுள்ள தொண்டர்கள் முழுமனதுடன் கட்டிடப் பணிகளில் பங்கேற்றார்கள். அங்கு நின்றவாறு அவன் அங்கிருந்தவர்களை வெறித்துப் பார்த்துக் கொண்டிருந்தான்.

அவனுடைய இருப்பைக் கண்டுகொள்ளாதது போல கரசேவகர்கள் அனைவரும் சுவாரசியத்துடன் தங்கள் வேலைகளில் மும்முரமாக இருந்தனர். பேருந்திலிருந்து இறங்கிய அவன் ஒரு இருநூறு அடியோ அதற்கு மேலோ நதியின் தடத்தைப் பின்பற்றியவாறு நடந்திருப்பான். வழியில் அவனுக்குத் தெரிந்த ஒருவர் கூட எதிர்ப்படவில்லை. கிராமத்துக்குச் செல்லும் வழக்கமான பாதையில் காற்றில் தூசியைக் கிளப்பியவாறு இரண்டோ மூன்றோ மோட்டார் சைக்கிள்கள் சென்று கொண்டிருந்தன. வானத்தைக் கருமேகங்கள் சூழ்ந்திருந்தன. எப்போதாவது ஒரு பருந்து திடீரென்று வேகத்துடன் வட்டமடித்து வந்து அமர்ந்தது. பறவைகள் ஏதுமின்றி மரங்கள் மொட்டையாகக் காட்சியளித்தன. இப்போது எங்கும் ஒற்றைப் புறா கூடத் தென்படவில்லை. ஏதோ ஒன்று தனக்குள் ஆழமாகத் தன்னை வதைப்பதை உணர்ந்தான். இந்த பூமண்டலம் எத்தனை வகையான முடிச்சுக்களை தனக்குள் போட்டு வைத்திருக்கிறது! அவன் தன்னை மிகவும் துரதிருஷ்டம் மிகுந்தவனாக உணர்ந்தான். தனியனாக, ஆதரவற்றவனாக... ஒருவேளை, யதேச்சையாக வேறு ஏதாவது கிராமத்துக்குப் போய்க் கொண்டிருக்கிறானோ? அந்த கிராமத்துக்குச் செல்லும் சாலை ஏதாவது எதிர்பாராத பிரச்சினைகளால் பின்னப்பட்டிருக்கலாம்.

அதே கிராமமாக இருந்தாலும், அவனுக்கு அது விசித்திரமாகவும் பரிச்சயமற்றதாகவும் தோன்றியது.

"என் ஊகம் தவறில்லையென்றால், இது பாபா ஜியோனா-வாகத்தான் இருக்க வேண்டும்." குளிர்காலத்தில் பகல்நேர வெய்யிலில் தலைமுடியைக் காயவைத்துக் கொண்டிருந்த அந்த எழுபத்தைந்து வயது கிழவரிடம் சென்று "ஸத் ஸ்ரீ அக்கல்" என்று வணக்கத்தைத் தெரிவித்தான்.

"ஸத் ஸ்ரீ அக்கல் பாய். உன்னை என்னால் அடையாளம் கண்டுபிடிக்க முடியவில்லையே. யார் நீ?" என்று கிழவன் கேட்டான்.

"நான்... நான்தான் ஷம்பு" என்று தயங்கியவாறு கூறினான்.

"ஷம்பு! எந்த ஷம்பு? ஏன் விபரமாகச் சொல்லமாட்டேன் என்கிறாய்? எனக்கு வரவரக் கண் ரொம்ப மங்கிப் போச்சு. யாரையும் சரியாக அடையாளம் காண முடியலை" என்று கண்களைச் சிமிட்டியவாறு அவனுடைய முகத்துக்கு நேராகப் பார்வையை செலுத்தி அடையாளம் கண்டுகொள்ள முயன்றான் கிழவன்.

"அதே ஷம்புதான். ஜெயிலுக்கு அனுப்பினாங்களே..." இதைச் சொல்லும்போது மீண்டும் சற்றுத் தயக்கம் ஏற்பட்டது.

"அப்போ சரி. சரிதான். அப்போ நீ பிஷாம்பர் இல்லையா? ரகு பாண்டே மகன்" கிழவனின் முகத்தில் புன்னகை படர்ந்தது.

"ஆமாம். நானேதான்... கிழவனுக்கு வேறு ஏதாவது சந்தேகம் இருந்தாலும் அதனைத் தீர்த்து வைக்கும் முடிவில் அவன் இருந்தான்.

"ரொம்ப சந்தோஷம். உண்மையிலேயே உன்னை மாதிரி யாரும் இருக்க முடியாது. எப்போ திரும்பினே?" மகிழ்ச்சி இரட்டிப்பானதும் கிழவனின் முகத்தில் மேலும் சுருக்கங்கள் படர்ந்தன.

"இப்போதான் வர்றேன்" என்றான்.

"பரோல்லே வந்திருக்கியா?" எல்லாவற்றையும் அப்போதே தெரிந்து கொள்ள வேண்டும் என்று கிழவன் முயற்சிப்பது போல இருந்தது.

"இல்லை. விடுதலை செய்துட்டாங்க. நான் இப்போ சுதந்திரமான மனிதன்" என்று விஷயத்தை முடித்து வைத்தான்.

"ரொம்ப ஆச்சரியமாக இருக்கு. அந்த நேரத்துலே ஒரே ஒரு கொலை இந்த கிராமத்தையே குலைநடுக்கத்தில் வைத்திருந்தது... இப்போதெல்லாம் அவங்க எப்போது பார்த்தாலும் நிறைய கொலைகளாக செய்து விட்டு எந்தத் தண்டனையும் இல்லாமல் தப்பிச்சுடறாங்க... மனிதனோட உயிர் ரொம்ப மலிவாக ஆகிப்போச்சு. தண்டமாகப்போச்சு. அப்போதெல்லாம் நாங்க வெளியிலேயே தங்கி டோலக் வாசிச்சிக்கிட்டு ராத்திரியெல்லாம் பாடிக் கொண்டிருந்தோம்... இப்போ பகல் நேரத்துலே கூட வீட்டுக்கு உள்ளே பதுங்கியிருந்து உயிரைக் காப்பாத்திக்க வேண்டியிருக்கு. இந்தப் பாழாய்ப்போன புதிய சமாச்சாரம் ஒண்ணை எங்கிருந்தோ கொண்டு வந்திருக்காங்க... ஏதோ ஃபார்ட்டி செவன்னு சொல்றாங்க. எல்லாம் வெளிநாட்டுலே செய்த ஆயுதம் தம்பி..." அந்தக் கிழவனின் வருணனையில் காலில் ஒட்டிய எதையோ வலிய அவன் உதறித் துடைத்து எறிந்தது போல இருந்தது. "பாபா, இங்கே எல்லா இடத்திலேயும் ஒரு புறாவைக் கூடக் காணோமே?

எல்லாம் எங்கே போச்சு? ஒரு வழியாக தைரியத்தை வரவழைத்துக் கொண்டு இந்தக் கேள்வியைக் கேட்டான்.

"சில புறாக்கள் கொல்லப்பட்டிருக்கு. மத்ததெல்லாம் எங்கோ பறந்து போயிடுச்சு..." ஒரு கணம் பேச்சை நிறுத்திவிட்டு மீண்டும் தொடர்ந்தான் கிழவன். "இது மாதிரி போதைக்கு அடிமையான பசங்களை நாம் என்ன செய்ய முடியும்? இப்போதெல்லாம் யாருக்கும் அறிவுரை கூட எதுவும் சொல்ல முடியறதில்லை.

***

கிராமத்தில் கலவையான ஒரு எதிர்வினை ஷம்புவுக்காகக் காத்திருந்தது. சிலர் ஏதோ ஒருவகை அச்சத்தினால் அவனுக்கு மரியாதை தந்தார்கள். சிலர் அவனுக்கு மரியாதை தருவதற்கே பயந்தார்கள். ஒருசிலர் அவன் பார்வையில் பட்டதும் வீட்டுக்கு உள்ளே ஓடிச்சென்று கதவை சாத்திக் கொண்டார்கள். விளையாடிக் கொண்டிருந்த குழந்தைகள் ஆச்சரியத்துடன் அவனைப் பார்த்தன. அவனுடைய நீண்ட புதர் போன்ற நரைத்த தாடியும், சுருள்சுருளாகக் கட்டி வைத்த தலை முடியும் அனைவரின் கவனத்தை ஈர்த்தது. கிராமத்தின் இளைஞர்களிடையே அவன் ஒரு பேசுபொருளானான். சூழ்ந்து நின்றவாறு கிராமத்தின் சாவடிக்கு அவனை இழுத்துச் சென்றனர். சக்தியைப் பற்றி கேலிப்பேச்சைத் தொடங்கி அவனை வம்புக்கு இழுத்தபோது வெறுமனே அமைதியாக இருந்தான். "சரி. அப்படியே இருக்கட்டும். நாங்க தோத்துட்டோம். எங்க தோல்வியை நாங்க ஒப்புக்கறோம். உன்னுடைய ஜெயில் வாழ்க்கை பத்தி ஏதாவது சுவாரசியமான கதை இருந்தா சொல்லு" என்பார்கள். பிறகு அவன் எவ்வித முன்கதையுமின்றித் தொடங்குவான். 'சிறைப்பறவைகளின்' முடிவற்ற கதையை அவிழ்த்து விடத் தொடங்குவான். அவனுடைய எல்லாக் கதைகளும் அவர்களை மிகவும் ஈர்க்கக் கூடியதாக இருக்கும். அக்கதைகளில் வலியும் வேதனையும் நிறைந்திருக்கும். சிறையில் மேற்கொள்ளப்படும் சித்திரவதைகளின் கதையாக அவை இருக்கும். "அந்தப் 'பறவைகள்' உங்களுக்கு என்ன சொல்வது? அவர்களில் பாதிப்பேர் சிறையிலேயே உயிர் நீத்திருப்பார்கள். பேசும்போது அவனுடைய தொண்டையில் முடிச்சு போல ஒன்று அடைத்துக் கொண்டு ஏறி இறங்கும். மனோரீதியான வலியை அது அவனுக்குக் கொடுத்தது போல இருக்கும். அதுபோன்ற நேரங்களில் ஒன்றும் பேசாமல் அந்த இடத்தை விட்டு எழுந்து சென்றுவிடுவான். உறைந்து

போனவர்களைப் போல அவனைச் சுற்றி அமர்ந்து கதைகளைக் கேட்டவர்களும் நீண்ட பெருமூச்சை விடுவார்கள். ஈரம் ஜொலிக்கும் அவர்களின் கண்கள் வேறு எதையும் குறிப்பாக உற்றுநோக்காது. வெறுமனே உற்றுநோக்குவார்கள். எதையாவது சிந்திப்பார்கள்."இதோ கூனனாக, உடல் பெருத்துக் கோணலான பல்லக்கைப் போல நடந்து போகிறானே அந்தக் கிழவன், ஒரு காலத்தில் வைரம் பாய்ந்த மரம்போல உறுதியாக இருந்த அதே மனிதன்தானா?" என்று யோசிப்பார்கள்.

வழியெங்கும் தள்ளாடியபடி, நொண்டி நொண்டி நடக்கும் அவனைப் பார்க்கும் பெண்கள், அடிக்கடி அவனைச் சூழ்ந்து நின்றபடி கேட்பார்கள், "ஏ ஷம்பு, எங்க மேலே சத்தியமா சொல்லு. நேர்மையாகச் சொல்லு. அன்னிக்கு ராத்திரி என்ன நடந்தது?" இதைக்கேட்டதும் அவனுடைய நரைத்த மீசை சடாரென்று ஒளிரும். சுயநினைவுக்கு வந்தவனாக, அவன் கூறுவதெல்லாம், "எதுமில்லை பாபி(அண்ணி), உண்மையிலேயே எதுவுமில்லை". ஆனால் அது போன்ற அவனுடைய எதிர்வினைகளுக்கு அற்பாயுள்தான். கொஞ்சம் கொஞ்சமாக மக்கள் அவனைப் பற்றிப் பேசுவதை நிறுத்திக் கொண்டார்கள். பிறகு அவனைப் பற்றிய அனைத்தையும் மறந்தும் விட்டார்கள்.

எப்படி இருந்தாலும், இவர்களும் எத்தனையோ வருஷங்களுக்கு முன்பு ஒருவன் செய்த கொலையைப் பற்றி எத்தனை நாட்கள் தான் பேசிக்கொண்டிருப்பார்கள்? இதுதவிர, ஒரே ஒரு கொலையை செய்தவனைப் பற்றி இப்போது யார் சீந்துவார்கள்? குறிப்பாக ஒரே வீச்சில் இருபத்து ஐந்திலிருந்து முப்பது பேர் வரை மிகவும் சுலபமாகக் கொல்வது இங்கு அன்றாடச் செயலாக இருக்கும் போது ஒரு கொலையைச் செய்தவனைப் பற்றி இப்போது யாருக்குக் கவலை? பல நூற்றாண்டுகளாக மக்களால் பயன்படுத்தப்பட்டு வந்த கோடரிகள், வாள்கள், வீச்சரிவாள்கள், ஈட்டிகள் பற்றி கிராமத்து ஆட்கள் யாரும் பேசுவதில்லை. இப்போதெல்லாம் பெரும்பாலான மக்கள் ஏகே-47 துப்பாக்கிகள், ராக்கெட்டுகள் அல்லது ஏவுகணைகளைப் பற்றி மட்டுமே பேசுகிறார்கள். இவையெல்லாம் வெளிநாட்டிலிருந்து இறக்குமதி செய்யப்படும் ஆயுதங்கள். அதனால்தான் சூழல் அங்கே மிகவும் பதட்டமாக இருந்தது. பயங்கரவாதம் வெளியெங்கும் தொங்கிக் கொண்டிருந்தது. மேலோட்டமாகத்தான்

அமைதி நிலவியது. செயற்கையாக. எப்போது வேண்டுமென்றாலும் வெடித்துச் சிதறலாம் என்ற நிலையில் அதனை எப்படி நம்பியிருப்பது? மனிதனின் உள்மன சக்தி எங்கு போனது?

தன்னுடைய அறையின் மூலையில் படுத்தவாறு இந்தக் கேள்விகளின் மீது எண்ணவோட்டத்தை அலைய விடுவான்.

அவனுடைய நிலைமை மிகவும் பரிதாபமாக இருந்தது. அவசர அவசரமாக ஈட்டிய அத்தனை போலி மரியாதையும் சில நாட்களில் நொறுங்கிப் போனது. கிராமத்தில் அவன் செய்யக் கூடிய வேலை என்று எதுவுமில்லை. அவனுடன் கை கோர்த்துக் கொள்ள யாரும் இல்லை. எப்படி அவன் கோவிலின் தாக்கூர் த்வாராவில் தடாலடியாகப் போய் நிற்க முடியும்? அந்த இடத்தில் தான் நான் அடைபட்டுக் கிடந்தேன். அவனுடைய சொந்த சகோதரன்.

நிச்சயமாக எங்களுக்கெல்லாம் தெரிந்திருந்தது. ஆனால் எப்படியோ, அவனுக்கும் அதுபற்றி அரசல்புரசலாகத் தெரிந்திருந்தது. சக்தி தேவியின் மேலாதிக்கத்தை எதிர்த்துக் கேள்வி கேட்க ஏற்கனவே நிறைய பேர் தயாராக இருந்தனர். அவர்களின் அனுதாபிகளில் ஒருவனாக ஒன்றரைக் கண்ணன் டேடூ என்பவன் இருந்தான். பத்தாம் வகுப்பில் ஐந்து முறைக்கு மேல் தோல்வியைக் கண்ட அவன், வாலைச்சுருட்டிக் கொண்டு கிராமத்தில் வெறுமனே திரிந்து கொண்டிருந்தான். ஒவ்வொரு இரவும் அவன் ஷம்புவின் அறைக்குப் போய்விடுவான். “இதோ பாரு ஷம்பு, இந்த முண்டை சக்தி ஒரே அம்பைக் கொண்டு பலபேரைக் காலி செய்திருக்கா. முதலில் ஆச்சாரியாஜியைக் கொல்ல வைத்தாள். அப்புறம் உனக்கு எதிராகப் பொய் சாட்சி சொல்லி உன்னை ஜெயிலுக்கு அனுப்பி வைத்தாள். நீ ஜெயிலில் இருந்தப்போ உன்னுடைய அப்பா அம்மாவை முழுங்கினா. சரியான சூனியக்காரி. இப்போ உன்னுடைய தம்பியை அவளுடைய கால்களை தினம் நக்கச் செய்யறா. இப்படித்தான் அவள் உன்னுடைய மொத்தக் குடும்பத்தையும் அழிச்சுட்டா...” ஒரு நொடி அமைதியாக இருந்து விட்டு பிறகு மீசையை திருகிக் கொண்டு சொன்னான், “மொத்தக் கிராமத்தையும் தன்னுடைய தாளத்துக்கு ஆட வைக்கிறா... கீழ்ஜாதிக்காரி... கெட்ட பொம்பளை... திருட்டு நாய்...

“அப்போ அவளை என்ன செய்யலாம்னு சொல்றே?” என்று அவனைச் சோதிக்கும் வகையில் கேட்பான் ஷம்பு.

"அதிகமாக ஒண்ணும் வேண்டாம். அந்த சூனியக்காரியை எப்படியாவது கொலை பண்ண ஏற்பாடு செய்". ஒவ்வொரு முறையும் இப்படித்தான் அவன் உரையாடலை முடிப்பான். ஏதோ இதைவிடக் குறைவான தண்டனை எதுவும் தனக்கு உடன்பாடில்லை என்பது போல நடந்து கொள்வான். பிரிவினையின் போது, கலவரங்கள் வெடித்துக் கிளம்பிய போது கலகக்காரர்கள் அவனுடைய குடும்பத்தை ஒட்டுமொத்தமாகக் கொன்று குவித்தார்கள். எப்படியோ அவனுடைய சித்தப்பா ஒருவர் ஷேக்புராவிலிருந்து அவனைக் காப்பாற்றி விட்டார். தோளில் இவனைச் சுமந்து கொண்டு இந்தக் கிராமத்துக்கு வந்து சேர்ந்தார் சித்தப்பா. இந்த கிராமத்தில் தான் அவர்கள் குடியேறினார்கள். ஷேக்புராவில் இவர்களுடைய குடும்பம் மட்டுமே சுமாரான வசதியுடன் வாழ்ந்து வந்தது. இந்தக் கிராமத்துக்கு வந்த பிறகு அவர்கள் கடுமையான வறுமையால் பீடிக்கப்பட்டார்கள். சித்தப்பா அந்த கிராமத்தில் சிறிய பெட்டிக்கடை ஒன்றை வைத்தார். அவன் வளர வளர அவருக்குக் கடை நடத்துவதில் உதவியாக இருந்தான். எப்போதும் கடுகடுவென்றிருந்தான். உலகத்தில் மற்றவர்கள் பேசுவதற்கு மாறாகவே இவன் எப்போதும் பேசிவந்தான். மோசமான குடிகாரனாகவும் சிடுமூஞ்சியாகவும் இருந்தான். எப்போதும் எகத்தாளமாகப் பேசுவான். அதனால் தான் அவனுக்கு டேடு-ஒன்றரைக் கண்ணன் என்ற பட்டப்பெயர் கிட்டியது. இளைஞனாக வளர்ந்ததும் அவன் தன்னுடைய சாச்சா-சாச்சியின் அறிவுரைகளின் மீது அத்தனை கவனம் தரவில்லை. அவர்களுக்குத் தெரியாமல் பிகானீரில் இருந்து யாரோ வேறு ஒருவனுடைய மனைவியுடன் ஓடிப்போனான். அவனுடன் ஏறத்தாழ ஒரு வருஷம் வாழ்ந்த பிறகு அந்தப் பெண்மணி வேறு யாருடனோ ஓடிப்போனாள். அவளைத் தேடுவதற்கான அத்தனை முயற்சியும் தோல்வியடைந்த பிறகு அவன் நிஹங்குகள் அணியும் நீல ஆடையும் பகிடியும் நீளமாக வளைந்த வாளையும் ஏந்தத் தொடங்கினான். ஆனால் சக்தி தேவி இவனுடன் எப்போதும் எந்தப் பகைமையும் பாராட்டவில்லை.

"ஏன் சர்தார்ஜி, எதுக்கு இத்தனை கவலைப்படறீங்க? சக்தி தேவி ஒன்றும் அத்தனை மோசமான பெண்மணி இல்லை" என்று ஷம்பு மிகவும் பணிவாகப் பேசினான்.

"வாயை மூடு ராஸ்கல்! அது ஏன் அவளைப் பத்திப் பேசும்போதெல்லாம் திரும்பத் திரும்ப 'தேவி'ன்னு முழங்கறே?

அந்தக் கெட்ட நாய்க்கு தேவிக்கான எந்த அம்சம் இருக்கு? சொல்லு...'' என்று கர்ஜித்தான்.

“சரி பாபா... மன்னிச்சிக்கோ. அவளை இனி எப்பவும், ‘தேவி’ ன்னு சொல்ல மாட்டேன்... ஆனா சர்தார்ஜி எனக்கு சொல்லு... அவளைக் கொல்வதாலே யாருக்கு என்ன பயன்?'' என்று கைகளைக் கூப்பிக் கொண்டு அவனுடன் வாதிடுவான்.

“அதேதான். நான் அவளை வெறுக்கிறேன். அந்த முட்டாள், பெண் பன்றியை வெறுக்கிறேன். அவ்வளவுதான்''. இப்படிச் சொல்லி விட்டு உரக்க சிரிப்பான். ஷம்பு நிம்மதிப் பெருமூச்சை விடுவான்.

பிறகு ஒன்றரைக் கண்ணன் டேடு, ஏதோ சதிச் செயலில் ஈடுபடுவது போன்ற தொனியில், நாளை மறுநாள், பையன்கள் வருவார்கள். போலீஸ் உடுப்பை அணிந்திருப்பார்கள். ஜீப் ஒன்றில் அவர்கள் வருவார்கள். அதே ராத்திரி, அவளைக் கொன்றுவிட்டு தலைமறைவாகி விடு. மிச்சத்தை நான் பார்த்துக் கொள்கிறேன்.''

அவன் அப்போது மிகுந்த போதையில் இருக்கிறான் என்றும் உடன் ஏதோ அதிக வெறியேற்றும் போதை வஸ்துவையும் முகர்ந்து பார்த்திருக்கிறான் என்றும் ஷம்புவுக்குத் தெரியும். இருந்தாலும், இந்த வார்த்தைகள் அவனுக்கு நடுக்கத்தை அளித்தது.

தான் கழித்த ஆயுள் சிறைவாசம் திரைப்படம் போல அவனுடைய கண்களின் முன்பு விரிந்தது.

***

“என்னைக் காப்பாத்துங்க பாபாஜி! என் உயிருக்கு ஆபத்து இருக்கு...'' அதற்கு அடுத்தநாள் அவன், குருத்வாரா கட்டுமானப் பணியில் ஈடுபட்டுள்ள பாபா சேவா சிங் ஜியின் பாதங்களில் நெடுஞ்சாண் கிடையாக விழுந்து கதறினான். ஷம்புவின் சோகக்கதையைக் கேட்ட பாபாஜி அவனுக்கு ஆறுதல் அளிக்கும் தொனியில் பேசினார். “நீ ஏன் இங்கேயே தங்கக்கூடாது? கரசேவையில் எனக்கு உதவியாக இரு. இந்த ‘ஸங்கத்’ தில் வாழ்ந்தால் உன்னைத் தொடுவதற்கு யாருக்கும் தைரியம் இருக்காது. குரு உன்னை ஆசீர்வதிக்கட்டும்...'' மொத்தத்தில் எப்படியிருந்தாலும், வாழ்க்கை என்பது வெறுமனே தூக்கி எறிவதற்காக அல்ல! புனித நூலில் இதுவரை ஏதாவது படித்திருக்கிறாயா இல்லையா?

“ஆமாம் ஜி. இங்கே இருந்தபோது ஷாஸ்திரி பாடம் வரை படித்தேன். பிறகு ஜெயிலில் ‘கியானி’ க்கு படித்திருக்கிறேன் என்று கூறினான். பதிலுக்கு உற்சாகப்படுத்தும் வகையில் அவன் முதுகில் ஓரிரு முறை தட்டினார்.

குருத்வாரா கட்டிடப்பணிகள் முடிந்தன. சில சடங்குகளுக்குப் பிறகு ஷம்பு, அம்ருத்-தாரி சீக்கியன் ஆனான். பிறகு ஒரு குருத்வாராவில் கிரந்தி (புனித நுலை வாசிப்பவன்) ஆனான்.

ஓரிரு மாதங்களுக்குப் பிறகு, பயங்கரவாதிகளின் துப்பாக்கி குண்டுகளுக்கு இரையானான்.

***

என் மரியாதைக்குப் பங்கம் ஏற்பட்டது. கவனம் முழுவதும் சக்தி தேவி பக்கம் நழுவியது. திடீரென்று என் பார்வை அவளுடைய அறையின் பக்கம் சென்றது. கதவு மூடியிருந்தது. எனக்குள் அச்சம் பரவியது. எல்லாம் சரியாக இருக்கிறதா என்று சந்தேகமாக இருந்தது. அவள் மோனநிலையில் இருந்தால் ஒன்றும் பிரச்சினையில்லை. ஆனால் வழக்கமாக வரும் ஆவேசத்தில் இருந்தால் என்ன செய்வது? கிட்டித்துப் போன பற்களை யார் விடுவிப்பது? மண்டியிட்டுத் தவழ்ந்து மெல்லக் கதவை நோக்கிச் சென்றேன். கதவைத் தட்டட்டுமா? இதயம் படுபயங்கரமாகத் துடித்துக் கொண்டிருந்தது. நீண்ட யோசனைக்குப் பிறகு என் இடது ஆட்காட்டி விரலைச் சுருட்டிக் கதவைத் தட்டத் தயாரான நேரம் உள்ளிருந்து தாழ்ப்பாள் விடுவிக்கும் ஓசை கேட்டது. கோழிக்குஞ்சைப் போலத் துள்ளிக் குதித்து நான் முன்பு இருந்த பழைய இடத்திற்கே சென்று மீண்டும் அதே போலத் தலையை தொங்கப் போட்டு உட்கார்ந்து கொண்டேன். கதவு திறந்தது. மெல்லத் தலையைத் தூக்கி அந்தத் திசையில் மாயத்துக்கு ஆட்பட்டது போல வெறுமனே வெறித்துப் பார்த்தேன். என்னுள் எங்கோ மிகவும் ஆழமாகப் புல்லாங்குழலின் ஸ்வரங்கள் அதிர்ந்தது போல இருந்தது. உதடுகள் நடுங்கின, “ஹே முரளி மனோஹரா, உன்னுடைய இந்த உலகத்தில், எதுபோன்ற அற்புதம் இது? கூந்தல் அருவியாகப் பிரியும் நதியைப் போலக் கீழ்நோக்கிப் பிரவகித்தது. நடுவில் துளைத்து நேராகக் கீழ்நோக்கி ஓடிக்கொண்டிருந்தது. அகலமான நெற்றியின் நடுவில், நிலவைப் போன்று திலகம் ஜொலித்தது. கண்கள்!... வெறும் கண்கள்! மை தீட்டப்படாமல்

இருந்தன. சூழ்கவோ முகம் சுளிக்கவோ வைப்பது போல அல்லாமல் சுதந்திரமாக இருந்தன. மேலுதட்டின் மீது வியர்வை அரும்பாகத் துளிர்த்திருந்தது. காவிநிறச் சேலையை உடுத்திருந்தாள். ருத்ராட்ச மாலை கழுத்தை அலங்கரித்தது. தலையில் ஒற்றை மாணிக்கத்தைச் சூடியிருந்தாள். மெலிதாகப் புன்முறுவலித்து என்னை நோக்கியவாறு வந்தாள். அப்பாவி முகத்துடன் பாவைக்கூத்தில் ஆட்டுவிக்கப்படும் பாவையைப் போல இருந்தாள். ஒருமுறை, காயம் பட்ட சுச்சா சிங் கூறியது என் நினைவில் வந்தது. “இவள் மிகவும் குரூரமானவள்”. ஆனால் அந்தக் கணத்தில் என் மனம் வேறு பக்கமாக எண்ணங்களை நோக்கித் திரும்பியது. “இவளைப் போன்ற பெண் உடனிருக்கும்போது, உண்மையில் வேசிகள் யாரும் உனக்குத் தேவையில்லை” என்று உள்மனம் சொல்வது போலத் தோன்றியது.

தரையில் விரிக்கப்பட்ட சணல் பாயில், சாப்பாட்டுத் தட்டை வைத்தேன். கைகள் இன்னும் நடுங்கிக் கொண்டிருந்தன. அவள் கையில் சிறிது நீரை ஊற்றினேன். தண்ணீரைக் கையில் குவித்துக் கொண்டு தட்டினைச் சுற்றினாள். திடீரென்று ஒரு ஓசை வெடித்துக் கிளம்பியது, “ஓம் நமச்சிவாய.”

அந்தச் சிறிய உதடுகள் முதல் கவளத்தை ஏற்றுக் கொண்ட பிறகு அதனால் தூண்டப்பட்டு, நானும் ஓரிரு கவளங்களை உண்டேன். ஏதோ ஒரு சமாதிநிலைக்குள் சென்றது போலிருந்தது. ஒருவகையான விநோதமான திருப்தியும் அமைதியும் அங்கு நிலவியது. தலைக்கு மேல் ஏதோ தேவதைகள் வட்டமிட்டது போல இருந்தது. திடீரென்று என்னவாயிற்று இவளுக்கு? ஒரு கவளத்தை எடுத்து என் வாயில் ஊட்டினாள். பின்னர், புன்னகைத்தவாறு கூறினாள், “கல்நெஞ்சம்! குரூரம்!

ஒருவேளை புறா பற்றிய அந்த சம்பவம் நினைவுக்கு வந்திருக்கலாம்.

“நான் என்ன சொல்வது?”

“ஏன் பேசமாட்டேன் என்கிறாய் கிஷன்? ஏன் இத்தனை அமைதியாக இருக்கிறாய்?” என்று கேட்டாள்.

“தலையை வலிக்கிறது தேவி”, என் கண்களில் கண்ணீர் திரை கட்டியது.

"அடக் கடவுளே... ஏன் இதற்கு முன்பே என்னிடம் சொல்லவில்லை? நான் பிடித்து விடுகிறேன். என் கரங்களைப் பற்றிக் கொண்டு தன்னுடைய அறையை நோக்கி என்னை இழுத்துச் சென்றாள்.

வெளியில், மேகங்கள் கீழ்நோக்கி மிதந்தவாறு இருந்தன.

**

அறையில் நுழைந்தபோது, புறா என் கண்களில் தோன்றி மறைந்தது. சன்னல் மீது அமர்ந்திருந்தது. தலையை லேசாகத் தூக்கிப் பார்த்து பின்னர் குனிந்தது. இறகுகளை படபடத்தவாறு, கொல்லைப்புறத்தில் தரை மீது மோதியது. வலியில் துடித்தவாறு இறுதி மூச்சை விட்டது.

**

ஆளுயரக் கண்ணாடி முன்புறமாக இருந்தது. சுவற்றில் இடதுபுறமாகப் பொருத்தப்பட்டிருந்தது. பெருத்த ஓசையுடன் தரையில் குத்துக்காலிட்டு அமர்ந்தேன். ஒரு ஓரமாக மெத்தை கிடந்தது. ஒரு சிறிய எண்ணெய்க் கிண்ணம் ஒழுங்கற்றுக் கிடந்தது. எனக்குப் பின்புறமாக, கட்டிலின் சாய்வுப்பலகையில் சக்தி தேவி அமர்ந்திருந்தாள். அவள் முகம் ஒளிர்ந்து கொண்டிருந்தது. என் தலையில் சிறுசிறு துளிகளாக எண்ணெய் தெளிக்கப்பட்டது. திடீரென்று என் உடல் முழுதும் லேசான நடுக்கம் ஏற்பட்டது. எனக்குள் ஒரு அலை எழுந்து அடங்கியது. கூரையில் சடசடவென நடமிடும் மழைத்துளிகளின் ஓசை என் காதுகளில் ரீங்கரித்தது. பிறகு யாரோ என்னுடைய தலையை மிகவும் மெதுவாகத் தடவிக் கொடுப்பது போலிருந்தது.

என் முன்னே நின்றிருந்த ஆளுயரக் கண்ணாடியைப் பார்த்தேன்.

இவை அதே கண்கள். அதே கைகள். ஏறத்தாழ அவனுடைய உயிரைக்குடித்தவை. ஷம்பு, பிஷம்பர் என்ற பிஷம்பர் சிங் கிரந்தி. பயங்கரவாதிகளால் கொடூரமாக மாய்க்கப்பட்டவன்.

**

"ஏய்... எத்தனை மிருதுவாக இருக்கு!" அவன் பேசத் துவங்கியதும் தான் நான் உணர்ந்தேன். என் கைகள் அவனுடைய

கைகளில். நான் வெட்கத்தில் தவித்தேன். எத்தனை நேரம் அதை நான் உணர்ந்திருந்தேன் என்று தெரியவில்லை. ஏதோ மாயத்தில் கட்டுண்டது போல, நான் அவன் கண்களுக்குள் பார்த்துக் கொண்டிருந்தேன்.

"சக்தி! அப்படியெல்லாம் என்னைப் பார்க்காதே" அவன் சொன்னான்.

"ஏன்?... ஏதோ என்னுள் ஆழமாக இருந்த ஒன்று என்னைக் கேட்க விடாமல் தடுத்தது போலிருந்தது. அவன் என்ன சொன்னான் என்று தெரியுமா?- அவன் சொன்னான், "என் உருவம் உன் கண்களில் தெரிகிறது" என்றான்.

"பிறகு என்ன நடந்தது?" என்று கேட்டேன்.

"ஆச்சார்யாஜி எங்களைப் பார்த்து விட்டார். பிறகு அதே இரவில்... அழுகைக்கான ஆயத்தத்தில் அவளுடைய தொண்டைக்குழியில் ஏதோ ஏறி இறங்கியது.

"ஆச்சார்யாஜி!" என் விழிகள் தெறித்து விழுவது போல விரிந்தன.

"ஆமாம்"... இந்த வார்த்தையுடன் சக்தி தேவியின் கண்கள் கல்லைப் போல உறைந்து போயின. இது மற்றொரு வகையான ஆவேசம். மிகவும் சிரமப்பட்டு கிட்டித்துப் போன அவளுடைய பற்களை விடுவிக்க வேண்டியிருந்தது. ஒரு சிறிய கரண்டிக் காம்பினால் கிட்டித்துப் போன அவளுடைய பற்களை விடுவிக்க வாய்க்குள் நுழைத்தபோது அவளுடைய பற்களிலிருந்தும் உதட்டிலிருந்தும் ரத்தம் கசிந்து கொண்டிருந்தது. சலனமற்ற பார்வையுடன் அவள் என்னை வெறித்தாள். பிறகு மிகவும் சத்தமாக ஊளையிடத் தொடங்கினாள். முதன்முறையாக அவள் இதுபோல நொறுங்கிப் போனதைப் பார்க்கிறேன். இந்தச் சம்பவம் ஷம்பு சிறையில் இருந்த நாட்களில் நடந்தது.

***

கிரந்தி பிஷம்பர் ஷம்பு, பிஷம்பர் தத், ஷம்பு. அவனைப் பற்றி நினைவு கொள்ள வேண்டுமென்றால், இப்படி எந்தப் பெயர் வேண்டுமானாலும் அவனுக்குப் பொருத்தமாக இருந்தது. என்ன இருந்தாலும் அவன் என் சகோதரன்.

சந்தேகமின்றி அவன் பயங்கரவாதிகளின் கரங்களால் கொடூரமாகக் கொல்லப்பட்டான். ஆனால், உண்மையில் அவர்கள் அவனைக் கொல்லவில்லை.

ஆனால் இப்போது நான் செய்யப்போகும் என்னுடைய பிரகடனம் மனசாட்சியின் குரலுக்கு எதிரானது என்று சொல்வீர்கள். அதற்கு நிறைய சாத்தியக்கூறுகள் உள்ளன. ஆனால் இது தொடர்பாக நான் என்ன செய்ய முடியும்? இது போன்ற விஷயங்கள் சந்தேகங்களை மேகங்களைப் போலக் கிளப்புகின்றன. பாய் சாஹிப்... நேர்மையாகச் சொல்ல வேண்டுமென்றால், எனக்கும் அதுபற்றி மெல்லிய சந்தேகம் இருந்தது. ஒருமுறை இல்லை. பல முறை. முதன்முறை, அவனுடைய மரணத்தைப் பற்றிக் கேட்டபோது, சக்தி தேவியின் முகத்தில் சிறு சலனம் கூடக் காணப்படவில்லை. ஓலமிட்டு அழுவது பற்றி எதற்குப் பேச வேண்டும்? அவள் ஒரு வார்த்தை கூட வாய் திறந்து பேசவில்லை. ஒரு துளி கண்ணீர் கூட அவள் கண்களில் வரவில்லை. மற்ற விஷயங்கள் எல்லாம் போய்த் தொலையட்டும். அவளுக்கு வழக்கமாக வரும் வெறியுடன் கூடிய வலிப்பும் வரவில்லை. இல்லை. அதுவும் நடக்கவில்லை. மிகவும் சாதாரணமாக இருந்தாள். எதுவும் நடக்காத மாதிரி இருந்தாள். அங்கு ஒரு மனிதன் இறந்திருக்கிறான். இவளுடன் பல ஆண்டுகள் விளையாடியவன். ஆட்டம் போட்டவன் அவளுடைய அனைத்து சுகங்களையும் துக்கங்களையும் பகிர்ந்து கொண்டவன். இதையும் கேளுங்கள். அவனுடைய இறுதி ஊர்வலத்தில் கூட அவள் பங்கேற்கவில்லை.

மொத்த கிராமமும் அவனுடைய இறுதிச் சடங்கில் கலந்து கொண்டது. தகனம் முடிந்ததும், சூரியன் அஸ்தமிக்கும் வேளையில் நான் கோயிலுக்குத் திரும்பினேன். அங்கு முற்றத்தில் அவள் சந்தன முக்காலி மீது அமர்ந்திருந்தாள். முற்றிலும் தனியாக இருந்தாள். கண்கள் மூடியவாறு இருந்தன. ஏதோ சமாதி நிலையில் ஆழ்ந்தது போல. முக்காலியின் கீழ் ஒரு அலங்கார சொம்பு வைக்கப்பட்டிருந்தது. அதில் தண்ணீர் நிரப்பியிருந்தது. சூரியனின் அஸ்தமனக் கிரணங்கள் முற்றத்தின் சுவர்களில் தெறித்து விழுந்து கொண்டிருந்தன. அவை மெல்லத் தேய்ந்து வந்தன. விக்கிரகங்களின் முன்பு ஒரு விளக்கு வைக்கப்பட்டிருந்தது. வேறு சந்தர்ப்பமாக இருந்திருந்தால் அவள் முன்பு, அவளை நோக்கி சம்மணமிட்டு உட்கார்ந்திருப்பேன். இருகரங்களையும் கூப்பியவாறு பணிவான பாவனையில் இருந்திருப்பேன்.

அங்கேயே நின்று காத்திருந்தேன். சக்தி தேவியின் கண்கள் திறக்கவில்லை. பொறுமை என்னை விட்டு நழுவியவாறு இருந்தது. ஒருவழியாகக் கண்களை மெதுவாகத் திறந்தாள். படிகாரத்தைப் போல மின்னும் அவளுடைய கண்கள் எங்கே? என்னுடைய நாக்கு அண்ணத்தில் ஒட்டிக் கொண்டது. சக்தியின் இந்த ரூபத்தைத் தாங்கிக் கொள்வது எனக்கு மிகவும் சிரமமாக இருந்தது.

பிறகு அவள் பேசினாள், "வந்து விட்டாயா? போய்க் குளி. பிரார்த்தனைக்கான நேரமிது". நாங்கள் மாலை நேரப் பிரார்த்தனையைத் தொடங்கிய போது, அவளுடைய கனத்த குரல், என்னுடைய மிருதுவான நடுக்கமற்ற குரலுடன் ஒன்றறக் கலந்தது...

"ஓம் ஜெய் ஜெகதீஷ் ஹரே... ஸ்வாமி...

***

இரண்டாவது முறை.

மறுநாள் காலை, அவன் கொலையுண்டதைப் பற்றிய செய்தி எந்தத் தேசிய நாளேடுகளிலும் வரவில்லை. அருகிலுள்ள சிறு நகரம் ஒன்றிலிருந்து வரும் "சிங்கியாரி" என்ற பெயருடைய உள்ளூர் தினசரி ஒன்று மட்டும் அந்தச் செய்தியை வெளியிட்டது. பயங்கரவாத இயக்கம் ஒன்று பிஷாம்பர் சிங் கிரந்தியின் படுகொலைக்கு பொறுப்பேற்றிருந்தது. பயங்கரவாதிகள் நான்கு பேர் இருந்தனர். நான்கு பேரிடமும் ஏகே-47 துப்பாக்கிகள் இருந்தன. அவர்களில் இருவர் கேசதாரிகள். இருவர் ஹிந்துக்கள். காரியத்தை முடித்து விட்டுப் போகும்போது அவர்கள் குர்முகி எழுத்தில் அச்சிடப்பட்ட துண்டுப் பிரசுரத்தை விட்டுச் சென்றார்கள். ஷம்புவின் பிரதானக் குற்றம், அவனிடம் நேர்மையில்லை. அவனுக்கு மிகுந்த கெட்ட பெயர் இருந்தது. எல்லாவற்றுக்கும் மேலாக அவன் போலீசுக்குத் தகவல் தரும் உளவு ஆசாமியாக இருந்தான். எனவேதான் அவர்கள் அவனைக் குறிவைத்தனர். அதேவேளையில் மற்றவர்களுக்கும் எச்சரிக்கை விடுக்கப்பட்டிருந்தது. ஒழுங்காக நடந்து கொள்ளவில்லையென்றால், அவனுக்கு நேர்ந்ததுதான் மற்றவர்களுக்கும் என்ற மிரட்டல் இருந்தது. அவனுடைய சடலத்துக்கு அருகில் ஏகே-47 ரைபிள்களின் ஏழு காலி ஷெல்கள் சிதறிக்கிடந்தன. அதிகாலையில் அவன் குருத்வாராவில் இருந்து வெளியில் இழுத்து வரப்பட்டு அருகில் இருந்த ஏதோ ஒரு வயல்வெளியில் நேருக்கு நேராக சுட்டுக் கொல்லப்பட்டிருக்கிறான்.

குரு கிரந்த் சாஹிப் மீது போர்த்தப்பட்டிருந்த புனித வஸ்திரம் காணாமல் போயிருந்தது. இறந்தவனுக்கு புனித நூலில் இருந்து அப்போது ஏதோ ஒரு 'வாக்' (புனிதக் கட்டளை) கிடைக்க வாய்ப்பு இருந்திருக்கலாம்.

செய்தி கேட்டதும் சக்தி தேவியின் உதட்டிலிருந்து வெளிவந்த முதல் வார்த்தை, "நல்லதாகப் போச்சு". பிறகு கொலை பற்றிய செய்தியைத் தாங்கிய பகுதியை மட்டும் தனியாகக் கிழித்துத் தன்னுடைய பர்சில் திணித்துக் கொண்டாள்.

***

மூன்றாவது முறை, உண்மையிலேயே அதுதான் எல்லை.

இது ஒருநாளைக்கு முன்பு நடந்தது. நான் மாடுகளுக்குத் தீனியை எடுத்து வருவதற்காக வயலுக்குச் சென்றேன். அங்கு சுச்சா சிங் 'ஃபத்தாட்' எதிரில் தட்டுப்பட்டான். "வாப்பா சக்தி தேவியின் எடுபிடி" என்றான்.

"வார்த்தையை அளந்து பேசு. சக்தி தேவி என்னிக்காவது உன்கிட்டே ஏதாவது சாப்பிடக் கேட்டிருக்கிறாளா?" என்று அவனிடம் சீறினேன்.

"வேறென்ன? அவள் உன்னை விட்டு வயலில் உழவைத்துச் சாப்பிடுகிறாளா? இதோ பாரேன்... இந்தப் பிச்சைக்காரப் பயல் என்னென்ன பேசறான்" என்று ஆரம்பித்தான். ஏதோ ரொம்ப வருஷங்களாகக் கொதித்துக் கொண்டிருந்தவன் போலக் காணப்பட்டான்.

"உன்னை விட ரெண்டு மடங்கு உழைச்சு சாப்பிடறேன். உன்னை மாதிரி மத்தவங்க காலை நக்கிப் பிழைக்கலை. உன்னை மாதிரி எப்போப் பாரு அடுத்தவங்களைப் பத்தி வம்பு பேசித் திரியவில்லை. உன்னால வாயை மூடிக்கிட்டு இருக்க முடியாதா? இந்த உடம்பில் எக்கச்சக்க சக்தி இருக்கு. உனக்கு வேணும்னா வா. என்னோடு குஸ்தி போட்டு பாரு. உன்னோட முகத்துலே மண்ணைப் பூசி விடலைன்னா என்கிட்டே வந்து சொல்லு".

நான் இப்படி ஆத்திரத்துடன் பேசியதைக் கேட்டதும் அவன் வெடித்துச் சிரித்தான். சிறிது நேரத்துக்குப் பிறகு, "வெறும் உடல் பலம் மட்டும் வேலைக்கு ஆகாது என் சிங்கமே. கொஞ்சம்

அடிப்படை அறிவும் வேணும். ஒரு காலம் இருந்தது. அப்போ நாங்களும் இதே மாதிரி எல்லோரையும் கன்னா பின்னான்னு மிரட்டித் திரிந்தோம். எப்போதாவது நீ ஒருத்தனைக் கொல்லுவே. எப்போதாவது மத்தவனும் உன்னைக் கொல்வான். அறிவே இல்லாம நாம எல்லோரும் வன்முறையிலே ஈடுபட்டுக்கிட்டிருக்கோம். நமக்கு எந்த சாகசமும் தெரியாது. வேறே போர்த்தந்திரங்கள் எதுவும் நமக்குத் துளி கூடத் தெரியாது. அதனாலே அடுத்தவன் நம்மைப் புழுதியிலே புரட்டி எடுக்கிறான். நாம அதுல சுருண்டு தோத்துப் போயிடறோம். முட்டாளே. இந்த முறையை மாத்தறது அத்தனை சுலபம்னு நினைச்சியா?"

"நீங்க எல்லோரும் ஆச்சார்யாஜியை ஒழித்துக்கட்ட திட்டம் போட்டதாகக் கேள்விப்பட்டேன்", என் குரலில் பயமும் தயக்கமும் படரக் கேட்டேன்.

"அட... அதுசரிதான். அவர் எங்களுடைய 'செயல்திட்டத்தில்' ஒரு பகுதியாக இருந்தார். ஆனால் உன்னோட அண்ணன்தான் எல்லாத்தையும் குழப்பிவிட்டான். நாங்க ஏற்கனவே நினைச்சோம். அந்த அப்பாவி இதிலே சிக்குவான் என்று. கடைசியாக அவன் சிக்கிட்டான். சக்திதான் அவனை இதுலே உள்ளே கொண்டு வந்தா". அவன் தான் உறுதியாகப் பேசுவதைப் போலத் தன்னுடைய குரலை வைத்துக் கொள்ள முயற்சித்தான்.

"ஏய்... ஏன் இப்படி அளந்து விடறே? இதுலே அந்த அப்பாவி சக்தி எங்கிருந்து வந்தா? அவள் ஒரு தேவி." என்னுடைய வார்த்தைகளில் சக்தியின் மீது பக்தி சொரிந்தது.

"அடப்பாவி. நீ மாறவே மாட்டே. அசட்டுப் பயலே. உன்னுடைய அண்ணனைப் போலவே. உண்மையிலே அது உன்னோட தவறு கிடையாது. குருட்டு பக்தி வச்சா இதுதான் நடக்கும். அது வேறே எதையும் பார்க்க விடாது. அவன் ஒரு வட்டத்திலேயே சுத்திக்கிட்டு இருப்பான். கண்ணைக் கட்டி விட்ட எருது மாதிரி... இது மாதிரி இருக்கிறவனுக்கு உள்ளுக்கும் வெளிக்கும் என்ன வித்தியாசம் தெரியும்? பேசிக் கொண்டிருக்கும் போதே அவனுடைய மனதின் பிரதிபலிப்பு என்னவென்று தெரிந்து கொள்ள முடிந்தது.

"இந்தச் சின்ன வயசுப் பயல்கள் எல்லா எல்லைகளையும் தாண்டிப்போயிடறாங்க இல்லையா?" அனிச்சையாக இந்த

வார்த்தைகள் என்னுடைய உதட்டிலிருந்து நழுவியது போல இருந்தது. அவன் என்னை ஆச்சரியமாகப் பார்த்தான். அதைப் பற்றி சிறிது யோசித்தவாறு, தன்னுடைய அடுத்த கேள்வியை என் மீது தொடுக்கத் தயார் செய்து கொண்டான். அதுவும் மிகவும் இயற்கையாக வெளிவரும் கேள்வியைப் போல பாவனை காட்டினான்.

"நான் கேள்விப்பட்டேன். உன்னுடைய சக்திக்குக் கூட மிரட்டல் வந்ததாமே? நேற்று அந்த ஆட்கள் ஒரு கடிதத்தை கோயில்லே வீசிட்டுப் போயிருக்காங்க. நீ அந்தத் தங்கக் குடையை எங்க கிட்டே ஒப்படைச்சிடு. அதைத் தவிர நூறாயிரம் ரூபாயும். இது பத்தி முடிவெடுக்க உனக்கு நாங்க அஞ்சு நாள் தர்றோம்... நீ ஒப்புக்கலைன்னா உன்னையும் காலி பண்ணிடுவோம், என்று அந்தக் கடிதத்தில் இருந்ததாமே?"

"எனக்குத் தெரியாது", எடுத்தவுடனே அவனை உதறித் தள்ள முயற்சித்தேன். "ஆச்சரியமாக இருக்கே? அவள் உன்கிட்டே இதுவரைக்கும் ஒண்ணும் சொல்லலையா? நீ அவளோட அத்யந்த பக்தனாச்சே. அவளுடைய காலைக் கழுவி தீர்த்தத்தைக் குடிக்கற முதல் ஆள் நீதானேப்பா. சொல்லப்போனா அவள் உன்னை ஒரு ஆம்பளையாகவே மதிக்கலையேடா? இல்லைன்னா அவ உன்னை... அவன் அதைச் சொல்லும்போதே வார்த்தைகளிலும் அவன் கண்களிலும் குறும்பு மின்னியது.

நான் திகைத்துப் போனேன்.

அதற்குப் பிறகு அவன் என்ன சொன்னான் என்று எனக்குத் தெரியவில்லை. ஒருவழியாக கேட்கும் திறன் எனக்கு மீண்டு வந்தபோது அவன் சொன்னான்,

"அடேய்... எங்கே காணாமப் போயிட்டே. இந்தப் பொம்பளை 'முப்பத்து ஆறு நதிகளிலே' மூழ்கி எழுந்தவள்... எப்படியாவது, ஏதாவது ஒரு வழியைத் தேடிக் கண்டுபிடிச்சுடுவா. ஆனால் நீ அசடாச்சே. அவளாலே ஒரு கொலையும் செய்துட்டு சாமர்த்தியமா பிணத்தையும் மறைத்து வைக்கத் தெரியும். அப்படி இருக்கும்போது, இந்த மாதிரி பையன்கள் எல்லாம் அவளுக்கு எந்த மூலை? அவளோட உபாயம் என்னவாக இருக்கும்னா எல்லோரும் எங்கேயாவது ஒளியறதுக்கு ஒரு இடம் தேட வேண்டியிருக்கும். உனக்கு நீயே ஒரு இடம் தேடிக்கோ. அவள்

தன்னுடைய தந்திரங்களில் ஏதாவது ஒன்றைக் காண்பித்தால் போதும். பாவம். அந்த அப்பாவி ஆச்சார்யா அநியாயமாகத் தொலைந்தான். வேறே லோகத்துக்கே போயிட்டான். முப்பது வருஷத்துக்கு மேலே இந்த கிராமத்தையே ஆட்டிப் படைச்சிக்கிட்டு இருந்தான். ராஜ்ஜியம் நடத்தினான். இரும்புத் தடியை வச்சு ராஜ்ஜியம் நடத்தினான். அவனுடைய ஞானமும் விவேகமும் வேலைக்கு ஆகலை. விசாரணை. கோர்ட்டு. வழக்குகள். இதுலே உன்னோட அண்ணனை தேவையே இல்லாமல் எல்லாத்திலேயும் இழுத்து விட்டாங்க. அவன் பாவம் குற்றவாளியே இல்லை. இருந்தாலும் அவனுக்கு ஆயுள் தண்டனை கிடைச்சது".

"அடப்பாவி, இதுக்கெல்லாம் உன்கிட்டே என்ன ஆதாரம் இருக்கு? சக்திதேவிக்கு எதிராக என்னை தூண்டிவிடுகிறானோ என்று வெகுண்டு அவனைக் கடுமையாக எச்சரித்தேன்.

"என்னிடம் வேண்டிய ஆதாரம் இருக்கு. அதனால்தான் இதை தைரியமாகச் சொல்கிறேன். என்னை என்ன பைத்தியமோ வேறு ஏதோன்னு நினைச்சிக்கிட்டு இருக்கியா?" அவனும் தன்னம்பிக்கை கலந்த தொனியில் கர்ஜித்தான்.

"பிறகு எனக்கு ஏன் அதை சொல்ல மாட்டேன் என்கிறாய்? எனக்கு வேண்டிய ஆதாரம் கொடு." நானும் இந்த விஷயத்தில் ஒரு தீர்மானத்துக்கு வரவேண்டும்."

"இப்போ இதைக் கேட்டுக்கோ. உன் அண்ணன் கொலையாவதற்கு ஒரு நாளைக்கு முன்னால அவனை நான் பார்த்தேன். குருத்வாராவிலே பார்த்தேன். அதிருஷ்டவசமா யாருமே அங்கே இல்லை. கிடைத்த சந்தர்ப்பத்தை வச்சு, இந்த விஷயத்தைப் பத்திப் பேசத் தொடங்கினேன். ஆனால் அவன் வாயே திறக்கலை. "அதைப் பத்தி மறந்துடு" ன்னு திரும்பத் திரும்ப சொல்லிக்கிட்டு இருந்தான். என்ன நடக்கணுமோ அது நடந்தாச்சு. அதுக்கப்புறம் நான் ஒரு தந்திரம் செய்தேன். அது வேலைக்கு ஆச்சு. வச்ச குறி சரியா அடிச்சது.,.. நான் சொன்னேன், "பாரு சிங்கா, நீ ஒரு அமிருத் தாரி சீக்கியன். பாபாஜிக்கு அடுத்த இடத்துலே உட்கார்ந்து இருக்கே. உண்மையைச் சொல்லு. இல்லைன்னா அந்தப் பாவ மூட்டையை நீதான் சுமக்கணும்" என்றேன்.

"அப்புறம் அவன் உன்கிட்டே சொன்னானா?" ஏற்கனவே என்னுள் ஆர்வம் கிளர்ந்தது.

“அவன் ஏன் சொல்லாமல் இருக்கணும்? எப்படி சொல்லாமல் இருப்பான்? அவன் குரு கிரந்த சாஹிப் முன்னாலே இல்லே உட்கார்ந்திருந்தான்? முதல்லே ஏதோ தன்னுடைய சக்தியெல்லாம் ஒண்ணா திரட்டிக்கிற மாதிரி கொஞ்சம் தயக்கமாக இருந்தான். அதைப் பத்தி யோசிச்சிக்கிட்டு இருந்தான். அதையே தன்னுடைய தலையிலே சுமந்து உழப்பிக்கிட்டிருந்தான். பிறகு, குரு கிரந்த் சாஹிப் பக்கம் தன் கைகளை நீட்டி, “நான் ஏதாவது பொய் சொன்னா என் குரு என்னை சபிக்கட்டும். ஆச்சார்யாவைக் கொன்றது சக்தி தேவிதான். ஆனால் எப்படியோ அந்தக் கொலைக்கு நானே பொறுப்பேற்கணும்னு தீர்மானிச்சேன். இதை நான் ரொம்பவும் யோசித்துத்தான் செய்தேன். என்னுடைய தர்க்கம் என்னன்னா, போயும் போயும் அவள் ஒரு பெண். அவள் எதற்கு ஜெயிலில் வாடணும்?”

இந்த வார்த்தைகள் எனக்குள் தீயை மூட்டின. என்னைச் சுற்றி தீச்சுவாலைகள் பற்றி எரிவது போல இருந்தது. உடனே எழுந்து நின்றேன்.

என்னுடைய பதட்டத்தைப் பார்த்து, ‘ஃபதாட்’ சொன்னான், “பார்த்து கவனமாக இருந்துக்கோ. உன்னுடைய ஜாக்கிரதையில் இருடா. சக்தி யாருக்கும் நெருக்கம் கிடையாது”.

தீவனக் கட்டைச் சுமந்து கொண்டு கிராமத்தை நோக்கி நடந்தேன். என் தேகம் முழுவதும் கோபத்தால் தகித்தது. திரும்பிப் போகும் போது அந்தக் கோயிலைத் தரைமட்டமாக இடித்துத் தள்ள வேண்டும் என்ற ஆத்திரம் எனக்குள் பிறந்தது. இதற்கு யார் குறுக்கில் வந்தாலும் அவர்களை அடித்து நொறுக்க வேண்டும்.

என் மனம் முழுவதும் கொலைவெறியே ஆக்கிரமித்து இருந்தது.

தீவனத்தைக் கோயிலின் முற்றத்தில் எறிந்தேன். தாழ்வாரத்தில் நடந்து சென்றேன். தாழ்வாரத்தின் அரைவட்டச் சுவற்றின் மேல்புறமாக ஒரு பிறைமாடத்தில் அது உட்கார்ந்திருந்தது. புறா. தலையைத் தொங்கப் போட்டவாறு தூக்கக் கலக்கத்தில் அது இருந்தது. என் காலடியோசையைக் கேட்டதும், அதன் உடலில் ஒருவகையான நடுக்கம் பிறந்தது. தலையைத் தூக்கிப் பார்த்தது. அதனுடைய மிருதுவான இறகுகளால் ஆன கழுத்து மேலும் கீழுமாக அசைந்தது. ஏதோ மூச்சு விடுவதைப் போல,

இயற்கையாகச் சுற்றியுள்ள அனைத்தையும் மறந்தது போல அது தனக்குள் தொலைந்து கொண்டிருந்தது.

உள்ளுக்குள் கொதித்துக் கொண்டிருந்தேன். சுற்றிப் பார்த்தேன். எனக்கு அடுத்து, கதவுச் சட்டத்துக்கு அருகில் சுவற்றில் சற்றுப்பெரிய வளைவு இருந்தது. அதற்குள் ஒரு உண்டிவில் வைக்கப்பட்டிருந்தது. அதற்குப் பக்கத்தில் ஓட்டுச் சில்லுகள் கிடந்தன. கெட்டியான உலோகம் போன்ற ஓட்டுச் சில்லுகள். அவை பார்க்க ஏதோ பளிங்குக் கற்கள் போலிருந்தன. உண்டிவில்லைக் கையிலெடுத்துக் குறிபார்த்தேன். பிறகு நாணினை விடுவித்தேன். ஓட்டுச் சில்லுகள் அதன் பாதங்களைத் தாக்கியது. அந்த சனியன் தடாலென்று தரையில் முட்டி விழுந்தது.

அது நிறுத்தாமல், "குட்கூன்... குட்கூன்... என்று ஒலியெழுப்பியவாறு இருந்தது. நான் அப்படியே நிலை குலைந்து நின்றிருந்தேன். பிறகு அந்தப்புறமாக வெறித்துப் பார்த்தேன். இவை அனைத்தையும் சக்தி தேவி தாழ்வாரத்தில் நின்றவாறு பார்த்துக் கொண்டிருந்தாள். புறா சிறிது நேரம் வேதனையில் துடித்தது. பிறகு கழுத்தைச் சுழற்றியது. அவள் என் கண்களைப் பார்த்தவாறு இருந்தாள். அவளுடைய கண்கள் செக்கச்செவேலென்று சிவந்திருந்தன. படிகாரத்தைப் போல மினுமினுப்பான சிகப்பு. அவள் தன்னுடைய கண்களை என் மீதிருந்து விலக்காமல் வைத்திருப்பதைப் பார்த்தேன். விரைவில் எரிந்து ஒருபிடி சாம்பலாகி விடுவேன் என்று தோன்றியது. ஆனால், வினோதமான ஒரு உணர்வு அவள் மீது படர்ந்தது. அந்தக் கணமே, அவள் தன்னுடைய மென்மையான கரங்களை, தான் போர்த்தியிருந்த சால்வைக்குள் நுழைத்துக் கொண்டு அறையை நோக்கி ஓடினாள். அப்படியே படுக்கையில் சரிந்தாள். அறைக்குள் எழுந்த அவளுடைய அழுகையொலி என்னைக் கடந்து சென்றது.

***

யாரோ என்னைத் தலையில் சம்மட்டியால் ஓங்கி அடிப்பதுபோல இருந்தது. நான் சுதாரித்துக் கொண்டேன்- அவளுடைய தொடைகளுக்கு மேல் என்னுடைய தலையை வைத்துக் கொண்டு, கண்களை உற்றுப் பார்க்கத் தொடங்கினேன். அவள் வேறுபுறம் பார்த்தாள். சிறிது நேரம் தியானத்தில் இருப்பது போல இருந்தாள். பிறகு பேசினாள். "நீ சோகமாக இருக்கிறாயா?"

"இல்லை" என்று கூறியவாறே நேராக நிமிர்ந்து உட்கார்ந்து கொண்டேன். ஓரளவு சுயநினைவுடன்தான் இருந்தேன். தலையைப் பிளப்பது போல இருந்தது. என் கண்களில் கண்ணீர் தானாக வழிந்து கொண்டிருந்தது. கலங்கிப் போன கண்களுடன், கண்ணாடியை நோக்கிச் சென்றபோது, அங்கு மங்கலான பிரதிபலிப்பு முழுமையாக வியாபித்திருந்தது. எனக்கு அல்லா ராக்கா நினைவுக்கு வந்தார். தபலா மாஸ்டர். பிறகு, ஒரு பலத்த ஓசை தபலாவைத் தாக்கியது.

எனக்குள் மிருதங்கம் அதிர்வுகளை உண்டாக்கியது போல இருந்தது.

வெளியில், கூரை மீது மழை சாட்டையாக வீசிக் கொண்டிருந்தது. நான் அமைதியிழந்து கொண்டிருந்தேன். என்னுடைய மனம் கொந்தளிப்பில் இருந்தது. திடீரென்று உடைகள் அனைத்தையும் கழற்றியெறிந்து விட்டு வெட்ட வெளியில் நின்று மழையில் குளிக்க வேண்டும் என்று தோன்றியது. மழைத்துளிகள் என் உடலையும் ஆன்மாவையும் மீண்டும் மீண்டும் நனைக்க வேண்டும் என்று தோன்றியது.

அவள் விரல்கள் சோம்பலுடன் என் கூந்தலை கோதுவதற்குத் தொடங்கின.

"சக்தி தேவி?"

"ஹூம்..."

"உனக்கு பயமாக இல்லையா?"

"உள்ளே உட்கார்ந்து இருக்கும் எனக்கு என்ன பயம்?"

"இந்தக் கணம் உன்னை யாராவது கொல்வதாக இருந்தால்?"

"நீ எதற்குக் கவலைப்பட வேண்டும்? என்னுடைய இடத்துக்கு இன்னொரு சக்தி வருவாள்".

"சுச்சா சிங் சொல்லிக் கொண்டிருந்தான்".

"எந்த சுச்சா சிங்?"

"அவன்தான்... அந்த 'ஃபதாட்'

“அவனுடைய பெயரை இன்னொரு முறை சொல்லாதே. அந்த நாத்திகன்!! நான் சொல்வது கேட்கிறதா?” சக்தி தேவி கர்ஜித்தாள். நான் கண்ணாடிக்குள் பார்த்தேன். அவளுடைய முகம் சாம்பல் நிறத்தில் வெளுத்திருந்தது. நெற்றியில் சுருக்கங்கள் படர்ந்தன. நான் அமைதியானேன்.

“கிஷன்! கிஷன்“கிஷன்!!

அப்போதும் நான் எதுவும் சொல்லவில்லை.

“என் மீது கோபமாக இருக்கிறாயா?”

“நான் அமைதியாக இருந்தேன்.

“பரவாயில்லை. சொல். புறாவை எதற்குக் கொன்றாய்?”

“நான் ஆத்திரத்தில் கொதித்துக் கொண்டிருந்தேன்”.

“யார் மீது உனக்குக் கோபம்?”

“உன் மீது”

“என் மீதா? எதற்கு?”

“என் அண்ணன்... தொண்டைக்குழியில் முடிச்சு ஒன்று ஏறி இறங்கியது. உட்கார்ந்தவாறு உள்ளுக்குள் நடுங்கிக் கொண்டிருந்தேன்.

“உண்மையாகவா? அப்போது அதுதான் காரணமா? பைத்தியக்காரா, சண்டை நமக்கு இடையில்தான். இதற்கு நடுவில் புறா எங்கிருந்து வந்தது? அந்த அப்பாவிப் புறாவை எதற்கு நீ கொல்ல வேண்டும்?” என்னை வேகமாக உலுக்கினாள். “அதை நான் வேண்டுமென்றுதான் கொன்றேன்”. குரலில் ஒருவகையான ஆணவத்துடன் பேசினேன்.

அவள் படுக்கையிலிருந்து எழுந்தாள். என் கைகளைப் பிடித்தவாறு முகத்துக்கு நேரே தன் முகத்தை வைத்துக் கொண்டு எதிரே நின்றாள். ஒரு கணம், என் கண்களுக்குள் உற்றுப் பார்த்தாள். பிறகு எதிர்பாராத வகையில் ஒரு திடீர் உணர்ச்சியில் தொடர் முத்தங்களால் என்னைத் திணறவைத்தாள். என்னை இறுக்க அணைத்தவாறு சொன்னாள், “கிஷன், இப்போது நீ உண்மையிலேயே வளர்ந்து விட்டாய்”.

***

ஒரு பெண் மானின் கண்

அன்று சனிக்கிழமை. ஒருவேளை இருக்கலாம். ஆம். அது சனிக்கிழமையாக இருக்கலாம். நிச்சயமாக அது விடுமுறை நாள். இல்லை. உண்மையிலேயே அந்த நாளை விடுமுறையாக அறிவிக்க வேண்டியிருந்தது. அது போன்ற சம்பவம் ஏன் நடக்க வேண்டும்? அது போன்ற ஒரு சம்பவத்தைக் கொடூரமான கனவில் கூடக் கடக்க நேரிடும் என்று கற்பனை கூடச் செய்திருக்க மாட்டேன். இல்லை. என்னை அது பயமுறுத்தவில்லை. சூழ்நிலைகள் அப்படி இருந்தன. அம்மாதிரியான மனநிலையில் தேதியையும் கிழமையையும் எப்படி ஒருவன் நினைவில் வைத்திருக்க முடியும்? என் மனத்தைப் பதட்டம் கவ்வியிருந்தது. பதட்டம் மட்டுமின்றி ஒரே குழப்பமாகவும் இருந்தது. முற்றிலும் மாறுபட்ட ஒன்றை எதிர்பார்த்திருந்தேன். எதைப்பற்றி நினைத்துக் கொண்டிருந்தேன்? அது பற்றி இப்போது நான் என்ன சொல்லட்டும்?

எங்கும் அச்சம் படர்ந்திருந்தது. சிதறிய நிலையில் மனம் இருந்தது. அந்த நேரத்தில் நீங்கள் யாரைச் சந்தித்திருந்தாலும் அவர்களின் மனங்களில் அதே கேள்விதான் மேலோங்கியிருந்தது. "என்ன தவறாகிவிட்டது? யாரும் ஒரு நிமிடம் நின்று, இது ஏன், எப்படி என்று கேட்கத் தயாராக இல்லை. ஒரு மனிதன் கொல்லப்பட்டால் ஏதோ ஒருவகையில் நீங்கள் சமரசம் செய்து கொள்கிறீர்கள். ஆனால் உங்கள் மனம் தடம் புரண்டால் என்ன செய்வீர்கள்? இதுதான் அப்போது எனக்கு நடந்தது. விவேகத்தை மொத்தமாகத் தொலைத்தாயிற்று. ஆச்சரியம் ஏதுமில்லை. நாள், தேதி ஆகியவற்றின் எண்ணிக்கை சுத்தமாக எனக்கு மறந்து விட்டது.

சிறிது சிறிதாக என்னை நானே இப்போது சற்று சுதாரித்துக் கொள்கிறேன். அந்த சம்பவங்கள் எல்லாம் ஒவ்வொன்றாக என்னிடம் திரும்பி வருகின்றன. என் மனது தனக்குத்தானே சமாதானம் செய்து கொண்டதா என்று என்னால் இன்னும் உறுதியாகக் கூற முடியவில்லை. இன்னும் அது அமைதியாக அடங்கிக் கிடக்கிறது. ஒரு நிமிடம்... ஒரே ஒரு நிமிடம் காத்திருங்கள். சரி. நான் உண்மையான விஷயத்துக்கு வருகிறேன். ஆமாம். உண்மையான விஷயமே தான். அது நவம்பர் மாதம். நிதானமாகத் துவங்கியது. மாதத்தின் முதல் வாரம். அல்லது அந்த வாரத்தின் முதல் சில நாட்கள். நவம்பர் இரண்டு அல்லது மூன்றாவது தேதியாக இருக்கலாம். அது சனிக்கிழமை என்பதில் ஏதோ விஷயம்

இருக்கிறது. அது சனிக்கிழமையாக இருக்கலாம் என்பதில் மட்டும் நான் மிகவும் உறுதியாக இருக்கிறேன். சனிக்கிழமை இரவு. ஆமாம். அப்போதுதான் இந்த துரதிருஷ்டவசமான சம்பவம் நிகழ்ந்தது.

நகரத்தில் கலவரம் வெடித்து விட்டது. ஒரு பெண்மணியின் கொலை இக்கலவரத்தைத் தூண்டியிருக்கிறது. கொலை... கொலை... கொலை... இப்படி மேலும் பல கொலைகள் தொடர்ந்தன. கலகங்களும் அப்படித்தான் தொடர்ந்தன. உள்ளூர் பாதுகாப்பு போலீஸ் துறையின் பொறுப்பில் இருந்தாலும் எங்களையும் விழிப்புடனும் கவனத்துடனும் இருக்குமாறு எங்களுக்கு சொல்லப்பட்டிருந்தது. எப்போது உத்தரவு வரும் என்று யாருக்குத் தெரியும்? இரண்டு மூன்று நாட்கள் கழிந்தன. எந்த உத்தரவும் வரவில்லை. தகுந்த ஆணைகள் ஏதுமின்றி, எந்த வகையான நடவடிக்கையும் சாத்தியமில்லை. ஆனால் நடவடிக்கை எதுவும் எடுக்கவில்லையென்றால், கலவரம் மேலும் கொழுந்து விட்டு எரிந்திருக்கும். கட்டுக்கு அடங்காமல் எங்கும் படர்ந்திருக்கும். பொறுமை எங்கள் கைகளைக் கட்டிப்போட்டிருந்தது. விசித்திரமான, விவரிக்க முடியாத துயரங்களை சுமந்த நாட்கள் அவை. கண்றாவி!! இரவு பகலாக கண்காணிப்பும் காவல் பணியும் தவிர வேறு எதுவும் இல்லை.

மூன்றாவது நாள் மாலையில் எங்களுக்கு அழைப்பு வந்தது. அதில் வந்த உத்தரவு என்னவென்றால், "ஜவான்கள் தங்களின் குடியிருப்புக்களிலேயே தங்கியிருக்க வேண்டும். அதிகாரிகளைப் பொறுத்த வரை அடுத்த உத்தரவு வரும் வரை, அவர்கள் சற்று ஓய்வாக இருக்கலாம்". இந்த "அடுத்த உத்தரவு வரும்வரை" என்ற வார்த்தைதான் எங்கள் மண்டைக்குள் சம்மட்டியாக அடித்துக் கொண்டிருந்தது. "அடுத்த உத்தரவு வரும்வரை..."

சற்று ஓய்வாகவும் அதே நேரத்தில் மிகவும் கவனத்துடனும் விழிப்புடனும் இருப்பதை சற்றே ஒத்தி வைத்துவிட்டு, டி.ஃபென்ஸ் காலனியில் இருக்கும் என்னுடைய பங்களாவுக்குத் திரும்பினேன். அந்தப் பகுதி மற்ற பகுதிகளை ஒப்பிடும் போது சற்றே பாதுகாப்பானதாக இருந்தது. ஆனால் எங்களைப் போன்ற ராணுவ அதிகாரிகளுக்கு, ஏதாவது ஒருவகையில் அச்சுறுத்தல் என்பதன் எல்லைக்கு உள்ளேயே எல்லாம் இருந்தது. குறிப்பாக, "அடுத்த உத்தரவு வரும்வரை" என்று தெளிவாக அறிவித்திருக்கும்

நிலையில் ஓய்வு என்ற வார்த்தைக்கு எவ்வித முக்கியத்துவமும் இருக்காது. எப்படி இருப்பினும், அது போன்ற உத்தரவுகள் எங்களுக்கு மிகவும் பழக்கமானவைதான். எனவே, அதற்காக முறையிடுவதும் புலம்புவதும் எதற்கு? கருமம்...!! இப்போது எதையும் எதிர்பார்த்துக் கணிக்க முடியாத பல விஷயங்கள் எங்கள் முன்பு உள்ளன. அதே நேரத்தில் 'ஏன்', 'எப்படி', 'ஆனால்', 'ஒருவேளை' போன்ற வார்த்தைகளும் எங்கள் அகராதிகளில் இல்லாமல் இருந்திருக்கலாம்.

என் மனைவியும் குழந்தைகளும் வெளியூருக்குப் போயிருக்கிறார்கள். எல்லோருமே. வீட்டில் தனியாகத்தான் இருக்கிறேன். இந்த மாதம் முழுவதும் அப்படித்தான். சாப்பிடுகிறேன். குடிக்கிறேன். தூங்குகிறேன். வேறு என்னதான் செய்ய முடியும்? உத்தியோக ரீதியான அணிவகுப்பு. அதை ஏற்கனவே தேவையான அளவு செய்தாகிவிட்டது. பிறகு மற்றவை... அவை ஏற்கனவே... எது எப்படியோ, இவை அத்தனையும் மறந்து விடலாம். வெளியில் நடப்புகள் எப்படியோ பரபரப்பாக மாறி விட்டன. குறிப்பாக சில நாட்களாக அப்படித்தான் உள்ளது. அந்தப் பெண் இறந்து போனதில் இருந்து அப்படித்தான். எது எப்படி இருந்தாலும் இங்கு யாருக்கும் ஓய்வு என்பதே கிடையாது. இரவு பகலாக எச்சரிக்கையாக இருக்க வேண்டிய நிலை. இவை எல்லாவற்றுக்கும் மேலாக, இந்த, "அடுத்த உத்தரவு வரும் வரை"... என்ற மிகவும் மோசமான வார்த்தையுடன் அந்தக் கண்றாவியான உத்தரவு.

நான் மேஜர் வி.கே.மல்ஹோத்ராவை தொலைபேசியில் அழைத்தேன். "ஹலோ மேஜர் சட்டா பேசுகிறேன்... ஹலோ... ஆமாம்... ஆமாம்... அட வாப்பா... நாம் இன்று ராத்திரியைக் கழிப்போம்... ரெண்டு பேரும் கொஞ்ச நேரம் உட்காருவோம். மேஜர் துபேவையும் கூட அழைச்சிக்கிட்டு வா... அட... நீ வாப்பா... நான் ஒண்டியா இருந்து ரொம்ப சலிப்பாக இருக்குய்யா... ஆமாம்.. அடுத்த உத்தரவு வரும் வரை..."

எனக்கு நானே உரக்க சிரித்துக் கொண்டே டெலிபோனை துண்டித்தேன்.

சிறிது நேரம் கழித்து மேஜர் வி.கே.மல்ஹோத்ரா, மேஜர் பி.ஆர்.துபே இருவரும் உள்ளே வந்தனர். இந்த இருவரும் எனக்கு

நல்ல நண்பர்கள். இருவருமே திருமணமாகாதவர்கள். அலுவலகத்தில் நாங்கள் மூவரும் எப்போதும் மும்மூர்த்திகளாக வலம் வருவோம். என் வீட்டுக்குப் பக்கத்தில் வசிக்கும் இரு நண்பர்களுக்கும் அழைப்பு விடுத்திருந்தேன்.

இதற்கு முன்பும் நாங்கள் மாலை நேரங்களை ஒன்றாகக் கழித்திருக்கிறோம். ஆனால் இந்த மாலை வித்தியாசமானது. மிகவும் குரூரமானதாகவும் எரிச்சலூட்டக் கூடியதாகவும் இருந்தது. ஆளுக்கு இரண்டு பெக் முடித்துவிட்டு நாங்கள் ஐவரும் பங்களாவின் மேல் மாடிக்குச் சென்றோம். அங்கு வெறுமனே நின்றபோது என் உடல் சற்று பலமாகக் குலுங்கி அதிர்ந்தது. கைப்பிடிச் சுவரை மட்டும் நான் பிடிக்காமல் அங்கு நின்றிருந்தால் நிலைதடுமாறிக் கீழே விழுந்திருப்பேன். "என்ன ஆச்சு?" மல்ஹோத்ரா கேட்டான். நான் மழுப்பலாகச் சொன்னேன், "நில நடுக்கம்"... நில நடுக்கம் இருந்தது". அந்த நேரத்திலும் நாங்கள் நின்றிருந்த இடத்தின் மேற்பகுதி ஏதோ அதிருவது போலவே இருந்தது. மேஜர் துபே, ஒருமாதிரி சிரித்துக் கொண்டே, "அதெல்லாம் ஒண்ணுமில்லை. உனக்கு அப்படித் தோணுது. வெறும் மாயைதான். மனசைத் தளரவிடாதே"

இதனால் கவனம் சிதறிப்போன மற்ற நண்பர்கள் எங்களையே முறைத்துக் கொண்டிருந்தார்கள்.

காட்டுத்தீயாக சுவாலைகள் நகரத்தின் மேற்பகுதியில் எழுந்து படர்ந்தன.

எங்களால் அந்த இடத்தில் அதிக நேரம் நிற்க முடியவில்லை. படிகளில் இறங்கி, கீழே அறைக்கு வந்து உட்கார்ந்தோம். மீண்டும் குடிக்க ஆரம்பித்தோம். சிலர் மெதுவாகக் குடித்தார்கள். சிலர் வேகவேகமான ஒரே மிடறில் வேகமாகக் குடித்தார்கள். ஒவ்வொரு முறையும் எங்களில் யாராவது ஒருவர் எதையாவது பேச மற்றவர்கள் வெறுமனே ஆமாம் போட்டுக் கொண்டு அமைதியாக இருந்தார்கள். உருப்படியாக எதையும் பேச முடியாத நிலை அங்கு இருந்தது. நிசப்தம் எங்களைக் காவல் காத்து நின்றது. நாங்கள் குடித்தது விஸ்கி என்பதாக இல்லாமல் அங்கு நிலவிய அடர்த்தியான நிசப்தத்தைக் குடித்துக் கொண்டிருந்ததாக எனக்குத் தோன்றியது. முதன்முறையாக எங்களுக்கு இப்படி நடந்தது. எது எப்படி இருந்தாலும் அந்தக் கருமம் பிடித்த விஸ்கி எங்களுக்கு

போதையைத் தரவில்லை. அது போன்ற சூழலில், கடிகாரத்தின் டிக்-டாக் ஓசை எப்படிக் கேட்டிருக்கும்? கடிகாரத்தின் முட்கள் வழுக்கியும் நழுவியும் சென்றவாறு இருந்தன அப்போது நேரம் பத்து மணி... பத்தரை... பதினொன்று... அலாரத்தை வைத்திருக்கலாம். நான் யோசனையில் ஆழ்ந்திருந்தேன்.

திடீரென அழைப்பு மணி ஒலித்தது. மிகவும் மெல்லியதாக. ஒரு நிமிடத்துக்கு கனமான அமைதி. பின்பு மீண்டும் ஒலித்தது.

கதவை நோக்கிச் சென்றேன். சற்றுக் கலக்கத்துடன் "யாரது?" என்று கேட்டேன். வெளியில் இருந்து பதில் ஏதும் இல்லை. மீண்டும் கேட்டேன், "யாரப்பா அது?"

"ஜி, நான் மக்கன்... மக்கன் சிங். கதவைத் திறங்க சாஹிப்ஜி" குரல் சற்றுக் கலங்கி இருந்தது. ஆனால் அடையாளம் கண்டுபிடிக்க முடிந்தது. எங்கள் முன்னாள் வேலைக்காரன் மக்கானி.

"இந்த நேரத்திலா?" என்று கேட்டுக் கொண்டே கதவைத் திறந்தேன். அவன் வெளியில் நின்றிருந்தான். பக்கத்தில் ஒரு பெண்ணும் இருந்தாள். இருவரையும் உள்ளே வருமாறு சைகை செய்தேன். மக்கானி முதலில் வந்தான். அவனைத் தொடர்ந்து அந்தப் பெண்ணும் உள்ளே வந்தாள். இருவரும் நடுங்கிக் கொண்டிருந்தார்கள். வெளியில் பெரிய அளவில் சூறாவளி வீசுகிறது. பேரிடர் ஏதோ வெடித்துள்ளது. உடனடியாகக் கதவை மூடினேன். கதவை ஓங்கி மூடிய சத்தத்தில் அந்தப் பெண் அச்சத்தால் துள்ளி விழுந்து சுவரோடு ஒண்டிக் கொண்டாள். ஓரக்கண்ணால் என்னைப் பார்த்துக் கொண்டாள். பிறகு கண்களைத் தாழ்த்திக் கொண்டு நின்றாள். என் பார்வையை சுதாரித்துக் கொண்டு பார்த்த போது அப்பெண் சற்று கவர்ச்சிகரமாகத் தோன்றினாள். பார்க்க அழகாக இருந்தாள். வட்டமான முகம். சற்று நீள்வட்டமாகவும் இருந்தது. மோவாயில் ஒரு மச்சம். அவளிடம் இயல்பாக அமைந்திருந்த ஒழுக்கமான நடுத்தரக் குடும்பத்துப் பெண்களிடம் உள்ள எளிமையான தோற்றம் அவள் மீது ஒருவகையான மரியாதையை ஏற்படுத்தியது.

மக்கன் சிங் என்னைத் தனியாக அழைத்து, காதில் கிசுகிசுத்தான். "சாஹிப்ஜி, இவளுடைய புருஷனையும் மகனையும் கலவரத்தில் கொன்னுட்டாங்க. பெரிய கலவரக் கும்பல் ஒண்ணு

அவங்களை சுத்தி வளைத்துத் தாக்கியிருக்காங்க. இவள் மட்டும் எப்படியோ தப்பித்து என்கிட்டே வந்தா. பயங்கரம் சாஹிப்ஜி. ஆபத்து இன்னும் போகலை. எப்படியோ இவளை நான் காப்பாத்திட்டேன். முற்றிலும் கலைந்து போயிருந்த தன்னுடைய கேசத்தை லேசாக விரல்களால் கோதிக் கொண்டான், தற்காலிகமாகக் குழப்பம் சற்றே நீங்கியது போல இருந்தது.

"பாதுகாப்பாக இருப்பாள் என்பதாலே இங்கே கூட்டி வந்தேன் சாஹிப்ஜி. நீங்க கூட இருக்கறப்போ எவனுக்கும் இது வரைக்கும் வர தைரியம் இருக்காது. இதைக் கூறும்போது அவனுடைய தொண்டைக்குழி ஏறி இறங்கியது. அனிச்சையாகக் கண்களில் நீர் வழியத் தொடங்கியது.

"சரியான காரியம் தான் செய்திருக்கே", வெளியில் இப்படி மேலோட்டமாகச் சொன்னாலும் நான் அத்தனை உறுதியாக இல்லை. மக்கன் சிங் என் மீது இத்தனை நம்பிக்கை வைத்திருப்பது என்னை வெகுவாகப் பெருமை கொள்ள வைத்தது. அவனுடைய நம்பிக்கைக்கு ஏற்றாற்போல நான் நடந்து கொள்ள வேண்டும். அப்படி நடக்காமல் வேறு எப்படி நடக்க முடியும்? இப்படி யாராவது குமுறிக் கொண்டு என்னிடம் அடைக்கலம் தேடி வரும்போது, உயிரைக் கொடுத்தாவது காப்பாற்றியே தீரவேண்டும்.

எனக்குள் ஆழமாக உறைந்திருக்கும் ராணுவ வீரன் கிளர்ந்து எழுந்தான்.

"எனக்குத் திரும்பிப் போயாகணும்" என்று சொல்லிக் கொண்டே திடீரென்று கதவைத் திறந்து கொண்டு மக்கன் சிங் வெளியேறினான். அவன் பேச்சுக்கு யாராவது ஏதாவது எதிர்வினை ஆற்றுவதற்கு முன்பே அங்கிருந்து அவன் வெளியேறி இருந்தான். இது போன்ற சூழ்நிலையில் மக்கன் சிங்கை வீட்டை விட்டுப் போக அனுமதித்து இருக்கக் கூடாது. ஆனால் நான் என்ன செய்ய முடியும்? அனைத்து வகையான யோசனைகளும் என்னைச் சூழ்ந்தன.

சற்றே தைரியத்தை வரவழைத்துக் கொண்டு அந்தப் பெண்ணிடம் பேச முயற்சித்தேன். அவளுக்கு சிறிதாக நம்பிக்கையும் ஊட்டினேன். எதையும் பேச மறுத்தாள். பார்வையைக் கீழ்நோக்கித் திருப்பிக் கொண்டு அமைதியாக நின்றிருந்தாள். அவளுடைய

அமைதி சூழலின் அடர்த்தியை அதிகரித்தது. ஏதோ கிடுக்குப் பிடியில் மாட்டிக் கொண்டதைப் போல உணர்ந்தேன். என்னுடைய மனநிலை ஏறத்தாழ இருண்டு விட்டது. இப்போது என்னால் என்ன செய்ய முடியும்?

மீண்டும் உள்ளே இருந்த என் சகாக்களிடம் போனேன். மூலையில் நின்றிருந்த அந்தப் பெண்ணைச் சுட்டிக்காட்டி விஷயத்தை அவர்களிடம் சுருக்கமாக எடுத்துக் கூறினேன். அவர்கள் எல்லோரும் அவளையே உற்றுப் பார்த்துக் கொண்டிருந்தார்கள். அவர்களின் கண்கள் ஏறத்தாழ இமைக்கு வெளியே தெறித்து விழுவது போல இருந்தது. என் சகாக்களில் இருவர் நான் விஷயத்தை சொல்லச் சொல்ல நமுட்டு சிரிப்புடன் என்னைப் பார்த்தனர். அவர்களின் சிரிப்பு எனக்கு வினோதமாக இருந்தது. அந்த நேரத்தில் தேவையற்றதாகவும் தோன்றியது.

அனைவரும் மெல்ல எழுந்து நின்று கதவை நோக்கிச் சென்றார்கள். தாழ்ப்பாளைத் திறந்து வெளியேறினார்கள். இவை எல்லாம் ஒரு மாதிரி இயந்திரத்தனமாக நடந்தது. அவர்கள் தங்களை வலுக்கட்டாயமாக வெளியேற்றிக் கொண்டது போலவும் இருந்தது. அப்படித்தான் எனக்குத் தோன்றியது. அதனால் அவர்களை நோக்கி வேகமாகச் சென்றேன். திருமணமாகாத நண்பர்கள் இருவரிடமும் கெஞ்சும் குரலில், "நீங்கள் இங்கேயே இருக்கலாமே... எதற்காக இப்படி அவசரமாகப் போகவேண்டும்? இங்கே நான் மட்டுமே..." வார்த்தைகள் என் உதடுகளில் உறைந்து நின்றன.

இருவரும் உரக்க சிரித்தனர். "அதெல்லாம் ஒண்ணுமில்லை. மேஜர் சட்டா, அதிருஷ்டம்தான் உனக்கு... மகனே..."

விஷத்தைப் போல அந்த வார்த்தைகள் என்னைத் தாக்கின. அவர்கள் போய்விட்டார்கள்.

***

"உன் பெயரென்ன?" அந்தப் பெண்ணை மரியாதையுடன் கேட்டேன்.

அவள் நடுங்கியபடி நின்று கொண்டிருந்தாள். ஒரு வார்த்தை பேசவில்லை.

"உன் பெயரைச் சொல்வதில் என்ன பிரச்சினை? நான் உன்னை எதுவும் புண்படுத்தவில்லையே"...

அவளுடைய உதடுகள் நடுங்கின. அவளால் எதையும் பேசமுடியவில்லை.

"பரவாயில்லை. கவலைப்படாதே... சொல்லு...

"நசீப்... நசீப் கவுர்" மிகவும் பயந்து போய், தடுமாற்றத்துடன் நடுங்கியபடிக் கூறினாள்.

"ஏதாவது சாப்பிடு. பசியாக இருப்பாய்". அவளை இயல்புநிலைக்குக் கொண்டு வர முயற்சித்தேன். வேண்டாமென்று தலையாட்டினாள். என்னுடைய அடுத்த கேள்விகள் எதற்கும் அவள் பதிலேதும் கூறவில்லை. இப்போது சரியான மனநிலையில் இல்லை. மிகவும் பயந்திருக்கிறாள். மனக்கலவரத்தில் இருக்கிறாள். காலையில் அவளிடம் எல்லாவற்றையும் கேட்டுக் கொள்ளலாம். இப்படியாக யோசித்து அவளைத் தூங்குமாறு கூறி என்னுடைய படுக்கையறைக்கு அனுப்பி வைத்தேன். சிறிது நேரம் கழித்து அந்த அறைக்குள் எட்டிப்பார்த்தேன். ஏறத்தாழ ஒரு மூட்டையைப் போல பயத்தில் சுருண்டு படுத்திருந்தாள். முழங்கால்களை வயிற்றில் சேர்த்து ஒட்டிக் கொண்டு படுத்திருந்தாள். அலமாரியில் இருந்து இரண்டு போர்வைகளை எடுத்து அவள் மீது போர்த்தி விட்டேன். பிறகு அறையிலிருந்து வெளியேறினேன்.

அறையில் இருந்து வெளியில் வந்ததும் திடீரென்று ஒரு விஷயம் நினைவில் வந்தது. என்னுடைய துப்பாக்கி அந்த அறையில்தான் இருக்கிறது. தற்போது உள்ள மனநிலையில் அவள் தன்னை என்ன வேண்டுமானாலும் செய்து கொள்ளலாம். இது என் மனதில் பட்டதுமே மீண்டும் அவசரமாக அறைக்குள் பாய்ந்தேன். என் துப்பாக்கியைத் தேடி எடுத்துக் கொண்டு அறையை விட்டு வெளியேறினேன். ஒரு கணம் திரும்பி நின்று அவளைப் பார்த்தபோது அவள் என்னை திடுக்கிட்டுப் பார்த்தாள்.

என் கையில் இருந்த துப்பாக்கியைப் பார்த்ததும், பயத்தால் வெகுவாக நடுங்கினாள். கண்களில் அச்சத்துடனும் கலக்கத்துடனும், பெரிதாக விரிந்த கண்களால் என்னை உற்றுநோக்கினாள். இரு கைகளையும் கூப்பியவாறு, தனக்குள், "என்னைக் கொல்லாதீங்க" என்று கூறுவது போல தனக்குள் பதட்டத்துடன் முணுமுணுத்தாள்.

எனக்குள் ஒருவகையான கலக்கத்தை உண்டாக்க அது போதுமானதாக இருந்தது. நீண்ட நேரம் யோசித்தவாறு இருந்தேன். அவளுடைய பெரிய, வட்டமான, அகன்று விரிந்த இடது கண்ணில் இருந்து ஏறத்தாழ புலப்படாத வகையில் கண்ணீர் உருண்டு கன்னத்தில் உருண்டோடியது. என்ன மாதிரியான ஒரு கண்!! பெரிதும் தாக்கம் ஏற்படுத்தக் கூடியதாக!, நிர்க்கதியாக! ஒரு பெண்மானின் கண்ணைப் போல... கதவை சாத்திவிட்டு வெளியில் வந்தேன்.

***

ஒரு பெண்மானின் கண்! இப்போது அது என்னையே நேரடியாக வெறித்துப் பார்த்தது. நீண்ட நேரம் நான் யோசனையில் ஆழ்ந்திருந்தேன். அந்தக் கண் என்னை வெறித்துப் பார்த்தவாறு இருந்தது. மேசையின் மேலிருந்து கூரையிலிருந்து, சுவர்களிலிருந்து, ஏறத்தாழ நான் பார்க்கும் அனைத்துப் பொருள்களிலிருந்தும்.

திடீரென்று என்னுடைய சிறுவயது சம்பவம் ஒன்று மின்னலாக மீண்டும் மனதில் ஓடியது. அப்போது எனக்கு பத்து அல்லது பன்னிரெண்டு வயது இருக்கலாம். ஒருநாள் எங்கள் கிராமத்தில் சிலர் வேட்டைக்குக் கிளம்பினார்கள். கிராமத்துக்கு வெளியில் விரிந்து பரந்த காட்டுப்பகுதியில் தங்கள் இரையைத் தேடி அவர்கள் போனார்கள். அவர்களுடன் நானும் போனேன். அன்று நாள் முழுவதும் நடைபெற்ற அந்த வேட்டை முயற்சியில் எதுவும் சிக்கவில்லை. முயலோ, காடையோ, கௌதாரியோ, எதுவும் அகப்படவில்லை. உடன் அழைத்துச் சென்ற வேட்டை நாயை மூலை முடுக்கெல்லாம் அனுப்பி பார்த்தார்கள். எங்கும் எதுவும் சிக்கவில்லை. சோர்ந்து போய் மேடுகளைக் கடந்து நாங்கள் அனைவரும் கிராமத்துக்குத் திரும்புவதற்காகக் கிளம்பினோம். திடீரென்று எங்கள் பின்பகுதியில் இருந்த ஒரு மணல்மேட்டில் பெண்மான் ஒன்று உல்லாசமாக நடைபோட்டு வந்து நின்றது. அனைத்து வேட்டைக்காரர்களின் முகங்களிலும் சிரிப்பு தவழ்ந்தது. வேட்டைத் துப்பாக்கியை ஏந்தியிருந்த ஒருவன் தரையில் முட்டியிட்டு அமர்ந்து அந்தப் பெண்மானை குறி பார்க்கத் தொடங்கினான். பெண்மான் அவனுடைய குறியிலிருந்து நழுவிச் சென்றது. மீண்டும் அவன் குறி பார்த்தான். மீண்டும் அவன் பார்வையில் இருந்து அது நழுவியது. மூன்றாவது முறையாக அவன் குறிபார்த்தான். இந்த வாழ்வுக்கும் சாவுக்கும் இடையிலான விளையாட்டு சிறிது

நேரம் சென்றது. இறுதியாக திடீரென்று அப்பெண் மான் எங்கள் முன்னால் வந்து நின்றது. அறியாமையுடன் அப்பாவியாக நின்றிருந்தது. பெருத்த ஓசையுடன் துப்பாக்கிக் குண்டு பாய்ந்தது. எங்கள் கண்களின் முன்னே அப்பெண் மான் அது நின்ற மேட்டிலிருந்து மெல்லச் சரிந்து வீழ்ந்தது. வலியில் துடித்தது. வெற்றிக் களிப்பில் வேட்டைக்காரர்கள் அனைவரும் கீழே விழுந்திருந்த பெண் மானை நோக்கி முன்னேறினார்கள். நானும் அதனருகே சென்று சற்றுத் தள்ளி நின்றேன். இன்னும் பரிதாபமாகத் துடி துடித்துக் கொண்டிருந்தது. அப்பெண்மான் என்னையே பார்த்தது. அதனுடைய பெரிய, வட்டக்கண்கள் அப்போது அகலமாக விரிந்தன. கீழே விழுந்திருந்த அது என்னையே விழித்துப் பார்த்துக் கொண்டிருந்தது. அதனுடைய பெரிய வட்டமான இடது கண்ணில் இருந்து ஒற்றைக் கண்ணீர்த்துளி சிறிதாக உருண்டு கன்னப்பகுதியில் வழிந்து உறைந்து நின்றது...

அந்தக் கண் இன்னும் என்னையே பார்த்தவாறு இருந்தது. அந்த அறையின் ஒவ்வொரு பொருளில் இருந்தும் என்னைப் பார்த்தது. அறைக்கு வெளியில் குழம்பியவாறு அமர்ந்திருந்தேன். அந்த வேட்டைக்காரன் இருந்த சூழ்நிலைக்கு எந்த வகையிலும் வித்தியாசமே இன்றி இப்போது என்னுடைய நிலை இருந்தது. நான் நினைத்திருந்தால் அந்தப் பெண்ணை என்ன வேண்டுமானாலும் செய்திருக்கலாம். எதை வேண்டுமானாலும் செய்திருக்கலாம். என்னுடைய பங்களாவின் படுக்கையறையில் தனியாக ஒரு பெண் படுத்திருக்கிறாள். தனியாக. வெகுவாக பாதிக்கப்பட்டு நிர்க்கதியாக இருக்கிறாள். அந்தப் பெண் மானைப் போலவே.

அன்று இரவு பல்வேறு சிந்தனைகள் என் மனதில் ததும்பி வழிந்தபடி இருந்தன. சில பாவச் சிந்தனையாகவும், சில புண்ணிய சிந்தனையாகவும் தொடர்ந்தன. பல்வேறு சிந்தனைகளில் ஊடாடியபடி, எப்போது உறக்கத்தில் ஆழ்ந்தேன் என்று தெரியவில்லை.

விடியலின் முதற்கிரணம் கசிந்தபோது நானும் கண்விழித்தேன். படுக்கையறையின் கதவு மூடியிருந்தது. குளித்தேன். நான் படுத்திருந்த அறையில் சிதறிக் கிடந்த பொருட்களை ஒழுங்கு படுத்தினேன். இன்னும் கதவு மூடியிருந்தது. எத்தனை உறக்கமற்ற இரவுகளை அவள் கழித்திருப்பாள் என்று யாருக்குத் தெரியும்? உள்ளே ஆழ்ந்து தூங்கிக் கொண்டிருக்கிறாள். அவள் கண்

விழித்தவுடன் இருவரும் சேர்ந்து தேநீர் அருந்தலாம். பேசிக் கொண்டிருக்கலாம். சந்தோஷங்கள் மற்றும் துக்கங்களைப் பகிர்ந்து கொள்ளலாம். ஆனால் அந்த இறுக்கத்தை எப்படி உடைப்பது? யோசித்தவாறு இருந்தேன்.

ஒரு வழியாகத் தேநீர் தயார்.

அவள் படுத்திருந்த அறையின் கதவை லேசாகத் தட்டினேன். பிறகு சிறிது அழுத்தித் தட்டினேன். அவள் ஏதும் பேசவில்லை. கதவையும் திறக்கவில்லை. நிதானமாகக் கதவைத் தள்ளித் திறந்தேன். உள்ளே எட்டிப் பார்த்தேன். அவள் கீழே படுத்திருந்தாள். கட்டையைப் போல விறைத்து விழிகள் பிதுங்கியவாறு... பின்மண்டையில் அடிவாங்கியது போலத் தடுமாறி நின்றேன்.

அறைக்கு வெளியே வந்து ஏதோ ஆவேசம் வந்தது போல குறுக்கும் நெடுக்குமாகப் பரபரப்புடன் இயங்கினேன். சிறிது தைரியத்தை வரவழைத்துக் கொண்டு மேஜர் மல்ஹோத்ராவை தொலைசியில் அழைத்தேன். மேஜர் துபேவும் உடன்வர மல்ஹோத்ரா பதட்டத்துடன் வந்து சேர்ந்தான். அக்கம் பக்கத்தில் இருந்தவர்களையும் அழைத்தோம். அனைவரும் ஒன்றாக உள்ளே போனோம். மல்ஹோத்ரா சற்று முன்னேறி, அவளுடைய வெறித்து நிலைத்திருந்த கண்களை மூடினான்.

அப்பெண்ணின் மரணம் குறித்த தகவல் உடனடியாக எங்கள் தலைமை அலுவலகத்துக்கு அனுப்பப்பட்டது.

இப்போது அவர்கள் நினைக்கிறார்கள்- இந்தக் குற்றத்துக்குக் காரணம் நான்தான் என்று. என் நிலை என்னவென்று எனக்கு உண்மையிலேயே கவலை ஏற்பட்டது. இதற்காக என்னைத் தண்டிப்பார்களா அல்லது விட்டுவிடுவார்களா? ஆனால் நான் உயிரோடு இருக்கும் வரை என்னுள் வளர்ந்து வரும் குற்ற உணர்ச்சியின் கோரப்பிடியில் இருந்து என்னை விடுவித்துக் கொள்ள முடியாது. அந்த இரவில் அப்பெண்ணின் பக்கத்தில் ஏன் நான் படுத்துக் கொள்ளவில்லை? ஒரு வேளை நான் அப்படி செய்திருந்தால் அவளைக் காப்பாற்றியிருக்கலாம்.

***

பகிர்வு

அவர் அக்கடிதத்தைப் படித்தார். மிகவும் சாதாரணமான ஒன்றாக இருந்தது. அதுவும், அஞ்சலட்டையில் எழுதப்பட்டதாக. எப்போதும் இருப்பது போல, வழக்கமான விஷயம்தான். இதில் அவருக்கு சிறிதளவும் ஆச்சரியமில்லை. இதுதான் சத்பிரகாஷின் வழக்கமான குணம். பல ஆண்டுகள் ஒன்றும் எழுதாமலே இருப்பார். இப்படி எப்போதாவது எழுதினால், அதே அரதப்பழசான, அதே ஆணியடித்து வைத்தது போன்ற உணர்ச்சி வெளிப்பாடுகள்: 'உன்னுடைய நலனுக்காக இறைவனைப் பிரார்த்திக்கிறேன். இப்போதெல்லாம் நேரம் மிகவும் மோசமானதாக இருக்கிறது. அதனால் நீ எப்போதும் எச்சரிக்கையுடன் இருக்க வேண்டும். வெளியில் பிற ஜனங்களோடு சண்டை எதுவும் போடாதே. குழந்தைகளுக்கு என்னுடைய அன்பு... என்று இப்படியே வளவளவென்று போய்க்கொண்டிருக்கும். ஆமாம். அந்தக் கடிதங்களில் ஒருவிஷயம் எப்போதும் நிரந்தரமாக இருக்கும். ஆரம்ப வரிக்குப் பிறகு, 'ஜெய் சியாராம்' என்பதைச் சேர்க்க எப்போதும் அவர் மறந்தது கிடையாது. அவர் எழுதும் எதிலிருந்தும் எதையும் விசேஷமாகவோ வழக்கத்துக்கு மாறானதாகவோ எடுப்பது என்பது அத்தனை எளிதல்ல. ஒருவேளை, இது ஒன்றைத்தான் எப்போதும் கடிதத்தைப் படிக்கிறவன் விருப்பத்துக்கு விட்டு விடுவதாக இருக்கும். படிக்கிறவன் மூளையைக் கசக்கிக் கொண்டு அந்த வார்த்தைகளின் அர்த்தத்தை நோண்டியெடுக்கட்டும் என்பதாக இருக்கலாம். வாழ்க்கை குறித்த மற்ற விஷயங்களைப் பொறுத்தவரை, சத்பிரகாஷின் அணுகுமுறை பெரும்பாலும் அப்படித்தான் இருந்தது. மிகவும் சாதாரணமாக, அலட்சியமாக, தனித்து யாரையும் சுட்டிக்காட்டாது இருப்பது. இதை வேறொரு மாதிரி சொல்ல வேண்டுமென்றால் எப்போதும் லோகாயதமான ஆளாக இருந்ததுதான். வியாபார நோக்கும் நடைமுறை எண்ணமும் கொண்டவராகவும் இருந்தார். யாருடனும் அவருக்கு எந்தவகையான ஒட்டுறவும் கிடையாது. பகைமையும் கிடையாது. அடிக்கடி புனிதத்தலங்களுக்கு சென்று வருவது, சடங்குகளையும் விரதங்களையும் கடைப்பிடிப்பது, திருவிழாக்களிலும் சந்தைகளிலும் பங்கேற்பது போன்ற விஷயங்கள் அவருடைய இயல்பாக இருந்தன. பல நேரங்களில் இதுபோன்ற இடங்களுக்குத் தலையில் எதையும் கட்டிக் கொள்ளாமல் போனாலும், சில சமூக விழாக்களிலும், நிகழ்ச்சிகளிலும் பங்கேற்கும் போது மட்டும் தலையில் டர்பன் அணிந்து செல்வதைக் கட்டாயமாகக்

கடைப்பிடித்தார். மற்றவற்றைப் பற்றி என்ன சொல்வது, மொழியைப் பொறுத்த அளவில் கூட அத்தனை பரிசுத்தமான ஆளாக இல்லை. மூன்று மொழிகளில் அவருக்கு எழுதப்படிக்கத் தெரியும். உருது, ஹிந்தி, பஞ்சாபி என்று மூன்று மொழிகள். எப்போதும் தன்னுடைய மனது வழிநடத்துவதற்கு ஏற்ப இந்த மொழிகளில் ஏதாவது ஒன்றில் தன்னை வெளிப்படுத்திக் கொள்வார். உருது மொழி வழக்கின் மீதான அவருடைய ஆளுமை நன்றாகவே இருந்தது. வார்த்தைகள் எப்போதும் ஒருவகையான கவர்ச்சித் தன்மையுடன் இருந்தன. அவருடைய கையெழுத்து முத்து முத்தாக இருந்தன. அதே நேரத்தில் அவருடைய ஹிந்தி மற்றும் பஞ்சாபி சகிக்க முடியாது என்று உங்களால் சொல்ல முடியாது. அவருடைய /ஸ/ மற்றும் அவருடைய /ம/ ஆகியவற்றுக்கு இடையிலுள்ள வித்தியாசத்தைக் கண்டுபிடிக்க நீங்கள் வாக்கியங்கள் முழுவதையும் படித்தாக வேண்டும். ஒரு முழு வாக்கியத்தை எழுதி முடித்த பிறகு தவறாமல் சொற்களின் மீது ஒரு கோட்டினை இழுத்துவிடுவார். அது அவருடைய பழக்கமாகவே இருந்தது.

இத்தனை நாட்கள் கழித்து எழுதுவது, அப்புறம் என்ன கடிதம் எழுதுவது? ஒருவகையில் இவருக்கு ஸத்பிரகாஷ் மீது கோபமாக இருந்தது. என்ன இருந்தாலும் அவர் அண்ணன். கடிதத்தைச் சற்று நீளமாகவே எழுதியிருக்கலாம். அண்ணியைப் பற்றி, மகன் அசோக், மருமகள் பற்றி... கடவுள் அருளால் அவள் மடியில் சின்னக் குழந்தைகளாகத் தவழ்ந்து கொண்டிருக்கின்றன. அதனால் என்ன? என்ன இருந்தாலும் அது அவருடைய குடும்பம். அதனால் அவர்களைப் பற்றி ஒரு வார்த்தையும் எழுதி விட்டால்தான் என்ன? குறைந்த பட்சம், வயதான தகப்பன், விதவைக் கிழவி புவ்வா (அத்தை) பற்றி சில வரிகள் எழுதியிருக்கலாம். குடும்பத்தில் இவர்களும் ஒரு பகுதி இல்லையா? இந்தக் குடும்பத்தில் பங்கேற்பதன் மூலம் உறவுமுறைகளை இன்னும் தக்கவைத்துக் கொண்டிருக்கிறவர்கள் இவர்கள். ஏதோ குடும்ப சொத்தை முறையாகப் பங்கு போட்டுக் கொண்ட மாதிரியெல்லாம் இல்லை. ஒன்றுமில்லையென்றாலும், குறைந்தது பாகம் பிரிக்காத ஹிந்து குடும்பத்தில் உள்ளவர்களுக்கு உரிய மதிப்பை அளித்திருக்க வேண்டும். என்னதான் இருந்தாலும் ஒவ்வொரு குடும்பமும் அதற்கான தனி சடங்குகள், சம்பிரதாயங்கள், சடங்குகளைத் தனக்கெனக் கொண்டிருக்கின்றன. இது தவிர நாம் வாழ்ந்து கொண்டிருக்கும் இந்த சம காலம் பற்றிய உணர்வு கொஞ்சமாவது இருந்திருக்க வேண்டும்.

தலையைக் கைகளால் தாங்கிக் கொண்டு இவர் உட்கார்ந்திருந்தார். ஏதோ யோசனையில் முழுதும் மூழ்கியிருந்தார். 'சூழ்நிலை தான்' என்று ஒருகணம் முணுமுணுத்தார். பிறகு முற்றிலும் உலர்ந்து போயிருந்த உதடுகள் மீது நாக்கைச் சுழற்றி ஈரப்படுத்திக் கொண்டார். அதீதமான புத்திசாலித் தனத்தால் நிரம்பி வழிந்த மூளையை மூடியிருந்த வழுக்கைத் தலை மீது விரல்களை ஓடவிட்டார். அவருடைய நெற்றிக்கும் இந்தப் பகுதிக்கும் எந்த வித்தியாசமும் இல்லாமல் இருந்தது. அவரைப் பார்ப்பவர்களுக்கெல்லாம் அந்த நெற்றி எங்கு தொடங்கி எங்கே முடிகிறது என்பது பெரிய புதிராக இருக்கும். கண்ணாடிக்கு எதிரில் நிற்க நேரிடும்போதெல்லாம் பலமுறை அவருக்கும் அதே உணர்வுதான் இருக்கும். ஆனால் எப்படியோ அந்த உணர்வு மெல்ல அவருக்குள் மறையத் தொடங்கியது. சற்று வீங்கிப்போனது போன்ற கழுத்து இருந்தது அவருக்கு. டை அணியும் போது சற்று இறுக்கமடையத் தொடங்கியிருந்தது. தொந்தியும், தீனியாகத் தின்று கொழுத்த பன்றியின் வயிற்றைப் போலப் புடைத்திருந்தது. அவருடைய உடலின் பாரத்தைத் தாங்க முடியாத நிலையில் கால்கள் இருந்தன. ஆனால் அந்தத் தொலைந்து போன உணர்வுகள் எல்லாவற்றுக்கும் ஒத்தடம் கொடுத்தது போல இருந்தது. என்ன இருந்தாலும் தன்னிடம் ஒரு சொந்தக் கார் இருக்கிறது. ஒரு செவர்லெட். பதினெட்டாயிரம் சதுர அடியில் நான்கு அறைகளில் ஒரு பங்களாவும். நான்கு அறைகளிலும் கட்டில்கள். மெத்தைகள். அவருடைய தொந்தியைப் போல. இது போன்ற 'சூழ்நிலைகளில்' அறிவாளிகள் பயத்தில் முற்றிலும் வளைந்து உட்கார்ந்திருப்பது இயற்கைதானே? தன்னைச் சுற்றிலும் குப்பையாகக் குவிந்திருந்த நிலையில் அதற்கு நடுவில் படுத்திருந்தார். கண்ணுக்குப் பட்டதெல்லாம் குப்பையாகவே குவிந்து இருந்தது. ஒரு பக்கம் செல்வத்தின் குவியல். இன்னொரு பக்கம் மனதின் குப்பைக்குவியல். மனைவியும் தன் சொந்தப் பங்குக்குக் குழப்பத்தைக் கொண்டிருந்தாள். கருப்பு பார்டருடன் கூடிய வெள்ளைப் புடவையை அணிந்து அங்கிருந்து வெளியேறுவதற்கான அனைத்து நம்பிக்கையும் இழந்து விட்டதைப் போலப் படுக்கையை ஆக்கிரமித்துப் படுத்திருந்தாள். அது சரி, படுக்கையை விட்டு எழுவதற்கான சக்தி அவளுக்குள் இருந்தால் மட்டும்தான் அவளால் எழுந்திருக்க முடியும். சாப்பிட்டுப் படுத்துக் கொள்வாள். பிறகு சாப்பிடுவது... தூங்குவது. ஒன்று சாப்பிடுவது அல்லது தூங்குவது. அவள் இரண்டில் எதை எப்போது செய்வாள்

என்பதை உங்களால் கணிக்க முடியாது. ஆமாம். உண்மையாகவே நீங்கள் எப்போதும் அப்படித்தான் உணருவீர்கள். அவள் வலியில் முனகும்போது அல்லது மூச்சுக்கு இடையில் எதையாவது முணுமுணுப்பது அல்லது வேலைக்காரர்களைத் திட்டுவது ஆகிய ஏதாவது ஒன்றின் வழியாகத்தான் அந்த வீட்டில் அவளுடைய இருப்பையே ஒருவர் உணரமுடியும். காலையிலும் மாலையிலும். அவள் பூஜை புனஸ்காரங்களில் தன்னைத் தொலைத்திருக்கும் அவசரமான தருணங்களில்தான் அவரால் நிம்மதிப் பெருமூச்சு விடமுடியும். இல்லையென்றால் படுக்கையில் அவள் படுத்திருக்கும் அலங்கோலமான நிலை எப்போதும் அவருக்கு சகிக்க முடியாத ஒன்றாகவே இருக்கும். அவளைப் பார்ப்பதை அவரால் எப்போதும் தவிர்க்க முடிந்ததில்லை. உங்கள் கண்ணெதிரே எதையாவது நேரடியாகப் பார்க்கும் போது உங்களால் கண்களை எப்படி மூடிக்கொள்ள முடியும்? மூடி வைத்தாலும் உண்மை உங்கள் கண்களின் முன்னால் ஊசலாடிக் கொண்டிருக்கும் ஒன்றுதான் இல்லையா?

'சூழ்நிலைகள்'...! அவருடைய தடித்துக் காய்ந்த உதடுகள் மெல்ல அசைந்தன. அசைந்தவாறே நடுங்கின.

***

அவனைப் பாரேன்! என்ன செய்கிறான் அவன்? நான் சொல்கிறேன்: உனக்குத் தெரியும்? தெரியாதா என்ன?... ஆமாம். உனக்குத் தெரியும்!! ஏன், இது பற்றியெல்லாம் எனக்கு ஏதோ தெரியாது என்பது போல... நான் ஏதோ பால்குடிக்கும் குழந்தையைப் போல! நீ சண்டிகரில் வசித்து வருகிறாய்... ஆமாம், நான் சண்டிகரில்தான் வசித்து வருகிறேன் அதனால் என்ன! என்னை இங்கிருந்து விரட்டவேண்டுமென்று சொல்ல வருகிறாயா? இப்போது, உண்மையிலேயே இதுதான் எல்லை. இது துணிச்சலின் உச்சகட்டம். சகோதரனே... நீ ஏன் நேரடியாக விஷயத்துக்கு வரமாட்டேன் என்கிறாய்? அவன் எப்போது வாயைத் திறந்தாலும்... எப்போதும் கடித்துத் துப்புவதற்குத்தான். காயத்தின் ஆழத்தில் நகத்தால் கீறுவது. முள்ளால் குத்துவதைத் தவிர வேறு எதுவுமில்லை. குறிப்பாக, இதேபோல எதையாவது சுற்றி வளைத்துப் பேசுவது. பிறகு அதன் அர்த்தங்களையெல்லாம் நீயே கண்டுபிடித்துக் கொள் என்று கூறுவதுபோல நம்மிடமே விட்டுவிடுவது... "நீ சண்டிகரில் வசிக்கிறாய்!" அதற்கு என்ன அர்த்தம்

என்று உங்களுக்குத் தெரியுமா? "நீ பத்திரமாக, பாதுகாப்பாக இருக்கிறாய்! நல்ல சரியான முறையிலும் வசதியுடனும் இருக்கிறாய். ஆபத்துக்களிலிருந்து விலகி, பாதுகாப்பாக இருக்கிறாய்!" இப்போது யாராவது அவனைக் கேட்க வேண்டும், "நான் என்ன பாரிஸ் அல்லது மாஸ்கோவிலா வசிக்கிறேன்? சண்டிகர்! சண்டிகர்! கூப்பிட்டால் காதுக்குக் கேட்கும் தூரம். இது எல்லாம் இருக்கட்டும். அவன் என்ன எழுதுகிறான் தெரியுமா? 'பயப்படுவதற்கு எதுவுமில்லை', அண்ணே,அப்படி பயப்பட எதுவுமில்லேன்னா, அப்புறம் எதுக்கு எல்லாவற்றையும் விலாவரியாகச் சொல்ல வேண்டும்? இதைப் பற்றி எல்லாம் எதற்கு எழுத வேண்டும்... அப்படி என்றால், அதில் ஏதோ இருக்கிறது... ஸத்பிரகாஷ். உண்மையிலேயே ஏதோ இருக்கிறது. நிச்சயம் உனக்குத் தெரிந்திருக்கிறது. ஹூம்... ஏதோ எனக்கு மட்டுமே தெரியும் என்பது போல. முழு உலகத்துக்கே தெரியும். நிலைமை என்னவென்றால், பஞ்சாபில் எல்லாமே மிகவும் இயல்பாகத்தான் இருக்கிறது. உண்மையிலேயே என்ன சொல்ல விரும்புகிறாய்?... ஸத்பிரகாஷ்.

"சூழ்நிலைகள்! ஆபத்து! எப்படியோ அவர் இந்த வார்த்தைகளை இன்னும் சத்தமாகவே முணுமுணுத்தார். பிறகு அவருடைய மூச்சு மிகவும் கடினமானதாக இன்னும் கனமானதாக இருந்தது. கால்களை நீட்டிக் கொண்டு கைவைத்த நாற்காலியின் பின்பக்கமாக சரிந்து, சாய்ந்து உட்கார்ந்து கொண்டார்.

***

மோத்திராம், அவருடைய வேலைக்காரனுக்குத் தன்னுடைய சாஹிப் இப்படி வெறித்தனமாக நடந்து கொள்வது இயல்பானதுதான் என்று நன்றாகவே தெரியும். டாக்டர் இந்த வியாதிக்கு ஏதோ விசித்திரமான பெயரைப் பயன்படுத்தினார். என்ன சொல்வார்கள்? 'ஹோப்பர் டைஷன்'... என்ன கண்றாவி வியாதி இது? ஏதோ 'ஹாப்பூர் ஸ்டேஷன்' மாதிரி. அதைப்பற்றிப் பலமுறை யோசித்துப் பார்த்தான். பாசம் சொட்ட, ஒருமுறை அவன் சொல்லியும் பார்த்தான், "பீபிஜி, சாஹிப்ஜிக்கு ஏதோ தவறான வியாதி வந்திருக்கு" இதற்கு பதிலளிப்பது போல புளித்த ஏப்பம் ஒன்றை விட்டுவிட்டு, பீபி சிரித்துக் கொண்டே சொன்னாள், "உன்னுடைய சாஹிப் ஒண்ணும் நல்ல மனுசன் கிடையாது". அப்படித்தான் பீபி இரண்டாவது முறையாகச் சிரித்திருக்கிறாள்.

அவள் முதல் முறை இப்படி எப்போது சிரித்தாள் என்று அவனால் நினைவுக்குக் கொண்டுவர முடியவில்லை. அவனால் நினைத்துக் கொள்ள முடிவதெல்லாம், சாஹிப் எப்போதெல்லாம் இந்த சனியன் பிடித்த வியாதியின் பிடியின் கீழ் வருகிறாரோ அப்போதெல்லாம் ஒன்று அமைதியில் ஆழ்ந்து விடுவார் அல்லது தனக்குத் தானே எதையாவது தீவிரமாக முணுமுணுத்துக் கொண்டிருப்பார். இப்போது அவர் மிகவும் தீவிரமாக எதையோ முணுமுணுத்துக் கொண்டிருந்தார். மிகவும் சத்தமாக. அவர் தனக்குள் முணுமுணுத்துக் கொண்டது வெளியில் மிகவும் சத்தமாகக் கேட்டது. அவன் அவசரமாகத் திரும்பி வந்தான். மூச்சு விட சிரமப்பட்டுக் கொண்டே அறைக்கு வெளியில் நின்று கேட்டான், "என்ன ஆச்சு சாஹிப்?"

"ஒண்ணுமில்லை!" என்று அதிகாரத்துடன் கூடிய இறுக்கமான தொனியில் கூறி அவனைத் திரும்பிப் போகுமாறு கையாட்டினார் சாஹிப். மோத்திராம் அறை வாயிலின் அருகில் நின்றிருந்தான். அவர் மீண்டும் கூப்பிட்டால் உடனடியாக வருவதற்குத் தயாராக உள்ளது போல நின்றிருந்தான். மெதுவாகப் பின்வாங்கிச் சென்றான். தனது இடது பாதத்தை வலது கட்டைவிரல் மீது வைத்து சொறிந்து கொள்வது போலத் தேய்த்துக் கொண்டான். "ஜி சாஹிப்". மோத்திராம் அப்படி நிராதரவாக, பயந்து போன பாவனையில் கைகளைக் கூப்பிக் கொண்டு, வலது கால் கட்டை விரலை, இடது பாதத்தின் மீது நடுங்கியவாறு வைத்துக் கொண்டு அப்பாவி ஆட்டுக்குட்டியைப் போல நின்றிருந்த கோலத்தைக் கண்டதும் அவருக்குள் ஒருவகையான விசித்திரமான திருப்தி உள்ளுக்குள் படர்ந்தது. திடீரென்று தன்னுடைய நாய் டப்பூவின் ஞாபகம் அவருக்கு வந்தது. சோம்பேறித்தனமாக வாலை ஆட்டிக் கொண்டு, எப்போதும் இவருடைய காலின் கீழே உருண்டு அவர் தடவிக் கொடுப்பாரா என்று ஆவலுடன் காத்திருக்கும். கைகளையும் காலையும் முகர்ந்து பார்த்து அவற்றை நக்கியோ அல்லது கால்களை நீட்டிக் கொண்டோ வெறுமனே படுத்துக் கொண்டு இருக்கும். அந்த நேரத்தில், இப்போது இருப்பதைப் போலவே, இதே போன்ற இன்பத்தை அனுபவித்துக் கொண்டிருப்பார். சென்ற மாதம் டப்பூ, ரேபிஸ் நோய் கண்டு இறந்து விட்டது. இவருடைய அலட்சியமே அதற்குக் காரணமாக இருந்தது. சரியான நேரத்துக்கு சிகிச்சைக்கு எடுத்துச் சென்றிருந்தால், ஒருவேளை அது காப்பாற்றப்பட்டிருக்கலாம். நிச்சயம் அவர் வேறு ஒரு நாயைக் கொண்டு வருவார். ஏற்கனவே மித்தலிடம் இதே போன்ற நாய்

ஒன்றை ஏற்பாடு செய்யுமாறு கேட்டிருக்கிறார். அவருக்குத் தேவையானது ஒன்றேதான். தன்னுடைய நாயும் சேவகனும் அவரிடம் எப்போதும் அடிபணிந்திருக்க வேண்டும். ஒரு மனிதன் பயங்கரமானவனாகக் காட்சியளிப்பதற்கு அடுத்தவன் மீது அதிகாரத்தை செலுத்துவதுதான் உண்மையான ஆயுதம். இந்த அதிகாரத்தை அனுபவிப்பது ஒன்றுதான் வாழ்க்கையின் ஒரே லட்சியம், அவ்வளவுதான்!

மோத்திராம் இன்னும் அதே அருவருப்பான தோரணையில் கால்கட்டை விரல்களை ஊன்றிக் கொண்டு நின்றிருந்தான்.

"இந்த உறவுகள்தான் எத்தனை விசித்திரமாக இருக்கின்றன? என்ன வகையான பகிருதல் இது? இந்த கிராமம். அயோக்கியன் தாரா. ஸத்பிரகாஷ், வயதான தந்தை, கிழட்டு அத்தை, லஜ்வந்தி, அவனுடைய மனைவி, இங்கிலாந்தில் வசிக்கும் இரண்டு மகன்கள், பிரிட்டிஷ் மருமகள், மோத்திராம், அந்த நாய் டப்பூ...". அவர் புன்னகைத்துக் கொண்டார்.

மோத்திராம் இன்னும் அதே தோரணையில் நின்று கொண்டிருந்தான். இவை எல்லாவற்றையும் அவன் உள்ளுக்குள் அனுபவித்துக் கொண்டிருந்தான். பிறகு அவருக்கு உயர் ரத்த அழுத்தத்தின் தாக்குதல் தொடர்ந்தது. "அறிவுகெட்ட முட்டாளே! என் சபையை நான் நடத்துகிறேன். ராஜாக்களே!! அவர்கள் சொல்கிறார்கள், உங்களுக்கு நம்பிக்கை துரோகம் செய்கிறவர்களுக்குப் புரிய வையுங்கள்... அவர்களுக்கும் புரியட்டும்!!!"

"ஹான்ஜி சாஹிப்", மோத்திராம் திடீரென்று அவருடைய கவனத்தைத் தன்னை நோக்கித் திருப்பினான்.

"ஹான்... ஹான்... மோத்திராம், நீ போ. ஒரு ஜாடி நிறையத் தண்ணீர் கொண்டு வா!!" என்று உத்தரவிட்டார்.

***

அவருடைய வக்கீல் தொழில் நன்றாகவே போய்க்கொண்டிருந்தது. சொல்லப்போனால், செழித்துக் கொண்டிருந்தது. நகரத்தின் முன்னணி வக்கீல்களில் ஒருவர் என்ற மதிப்பு அவருக்கு இருந்தது. எல்லா நேரங்களிலும், கட்சிக்காரர்கள் அவருடைய பங்களாவின் முற்றத்தில் குழுமியிருந்தார்கள்.

கிராமத்திலிருந்து வருகிறவர்கள், ஒன்று கஞ்சி போட்டது போல விரைப்பாக அல்லது தொளதொளவென்று காமா சோமாவென்று பல்வேறு டர்பன்கள் அவருடைய தோட்டத்தில் உள்ள நாற்காலிகளில் மணிக்கணக்கில் காத்துக் கொண்டிருப்பதைப் பார்க்கலாம். காலையிலும் மாலையிலும் தன்னுடைய முறை வருவதற்காகக் காத்திருக்கும் பலரையும் அங்கு பார்க்கலாம். அவருக்குத் தலையைச் சொறிந்து கொள்ள ஒரு நிமிட ஓய்வு கூடக் கிடைக்காது. உதவியாளர்களான ஜூனியர் வக்கீல்கள் கேஸ் கட்டுக்களைத் தயார் செய்வார்கள். குறிப்பிட்ட நாளில் அவருடைய காரில் அடுக்கி விடுவார்கள். அவர் அந்தக் கேஸ் கட்டை லேசாக ஒரு பார்வை பார்த்து விட்டு நீதிமன்றத்தில் மிகவும் சரளமாகவும் அட்டகாசமாகவும் வாதிடுவார். அந்த வழக்கில் அவர் வென்றும் விடுவார். புகழ் மிகவும் சாதாரணமாக அவரைத் தேடியடைகிறது என்று எல்லோரும் சொல்வார்கள். யாருக்காவது தன் வழக்கு வெற்றி பெற வேண்டுமானால் அவர் கேட்ட பணத்தைக் கொடுத்தால் போதும் வழக்கு தானாக அந்தக் கட்சிக்காரருக்கே சாதகமாக முடிந்து விடும். சக வக்கீல்களுடன் அமர்ந்திருக்கும் போது அவர் பெருமை பீற்றிக் கொள்வார், "நான் வெறுமனே ஒரு கேஸ் கட்டை முகர்ந்து பார்த்தால் போதும். அதில் என்ன இருக்கு என்று சொல்லி விடுவேன்" என்பார். அது என்னவோ உண்மைதான், அவரை சிலாகிக்கிறவர்கள் பலர் இருந்தாலும், அவரை எதிர்ப்பவர்களும் இருந்தார்கள். அவருக்கு நீதிபதிகளுடன் ஏதோ விசேஷமான உறவு இருப்பதாகவும் அந்த நெருக்கத்தைப் பயன்படுத்தி அவருடைய வழக்குகள் அத்தனையும் வெற்றி பெறுகின்றன என்று கூறுபவர்களும் உண்டு.

நீதிமன்றத்தில் அவருடைய பல அபிமானிகளில் மிஸ்டர் மித்தல் என்று ஒருவர் உண்டு. டி.டி.மித்தல். கடந்த ஐந்தாறு வருடங்களாக, இருவரும் சேர்ந்தே உட்காருவது, உணவருந்துவது, விளையாடுவது மற்றும் ஒன்றாக வேலை செய்வது மட்டுமல்லாது ஒருவர் மீது மற்றொருவர் பரஸ்பரம் பெருத்த மரியாதை கொண்டிருந்தார்கள். இயற்கையாகவே, சுற்றியிருந்தவர்களுக்கும் அறிந்தவர்களுக்கும் இவர்களுடைய நட்பு பொறாமைக்குரியதாக இருந்தது. இவர்கள் இருவரும் அடிக்கடி மாலைநேரங்களில், ஒன்றாக உட்கார்ந்து ஒன்றோ இரண்டோ கிளாஸ் மது அருந்துவார்கள். காலை நேரங்களில் மீண்டும் நீதிமன்றத்துக்கு ஒன்றாகச் சென்று தங்களின் வழக்கமான

அன்றாடப் பணிகளைத் தொடருவார்கள். இருப்பினும், கடந்த சில நாட்களாக இருவரும் ஒருவருக்கொருவர் சற்று விலகியிருந்தது போல, குறைந்த பட்சம் உள்ளுக்குள்ளாவது சுருங்கிப் போனது போல இருந்தார்கள். ஆனால், இவை எல்லாவற்றையும் மீறி, அவர்களின் பரஸ்பரத் தேவைகள் ஒருவரை ஒருவர் சார்ந்து இருக்க வைத்துக் கொண்டிருந்தன. மற்றவர்களிடம் எதையும் பகிர்ந்து கொள்ளும் உணர்வை உருவாக்கும் அந்தரங்கத் தேவையை அடையாளம் காண வைத்தது. முடிந்தவரை அதைத் தக்க வைத்துக் கொள்ளும் வகையில் இவர்களின் உறவு இருந்தது. அவருக்கு மித்தல் தேவையாக இருந்தார். அவருடன் தன்னுடைய அனைத்து சந்தோஷங்களையும் வருத்தங்களையும் பகிருவதை வழக்கமாகக் கொண்டிருந்தார். இவருக்குத் தேவைப்படும் அனைத்து சட்டரீதியான சந்தேகங்களையும் குறைபாடுகளையும் மித்தல் தீர்த்து வைத்துக் கொண்டிருந்தார். அவருடைய சட்டரீதியான அறிவுரைகள் இவருக்கு மிகவும் பயனுள்ளதாக இருந்தது. தன்னுடைய தொழிலையும் சட்ட ஞானத்தையும் செப்பனிட்டுக் கொள்ளும் வகையில் அமைந்திருந்தது. மித்தல் ஒரு நாள் அவரிடம் சொன்னார், "பிரம்பிரகாஷ், புத்திசாலியாக இருக்க முயற்சி செய். எப்போதும் கிரிமினல் வழக்குகளையே தேர்ந்தெடுத்துக் கோர்ட்டில் வாதாடு. பஞ்சாபில் இப்போது உள்ள நிலைமை எப்போதாவது சீராகும் என்று நினைக்கிறாயா? கிடையவே கிடையாது. புத்திசாலித்தனமாக யூகித்தால் போதும். இதுபோன்ற தங்கமான வாய்ப்பைக் கையிலிருந்து நழுவ விடாதே. ஒரு காலம் வரும். அப்போது நீயும் நானும் இந்த எல்லா பயங்கரவாதிகளுக்கும் அரசியல்வாதிகளுக்கும் நன்றிக்கடன் படவேண்டியிருக்கும். இந்த இரு தரப்பினரும் நம்மைப் போன்ற வழக்கறிஞர்களுக்கு வரமாக வந்தவர்கள் என்று நிரூபிக்கப் போகிறார்கள். அவர்கள் உண்மையில் குபேரனின் செல்வக்குவியலை நம் வீட்டு வாசலில் கொட்டி விட்டுச் செல்வார்கள். பஞ்சாபில் நிலவும் பதட்டம் அந்த இரு தரப்பினருக்கும் ஒரு வரமாக அமைந்து இருக்கிறது. இல்லையென்றால், ஒரு கிரிமினல் வழக்கு என்ன மாதிரியான எதிர்காலத்தை ஒரு வக்கீலுக்கு உருவாக்கிக் கொடுக்கும்? அதில் ஏதாவது லாபம் இல்லாமல் இருக்குமா? உண்மையிலேயே மித்தலின் அறிவுரையைக் கேட்காமல் இருந்திருந்தால் இந்நேரம் ஒரு இரண்டாந்தர வக்கீலாக மட்டுமே தான் இருந்திருப்போம் என்று நினைத்துக் கொள்வார்.

ஆனால், மாலைவேளைகளை எப்படியோ கழிக்க வேண்டியிருக்கும். அதைத் தனிமையில் கழிப்பது என்பது கொடூரமான ஒன்று. சொல்லப்போனால் அவரால் முடியவே முடியாத காரியம். மித்தல் தன் மீது கோபமாக இருந்தால் என்ன? அவரை சரிக்கட்டுவது எப்படி என்று எனக்குத் தெரியும். இரண்டு சொட்டு மது தொண்டயில் இறங்கியதும் அவருடைய கோபம் எல்லாம் மாயமாகி விடும். மாலை நேரங்களில் குடிக்கும் போது ஒருவருடன் ஏற்பட்ட பிணக்குகளை அந்த மதுவின் தீண்டலே சரிசெய்து விடும். பழைய எரிச்சல்களை மறந்து புதிய ஒன்றுக்காக சாக்குப் போக்குகளைத் தேடிக் கொண்டிருப்பார்கள்.'

"நாசமாகப் போனவன், சனியன், இதுவரை திரும்பவில்லை, என்றார். ஒருவகையில் துக்கமாகவும் ஆழ்ந்த யோசனையிலும் இருந்தார்.

அவர் மித்தலுக்காகக் காத்திருந்தார். சொல்லப்போனால், அவநம்பிக்கையுடன் காத்திருந்தார்.

சுவாரசியங்கள் ஏதுமின்றி வாழ்க்கை நகர்ந்து கொண்டிருந்தது. மொத்தத்தில் அவர் உண்மையிலேயே மகிழ்ச்சியாக இல்லையென்றாலும் தன்னுடைய குடும்பம் அல்லது தொழிலைப் பொறுத்தவரை ஏதோ ஒருவகையில் மகிழ்ச்சியாக உணருவதற்கு அவரிடம் எல்லாக் காரணங்களும் இருந்தன. உலகத்தில் ஏதேனும் கவலையென்று இருந்தால், அது தன் மகன்களைப் பற்றியதாகத்தான் இருந்தது. அவர்களைப் பிரிந்து இருப்பது அவருடைய வாழ்க்கையில் வெறுமையை ஏற்படுத்தியது. அவர்களின் நடத்தை அந்தரங்கமான முறையில் அளவற்ற ஆதங்கத்தையும் வலியையும் தந்தது. தனக்கென்று சொல்லிக் கொள்ள இருமகன்கள் இருந்தார்கள். இருவரும் மருத்துவர்கள். வெளி நாட்டில் இருந்தார்கள். இங்கிலாந்தில் வேலை பார்த்துக் கொண்டிருந்தார்கள். அவர்களில் ஒருவன் வெள்ளைக்காரப் பெண்மணியைத் திருமணம் செய்து கொண்டிருக்கிறான். திருமணம் முடிந்து பல மாதங்களக்குப் பிறகுதான் கடிதம் மூலமாக இவர்களுக்கு அவன் தகவல் அளித்தான். பெரியப்பனைப் போல, வெறுமனே சில வரிகளைக் கிறுக்கியிருந்தான், "அப்பா, என் விருப்பத்துக்கேற்ப ஒரு பெண்ணை நான் மணந்திருக்கிறேன். இறைவன் அருளால் நாங்கள் மகிழ்ச்சியாக இருக்கிறோம். எங்கள் வாழ்க்கை எப்படியென்றால்...". இன்னொருவன் இன்னும் பிரம்மச்சாரியாகவே இருந்தான். ஆனால் தன் சொந்த வாழ்க்கை

பற்றி வேறு யாருடனும் கலந்தாலோசிக்க வேண்டும் என்று ஒருமுறைகூட நினைத்துப் பார்த்தது கிடையாது. சமீபத்தில்தான் மருத்துவன் ஆனதால், அவன் மீது இங்கிலாந்தின் வண்ணங்கள் இன்னும் அப்பிக் கொள்ளவில்லை. ஆனால் வருங்காலத்தில் என்ன செய்வான் என்று யாருக்குத் தெரியும்? யாருடைய அறிவுரையும் ஏற்றுக் கொள்வான் என்று தெரியவில்லை. அவனுடைய செயல்களுக்கு அவனே எஜமானனாக இருந்தான். சுய சிந்தனை உள்ளவன். அதெல்லாம் பரவாயில்லை. நன்றாக அனுபவிக்கட்டும். ஆழ்ந்த பெருமூச்சு ஒன்றை இழுத்து விட்டார்.

இந்த நேரத்தில் அவருக்கு பல்வேறு உபாதைகள் இருந்தன. அவருடைய கல்லீரலில் வீக்கம் இருந்தது. சிறுநீரகம் பழுதடைந்திருந்தது. ஆஸ்த்மா உபாதையும் இருந்தது. இப்போது, போன வருஷத்திலிருந்து இந்தப் பாழாய்ப்போன 'உயர் ரத்த அழுத்தம்'. தீவிரமான மனஅழுத்தம் அவரைப் பீடித்தது போல இருந்தது. இத்தாக்குதலுக்கு முன்பே குடிக்கத் தொடங்கியிருந்தால் கொஞ்சம் சுமாமராக இருந்திருக்கலாம் என்று தோன்றியது. குறைந்தபட்சம் அமைதியின்மையைக் குறைத்திருக்கும். மாறாக வெறிபிடித்தாற்போல இருந்தது. எப்போதும் ஏதோ ஒருவகையான அஞ்ஞானத்திலும் கோபத்திலுமே இருந்தார்... இதயம் திடீரென்று வேகமாகத் துடித்தது. இருக்கிறது எல்லாம் போதாதென்று, மித்தல் சொல்லும் விஷயங்களையும் அவருடைய முட்டாள்தனத்தையும் வேறு பொறுத்துக் கொள்ள வேண்டும்.

"அந்த பிளடி ராஸ்கல் உண்மையில் வேசிக்குப் பிறந்தவன்தான்" என்று சீறினார்.

"பொறு! பொறு! இன்னும் பொறுமையாக...? இனி பொறுப்பது முடியாத காரியம். அவர் பொறுமையிழந்தார். பகல் தன்னுடைய இறுதி மூச்சை விட்டுக் கொண்டிருந்தது. தன் கோரைப்பற்களை இருளின் மடிப்புக்களில் ஒளித்துக்கொண்டது. மிகுந்த களைப்புடன் கொட்டாவி ஒன்றை விட்டார். மீண்டும் அதே கொட்டாவி. உள்ளுக்குள் யாரோ குசுகுசுத்தது போல, "ஓ... களைத்துப் போன மனிதனே, உன் சொந்த எண்ணங்களுக்கும் வெறித்தனத்துக்கும் பலியானவனே! உனக்குத் தேவை ஒரு துணை. போய் அவனைத் தேடு. அப்புறம் அவனுடைய ஆரோக்கியத்துக்காக ஒரு கோப்பை மதுவைக் குடி.குறைந்த பட்சம் ஒரு கணம் வாழ்ந்து விடு. ஒருவேளை, உன் உள்ளே இருக்கும் இரைச்சல், சற்று நேரத்துக்கு தற்காலிகமாக ஓய்ந்து போகலாம்

அல்லது குறையலாம். அழியும் இந்த உலகத்தின் பிரச்சினைகள் எப்படியும் தீர்க்கப்படாமலே தொடரலாம்".

அந்த நேரத்தில் யாராவது அவருடைய முகத்தைப் பார்த்திருந்தால், ஒருவேளை அந்த மனிதர் உலகின் அழியும் தன்மை பற்றி உடனடியாக ஒத்துப் போயிருப்பார். தன் ஓய்வறை வரை சென்றார். அங்கே மேஜை மீது ஜக் நிறைய தண்ணீர் நிரப்பி வைக்கப்பட்டிருந்தது. இரண்டு கண்ணாடி தம்ளர்களும் இருந்தன. இரண்டு பெக் விஸ்கியை தயார் செய்தார். ஒன்று அவருக்கும் மற்றொன்று மித்தலுக்கும்.

ஒரு நொடி நின்று மூச்சு விட்டுக் கொண்டார். பிறகு ஊற்றி வைத்திருந்த விஸ்கியைப் பார்த்தார். விசித்திரமான முறையில் அச்சம் அவருடைய கண்களில் சிறகடித்தது. திடீர் குலுங்கலுடன், விஸ்கி நிறைத்திருந்த தம்ளரை தலைக்கு மேல் உயர்த்தி, "இது எல்லா அரசியல்வாதிகளின் ஆரோக்கியத்துக்கு" என்று உரக்கக் கூறிவிட்டு அதனை ஒரே மடக்கில் குடித்துத் தீர்த்தார். யாருக்கு ஒவ்வொரு கசடனையும் நினைத்துக் கொண்டு விழுங்க நேரமிருக்கிறது? யாருக்காவது தேவையான ஓய்வு நேரம் இருந்தால் மட்டுமே இது சாத்தியம். இது 'கவிஞர்களுக்கும்' மூளை பிசகியவர்களுக்கு மட்டுமே சாத்தியமான விஷயம்.

"பைத்தியங்கள்" என்று முணுமுணுத்தார்.

மித்தல் இன்னும் வரவில்லை.

வெளியில் எட்டிப் பார்த்தார். அவருடைய உதவியாளர்கள் எல்லோரும் கேஸ் கட்டுக்களைத் தயார் செய்வதில் மும்முரமாக இருந்தார்கள். குமாஸ்தாக்கள் ஏற்கனவே கிளம்பிவிட்டார்கள். வீட்டுக்குள்ளே, எல்லாவற்றையும் ஒழுங்குபடுத்தி வைப்பதில் வேலைக்காரர்கள் மும்முரமாக இருந்தார்கள்.சமையலறையிலிருந்து வறுபடும் மசாலாக்கள் மற்றும் காய்கறிகளின் மணம் தூக்கலாக இருந்தது. இவருக்கு சூப்பும் சில ஸ்பூன்கள் வேகவைத்த காய்கறிகள் மட்டுமே அவருடைய மருத்துவரால் அனுமதிக்கப்பட்டிருந்தது.

திடீரென்று ஒருவகையான சுய-வெறுப்பு உணர்வு அவரை ஆட்கொண்டது. வரவேற்பறையில் யாரோ உரத்த குரலில் பேசிக்கொண்டார்கள். அது அவர்களுடைய அண்டை வீட்டுக்காரி மிஸஸ் பல்லா. விசித்திரமான பெண்மணி அவள். ஏதோ மல்யுத்தம்

செய்வது போன்ற பாவனையில் பேசிக் கொண்டிருந்தாள். அவர் மெல்லக் காதுகொடுத்துக் கேட்கத் தொடங்கினார். லஜ்வந்தியிடம் கூறிக்கொண்டிருந்தாள், "பெஹன், நல்லது அல்லது கெட்ட காரியங்களோட விளைவை இங்கேயே அனுபவிச்சாகணும். உனக்கு ரெண்டு மகன்கள்... ரெண்டு பேரும் 'வலாயத்துலே' (வெளிநாட்டில்) இருக்காங்க. வலாயத் உண்மையான சொர்க்கம். நீங்க ரெண்டு பேரும் ஏன் அங்கே போகக் கூடாது? உங்க மகன்கள் உங்களைக் கூப்பிட்டிருப்பாங்க. எனக்கு ஏரோப்ளேன் சத்தம்னாலே பயம்தான். உலகத்துலே இருக்கிற எல்லா அதிருஷ்டமும் உங்களுக்கு இருக்கு... உங்க ரெண்டு பசங்களும்... வலாயத்துலே இருக்கறதாலே."

அவள் பேசுவதைக் கேட்ட லஜ்வந்தி, வழக்கம்போல குரூரமான சிரிப்பொன்றைச் சிதறவிட்டாள்.

"என்னத்தை அங்கேயே குடியேறினாங்க? அவங்க வெள்ளைக்காரப் பொம்பளைகளோட பிடியிலே இருக்காங்க. அப்படி இருக்கறப்போ அவங்க இங்கே எதுக்கு வரணும்? திரும்பி வர்ற அளவுக்கு இங்கே ஒண்ணுமில்லை. இதைத் தவிர இங்கே இருக்கிற நிலைமையைப் பாரு. நாளுக்கு நாள் ரொம்ப மோசமாகப் போயிக்கிட்டு இருக்கு. சில வருஷங்களாக எத்தனையோ விஷயங்கள் நடந்திருக்கு. கப்பல் மாதிரி பெரிய மாளிகை... நாங்க ரெண்டு பேர் மட்டுமே இருக்கோம்... புருஷனும் பொண்டாட்டியும்... இத்தனை வசதிகளுக்கு நடுவிலே தனியா இருக்கோம். இந்த வசதிகளாலே என்ன பிரயோசனம்? இதுக்கெல்லாம் அர்த்தமே இல்லை." இந்த சிந்தனைகள் அவருக்கும் மனதில் ஓட, மிகவும் சோகமானார்.

மித்தல் எங்கும் காணப்படவில்லை.

ஒரு பசித்த புலியின் ஆக்ரோஷத்துடன் விஸ்கி கலந்த பெக்கைப் பார்வையிட்டார். "இது எல்லா பயங்கரவாதிகளின் ஆரோக்கியத்துக்கு" என்று டோஸ்ட் செய்தார். சொல்லிக்கொண்டே மற்றொரு பெக்கை ஊற்றினார். "இது பஞ்சாப் நிலவரத்துக்கு!". திடீரென்று அவருக்கு சகோதரன் ஸத்பிரகாஷ் கடிதம் நினைவுக்கு வந்தது. தன் சில்க் குர்த்தாவின் பாக்கெட்டில் கையை விட்டுத் துழவிப் பார்த்தார். அது அங்கில்லை. காலை மெதுவாக நீட்டி, மிகுந்த சிரமத்துடன் எழுந்து நின்றார். துணி அலமாரியைத் திறந்து அங்கு ஹேங்கரில் தொங்கிய கோட்டுகள், கால்சராய்களின்

பாக்கெட்டுகளில் தேடினார். அங்கும் காணவில்லை. கடிதம் எங்கே போயிருக்கும்? எங்கே போனது? சற்றுப் பதட்டமாகி, மூளையைக் கசக்கிக் கொண்டார். நாற்காலிக்கு மீண்டும் திரும்பி அதில் உட்கார்ந்து கொண்டார். யோசித்தார். யோசித்துக் கொண்டேயிருந்தார். கைகள் லேசாக நடுங்கின. மது பாட்டிலை நோக்கி நகர்ந்தார். அவருடைய கையின் அசைவுக்காக மூன்றாவது பெக் அங்கு காத்துக் கொண்டிருந்தது.

இன்னும் மித்தல் வரவில்லை.

அவர் வருகின்ற நம்பிக்கையும் லேசாக நழுவிக் கொண்டிருந்தது.

“அந்த வேசிமகன்... மித்தல் பெயருக்கு...” இப்படிச் சொல்லியவாறு மூன்றாவது பெக் விஸ்கியை ஊற்றிக் கொண்டார். அதை விழுங்கிய சில நிமிடங்களில் மீண்டும் தனக்குள் ஆற்றல் திரும்பி வந்ததைப் போல உணர்ந்தார். ஒரு குதிரையைப் போல. முன்பு இருந்த பதட்டம் கூட மெல்லக் கரையத் தொடங்கியது. அவருக்கு ஞாபகமும் திரும்பி விட்டது. மேஜையின் பக்கவாட்டு இழுப்பறையைத் திறந்தார். அதில் ஸத்பிரகாஷின் கடிதம் கிடந்தது. முதன்முறையாக அவர் அக்கடிதத்தைப் படித்தபோது அத்தனை அதிகமாக அவர் அதில் ஆர்வம் காட்டவில்லை. பஞ்சாபியில் எழுதப்பட்ட அந்தக் கடிதம், வழக்கப்படி “ஆஸிஸ்’ (சர்வ வல்லமை கொண்டவன்) அல்லது “ஜெய் சியாராம்” என்ற வார்த்தையுடன் தொடங்கவில்லை. நேராக விஷயத்துக்கு வந்திருந்தார். “அன்புள்ள ப்ரம்பிரகாஷ். அதற்கு அடுத்து தொடர்ந்த வார்த்தைகள் இப்படி இருந்தன :

“உனக்கு நன்றாகத் தெரியும். நீ சண்டிகரில் வசித்து வருகிறாய். தம்பி, பஞ்சாபில் நிலைமை சாதாரணமாக இருக்கிறது. ஒரு வழியில், அதிகம் கவலைப்படத் தேவையில்லை. ஆனால், எப்போது என்ன நடக்கும் என்று யாருக்குத் தெரியும்? சொல்லப்போனால் எனக்கு மிகவும் அச்சமாக இருக்கிறது. இந்தக் கடிதம் கிடைத்த உடனே நீ கிளம்பி வரவேண்டும். இதுதவிர, அந்த அயோக்கியன் தாராவுக்கும் எச்சரிக்கை செய்து விடு. இதுபோன்ற விஷயங்களில் நீ எப்போதுமே புத்திசாலி.

அன்புடன்
ஸத்பிரகாஷ்

கடிதத்தைப் படித்த போது அவருக்கு ஏனோ சற்று ஆதங்கமாகவும் பதட்டமாகவும் இருந்தது. சிறிது நடுங்கினார். ஸத்பிரகாஷ் அனுப்பியிருக்கும் கடிதத்தின் உள்ளர்த்தம் புரிந்ததும் உள்ளுக்குள் உருகத் தொடங்கினார். சோகமும் திகைப்பும் அக்கடிதத்தில் தெளிவாகப் பிரதிபலித்தது. இதற்கு முன்பு அவர் இப்படியொரு அமைதியின்மையை அனுபவித்தது இல்லை. பிறகு, ஏன் இத்தனை கவனக்குறைவாக இருந்திருக்கிறோம்? பிறகு, அயோக்கியன் தாரா பற்றி. அவனை எப்படி எச்சரிப்பது? அண்ணன் மகன் அஷோக் ஏதாவது சிக்கலில் மாட்டிக் கொண்டிருக்கலாம். படிப்பில் எப்போதும் பின்தங்கி நிற்கும் அந்தப் பையன் எந்தச் சண்டை என்றாலும் முன்னணியில் நிற்பான். தகப்பன் ஸத்பிரகாஷுக்கு நேரெதிரானவன். மெட்ரிக் வகுப்பில் இரண்டு முறை தோற்றுவிட்டு, இறுதியாக கிராமத்தில் ஒரு சைக்கிள் பழுதுபார்க்கும் கடையைத் திறந்தான். பஞ்சாபில் நிலவிய கொந்தளிப்பான சூழ்நிலையைப் பயன்படுத்தி மலேர்கோட்லாவில் ஒரு சைக்கிள் கடையைத் திறந்தான். இப்போது வியாபாரத்தை நன்றாக அபிவிருத்தி செய்து கொண்டான். அவனுடைய எதிர்காலத்தைக் கருதி, ஸத்பிரகாஷ் அவனுக்கு அங்கொரு வீட்டை விலைக்கு வாங்கினார். இப்போது அவனுடைய குடும்பமும் அவனுடன் அந்த ஊருக்குக் குடியெர்ந்தது. ஸத்பிரகாஷ் கிராமத்திலேயே தொடர்ந்து வசித்தார். தன்னுடைய வயதான தகப்பனை எல்லா இடங்களுக்கும் இழுத்துச் செல்வது அவருக்குப் பிடிக்கவில்லை. கிழவரும் லேசுப்பட்டவரில்லை. அவருடைய கால்கள் மடக்க முடியாதபடி விறைத்துக் கொண்டன. கண்பார்வையும் மங்கத் தொடங்கியது. கடைசிப் பல் விழுந்ததும் புதுப்பற்கள் தானாக முளைக்கத் தொடங்கின. எந்தச் சூழ்நிலையிலும் அவர் கிராமத்தை விட்டு வேறு எங்கும் போவதற்குத் தயாராக இல்லை. அவர் எப்போதும் சொல்வார், "என்னுடைய கொள்ளுப்பாட்டன், அவருக்கும் கொள்ளுப்பாட்டன் காலத்திலிருந்து நாங்கள் இங்கே வசித்து வருகிறோம். ஆனால் எங்களுக்கு ஒருமுறை கூட இங்கிருக்கும் யாருடனும் எந்தப் பிரச்சினையும் கிடையாது. வாக்குவாதம் கூடக்கிடையாது. எல்லோரும் தலை குனிந்து உடம்பைப் பாதியாகக் குறுக்கி வணக்கம் செலுத்துவார்கள். மகள்கள் சகோதரிகளைப் பொறுத்தவரை அவர்களுக்கும் பங்கு உண்டு. தேவைப்படும்போது அனைத்து வகையான உதவிகளும் செய்வதற்கு நூற்றுக்கணக்கானவர்கள் இருக்கிறார்கள். இந்த இளைஞர்கள்

வேறுமாதிரியானவர்கள். அவர்களுடைய தகப்பன்மார்களும் பாட்டன்மார்களும் இன்னும் உயிருடன் இருக்கிறார்கள். நாங்கள் யாரென்று அவர்களுக்குத் தெரியாது. தம்பி நீ இதை ஒப்புக் கொண்டுதான் ஆகவேண்டும். இதுவரை யாரும் நேரடியாக எங்கள் கண்களைப் பார்த்துப் பேசியது கிடையாது. எங்களைக் கடந்து செல்லும்போதெல்லாம் அவர்கள் முட்டாள்தனமாக செயல்பட்டதற்காக நெளியும்போது அவர்கள் தங்கள் மீசையைத் திருகினாலோ திருகாவிட்டாலோ எங்களுக்கு என்ன? நாங்கள் ஏன் கவலைப்படவேண்டும்? ஏதாவது விரும்பத்தகாதது நடக்கிறதா என்றுதான் நாங்கள் பார்ப்போம். இப்போது நான் உன்னை நம்பியிருக்கிறேன். இல்லையென்றால், என் எதிரில் யாரையாவது இருமக்கூட அனுமதித்திருக்கிறேனா என்ன". சென்றமுறை ப்ரம்பிரகாஷ், கிராமத்துக்குப் போனபோது, கிழவர் குடித்துவிட்டு மிகவும் உற்சாகமாக இருந்தார். எதையோ பேசிக்கொண்டே இருந்தார். நீண்ட நேரத்துக்கு அவர் ப்ரம்பிரகாஷிடம் தனக்கு நினைவுக்கு வராத பெயர்கள் கொண்ட கிழவர்கள் பற்றிப் பேசிக்கொண்டிருந்தார். ஒவ்வொரு கதையிலும், "நம் காலத்தில்தான் இது நடந்தது" என்றோ "நம் காலத்தில் இப்படியும் நடக்குமா" என்பது போன்ற வார்த்தைகள் அடிக்கடி இடம் பெற்றன. அந்தக் காலத்தில் கிராமத்து ஆட்கள், இவருடைய பாட்டனாரை அணுகி, ஒரு தலைப்பாகை மீது ஐந்து ரூபாய் மதிப்புள்ள வெள்ளிக்காசு ஒன்றை வைத்து, இந்த கிராமத்துக்கு வந்து விடுமாறு கோரிக்கை விடுத்தது பற்றி சொல்லிக் கொண்டிருப்பார். அதனால், இந்தக் கிராமத்தை விட்டு வெளியே போவது என்ற நினைப்பே, இந்த முழு கிராமத்தின் கௌரவத்தையும் அவமதிப்பது போன்ற செயலாகும் என்றார். எலும்புகளால் நிரப்பப்பட்ட ஒரு பையைப் போல உடல் இருந்தாலும், அவருடைய குரலில் அது பற்றிப் பேசும்போதெல்லாம் அதே கடுமையும் கசப்பும் நிறைந்த தொனி இருந்தது. அவர் எப்போதும் தன்னுடைய அறையில் கட்டிலோடு கட்டிலாகப் படுத்துக் கொண்டிருப்பார். எப்போதும், உடல் முழுவதையும் தளர்வுடன் கழுத்தில் புதைத்துக் கொண்டு கால்களை நீட்டிப் படுத்திருப்பார். புட்டத்தின் கீழ் கோணிச்சாக்குப் பையினால் தைக்கப்பட்ட தலையணை ஒன்று எப்போதும் செருகப்பட்டிருக்கும். எப்போதெல்லாம் இயற்கை உபாதைகளைக் கழிக்க வேண்டுமோ அப்போதெல்லாம் முட்டிகளில் தவழ்ந்து அந்த அறையின் மூலையில் இருந்த தற்காலிகக் கழிப்பறைக்குச் செல்வார்.

உபாதைகளைக் கழித்து விட்டு, மீண்டும் மெல்லக் கட்டிலுக்குத் தவழ்ந்து சென்று, கைகளை மெல்ல ஊன்றி, லேசான போராட்டத்துடன் கட்டிலில் ஏறிப்படுத்து விடுவார். அவருடைய உயிரை இழுத்துப் பிடித்து வைத்திருப்பது எது என்று யாருக்குத் தெரியும்? தன்னுடைய பேரன் திருமணத்தின் போது மாப்பிள்ளை ஊர்வலத்தில் கலந்து கொள்ளவேண்டும் என்று பிடிவாதம் பிடித்தார். காரின் பின்சீட்டில் உயரமாக அடுக்கி வைக்கப்பட்ட தலையணைகளில் சாய்ந்து சென்றார். அவருக்குக் கொள்ளுப்பேரனும் பிறந்தாயிற்று. “இவனுடைய கல்யாணத்தையும் பார்த்துவிட்டுத்தான் நான் சாவேன். என்னால் என்னைப் பார்த்துக் கொள்ள முடியும். உங்கள் யாரையும் நம்பி நானில்லை” என்பார். இதுபோன்ற பேச்சுக்கள் எல்லாம் இரண்டு அல்லது மூன்று பெக் மது அருந்திய பிறகே அவரிடமிருந்து வரும். இல்லையென்றால் எப்போதும் கட்டிலில் படுத்துக் கொண்டே காலத்தைக் கழிப்பார்.

ப்ரம்பிரகாஷ் நான்காவது பெக் சாப்பிட்டாரா இல்லையா என்று அவரால் நினைவுபடுத்திக் கொள்ளமுடியவில்லை. ஆமாம். ஒன்று, இதோ அவருடைய கண் முன்னே தயாராக இருக்கிறது.‘மித்தல் வராதது ஒருவகையில் நல்லதுதான். வந்திருந்தால் ஒரே குசுவாக விட்டுக் கொண்டிருப்பார்.அவருடைய உரையாடல்கள் எப்போதும் சுறுசுறுப்பாக இருக்கும். அவர் வரும்போதெல்லாம் ஏதாவது சட்டிப் பானையை உருட்டி விட்டுத்தான் போவார். தீப்பெட்டி எங்கே? அதைத்தா, இதைத்தா, மோத்திராம் எங்கே? நீ எப்படி இருக்கே? சந்தோஷமாக இல்லையா?”... வீடே மொத்தமாகத் தலைகீழாகிவிடும். ஒருவகையில் அவர் வராததே நல்லதுதான்.

அவர் தனக்குள் வியந்து கொண்டே இருந்தார். கடிதத்தை மீண்டும் மீண்டும் வாசித்துக் கொண்டிருந்தார். உணர்ச்சிக் கொந்தளிப்புக்கு ஆட்பட்டார். அவருடைய நினைவுகள் ஸத்பிரகாஷை சுற்றி வட்டமிட்டன. திடீரென்று ஸத்பிரகாஷின் முகம் இவருடைய கண்களுக்கு முன்பு நிழலாடியது.

சென்றமுறை இவர் கிராமத்துக்குப் போயிருந்தபோது, ஸத்பிரகாஷ் தன் கடையின் கல்லாவில் உட்காந்திருந்தார். சுருக்கங்கள் நிறைந்த வட்டமுகம். சாந்தமான கண்கள். கரடுமுரடாக வளர்ந்த தாடி. முட்டி வரை இழுத்துவிடப்பட்ட வேட்டி. இவை

எல்லாவற்றுக்கும் மேலாக அவர் கரடுமுரடான துணியால் தைக்கப்பட்ட இருபக்கமும் தளர்வாகத் தொங்கும் பாக்கெட்டுகளுடன் கூடிய அரைக்கோட்டு ஒன்றை அணிந்திருந்தார். அதற்கு அடியில் பூணூல் துருத்திக் கொண்டிருந்தது. இரு காதுகளிலும் கடுக்கன் அணிந்திருந்தார்.

கடையின் முன்பு அவருடைய தலைக்கு நேராக தொங்கிக் கொண்டிருந்த அதே பழைய தகரப்பலகையில், கலங்கிய எழுத்துக்களில், "துல்லம்மா கிராமத்தை சேர்ந்த ஸத்பிரகாஷ் பெக்டரின் பிரசித்தி பெற்ற சில்லறைக் கடை" என்று எழுதியிருந்தது. (பெக்டர் என்பது பஞ்சாபில் கத்ரி வகுப்பைச் சேர்ந்த உயர்ஜாதியினரின் கிளைப்பிரிவாகும்).

கடைக்குள், குவியலாகப் பருத்தி, தானியங்கள், கால்நடைகளுக்கான தீவனங்கள் என்று எங்கும் சிதறியிருந்தன. சின்னதும் பெரிதுமான கலன்களில் என்னென்னமோ பொருட்கள் குவித்து வைக்கப்பட்டிருந்தன. சுவரின் மேல் பொருத்தப்பட்டிருந்த மரப்பலகையின் மீது பலவிதமான அளவுகளில் கண்ணாடி பாட்டில்கள் அடுக்கி வைக்கப்பட்டிருந்தன. அவற்றில் பல்வேறு வண்ணங்களில், பச்சை, மஞ்சள், சிகப்பு என்று மாத்திரைகள் நிரப்பப் பட்டிருந்தன.

"பிரசித்தி பெற்ற கடை" என்று முணுமுணுத்தார் ப்ரம்பிரகாஷ்.

"பிரசித்தி" என்று சொன்னபோது அவருடைய உதட்டில் ஒட்டிக் கொண்டிருந்த மெல்லிய சிரிப்பில் கசப்புணர்வும் கூடியிருந்தது போலத் தோன்றியது. அது ஒரு விநோதமான சிரிப்பு. கசப்புடன் கூடிய எள்ளலும் அதில் இருந்தது. ஏதோ பிடிக்காத ஒன்று அவருக்குள் வலுக்கட்டாயமாகத் திணிக்கப்பட்டதைப் போல உணர்ந்தார். கைக்குட்டையை எடுத்து கண் இமைகளைத் துடைத்துக் கொண்டார். கைக்குட்டை எப்போதும் போல உலர்ந்தே இருந்தது போன்ற விசித்திரமான உணர்வு அவருக்கு இருந்தது.

அவர் சண்டிகருக்கு வந்த முதல் சில வருடங்களில், இதுபோன்று எப்போதும் நடந்ததில்லை. கிராமத்தை விட்டுக் கிளம்பிய போது, அவருடைய அண்ணனின் இறுக்கமான அணைப்பில் இருந்து மெல்ல நழுவிய போது. அல்லது அவருடைய அத்தை அவரை ஆசீர்வதித்த போது. அல்லது அவளை அணைத்துக் கொண்டபோது. வயதான தகப்பனின் காலைத் தொட்டு

வணங்குவதற்காகக் குனிந்த போது, தகப்பன், அவருக்கே உரிய பாசத்தில் நனைந்த ஆசிகளை சத்தமின்றி உள்ளுக்குள்ளே முனகியபோது. முதலில், இவருடைய கண்கள் பனித்து, மண் சுவரின் மீது பொழியும் மழைத்துளிகளைப் போலக் கண்ணீர் கன்னங்களில் கட்டுப்பாடின்றி உருண்டோடியது. நிற்காமல் வழிந்து கொண்டே இருந்தது. அவருடைய உணர்ச்சிகள் எப்படி மீண்டும் மீண்டும் எழுந்து அடங்கி மீண்டும் கிளர்ந்தன என்பதைக் கடவுள் மட்டுமே அறிவார். அவருக்குத் தன் உள்ளே இருக்கும் கண்ணீரின் இருப்பு அளவற்று இருக்கும் என்று தோன்றியது. அந்த நேரத்தில் அப்படித்தான் அவர் நினைத்தார். தன் குடும்பம், நண்பர்கள் மற்றும் கிராமத்தினர் மீதுதான் அப்போது எத்தனை பாசத்தை வைத்திருந்தார். அவர் அன்பைக் காட்டக்காட்ட அது மேலும் வளர்ந்து கொண்டே இருந்தது.

தன் கிராமம் தொடர்பான நினைவுகள் அவரை வாட்டத் தொடங்கின. ஒவ்வொரு இரண்டு அல்லது மூன்று மாதங்களில், அவர் கிராமத்துக்குத் திரும்பிப் போவார். பழைய நண்பர்களை சந்திப்பார். அவர்கள் எல்லோரும் பரோட்டிவாலா கிணற்றுக்குச்சென்று அதன் தண்ணீரை மனம் நிறையும் வரை அள்ளிக் குடிப்பார்கள். அது போன்ற இனிப்பான தண்ணீரை அவர் மீண்டும் எப்போதும் சுவைத்ததில்லை. சில நேரங்களில் கிறுக்குத்தனமாக, உலகில் எங்கும் இதுபோல சுவையான தண்ணீர் கிடைக்கவே கிடைக்காது என்று கூறிக்கொண்டிருப்பார். என்ன மாதிரியான பகிர்வு இது! கயமைத்தனங்கள் ஏதுமின்றி, தடைகள் ஏதுமின்றி, சுயதேவைகள் ஏதுமின்றி!!! இந்த எண்ணங்கள் அவருள் கிளர்ந்த போது அவரை அறியாமல் கண்ணீரால் கண்கள் குளமாகின.

மெல்ல, கிராமத்தின் மீதான அவருடைய ஏக்கம் கலந்த நினைவுகள் முற்றாக மறைந்து போகுமுன்பே கொஞ்சம் கொஞ்சமாகக் குறையத்தொடங்கின.

ஒரு மனிதன் தன் வாழ்க்கை முழுவதும் ஒரே இடத்தில் ஒட்டிக் கொண்டிருக்க முடியாது. ஒரே கம்பத்தில் எப்போதும் கட்டி வைப்பதற்கு போயும் போயும் அவன் மிருகம் கிடையாது. அவன் எங்குபோனாலும் தன்னுடைய சூழலுடன் அவன் எளிதாகக் கரைந்து விடுகிறான். தானிருக்கும் இடத்தைத் தனக்கு உரிமையாக்கிக் கொள்ளும் உணர்வுடன் ஒன்றி விடுகிறான். மனித மனம்

திருப்தியுறாத ஆர்வத்தினால் நிரம்பியிருக்கிறது. அறிவைத் தேடி முடிவற்ற தேடலை மேற்கொள்கிறான். ஒரு பறவையைப் போல திடீரெனப் பறந்து கிளம்பி அவன் எந்தக் கிளையில் அமருவான் என்று யாருக்குத் தெரியும்?

இப்படித்தான் அவருடைய தர்க்கம் செல்லும்.

இப்போதெல்லாம் மிகவும் அபூர்வமாகத்தான் தன்னுடைய கிராமத்துக்குச் செல்கிறார். அவருடைய அண்ணன் கூட அப்படித்தான். எப்போதாவது தான் இவரைப் பார்க்க வருகிறார். அவர்கள் தங்களுக்குள் கடிதங்களை எப்போதும் பகிருவதில்லை. அப்படி ஏதாவது எழுதினாலும், அக்கடிதங்களில் உணர்ச்சியின் அழுத்தம் குறைந்திருப்பதையே அவர்கள் அடிக்கடி உணர்ந்தனர். எல்லாம் மிகவும் இயந்திரத்தனமாகவே இருந்தது. பொதுவானதும் சில்லரை விஷயங்களைப் பற்றியதாகவுமே அவை அமைந்திருந்தன.

அவருடைய மகன்களும் அதையேதான் செய்யத் தொடங்கியிருந்தார்கள். ஆரம்பத்தில், அவர்களுடைய கடிதங்களில் சளைக்காமல் சண்டிகர் பற்றிய துதிகளாகவே இருக்கும். ரோஸ் கார்டனையும், ராக் கார்டனையும் அவர்களின் நினைவுகளை எப்போதும் கிளறும் இடங்கைளப் பற்றியும் எழுதி வந்தார்கள். ஆனால் போகப்போக, இந்த இடங்களெல்லாம் அவர்களின் இதயங்களைக் கீறுவது நின்றுவிட்டது. 'வலாயத்தில்' (வெளிநாட்டில்), இதை விட அழகான, நெஞ்சை அள்ளும் வகையில் மிகவும் அற்புதமான இடங்கள் காணக்கிடைக்கின்றன" என்று வாக்குவாதம் செய்யத் தொடங்கினார்கள்.

***

திரை லேசாக அசைந்தது. "யார்? மித்தலா?",

"சாஹிப், சாப்பாடு பரிமாறத் தொடங்கட்டுமா?" மோத்திராம் தயங்கிய படியே அறைக்குள் வந்தவாறு கேட்டான். "அதெல்லாம் இருக்கட்டும் மோத்தியே! வா. இங்கே வந்து உட்காரு! ஆமாம். ஆமாம் இல்லை. அங்கே இல்லை! இங்கே வந்து என் பக்கத்துலே உட்காரு..." என்றார் பிரம்பிரகாஷ். அவருடைய குரல் உணர்ச்சியில் நடுங்கியது. தயங்கிக் கொண்டே மோத்தி ராம் அவர் பக்கத்தில் வந்து உட்கார்ந்தான். அவனுக்கு சாஹிப் பற்றி நன்றாகத் தெரியும். கோபமாக இக்கும்போது, அவர் போடும் கூச்சல் அவன் மூச்சையே நிறுத்தி விடும். அவர் பாசமானவராக மாறிவிட்டால், முதலாளி,

வேலைக்காரன் என்ற பாகுபாடெல்லாம் பறந்தோடிவிடும். அவர் உணர்ச்சிகரமாக இருக்கும்போது மோத்திராமை தன்னுடைய சொந்தப் பிள்ளை போலப் பாவிப்பார். அவருடைய சுயநலம் என்று வரும்போது ஒன்றிரண்டு ரூபாயக்குக் கூட அடிதடியில் இறங்கவோ ஏன் ஆளைக் கொல்லவோ கூடத் தயாராகி விடுவார். ஆனால் ரொம்பவும் உற்சாகமாக இருக்கும் வேளைகளில் ஒரு படி நெய்யைக் கூட ஊற்றிக் கொடுக்கத் தயங்கமாட்டார். அந்த நேரத்தில் சாஹிப் தன்னுடைய உண்மையான நிலையில் இருந்தார்.

"எடுத்துக்கோ மோத்தி, நீயும் ஒரு பெக் சாப்பிடு" அப்படிச் சொல்லும் போது மிகவும் பாசத்துடன் பார்த்தார் பிரம்பிரகாஷ்.

"இல்லை சாஹிப்", மோத்திலால் மிகவும் தயங்கினான்.

"ஏன்? என்ன ஆச்சு? உனக்குப் பிடிக்காதா?"

"அப்படி எல்லாம் ஒண்ணுமில்லை சாஹிப். இன்னிக்கு என்னேமோ வேணாம்னு தோணுது".

"என்ன சோகமா இருக்கியா? வீட்டு ஞாபகமா? அவனுக்காக அவர் உருகினார்.

ஆமோதிப்பது போலத் தலையாட்டிய மோத்திராம், அறைக்கு வெளியில் வெறித்துப் பார்த்தவாறு இருந்தான்.

"சரி. நீ போ. என்னுடைய சாப்பாட்டை நான் பார்த்துக்கிறேன். போய் உன்னுடைய பீபிஜியை இங்கே அனுப்பு".

மோத்திராம் எழுந்து போனான்.

அது இப்போது நான்காவது அல்லது ஐந்தாவது பெக்கா என்று கணக்குத் தெரியவில்லை. ஆனால் அதுவெல்லாம் பெரிதாகத் தெரியவில்லை பிரம்பிரகாஷுக்கு. அவருக்கு அப்போது தேவையெல்லாம் மனைவி அறைக்குள் வருவதற்கு முன்பே அதைக் குடித்து முடிக்க வேண்டும். சரியான மத்தியதரக் குடும்பத்தில் பிறந்து வளர்ந்தவளான அவள், தன் கணவன் மது அருந்துவதை முற்றாக வெறுத்து வந்தாள். அவளுக்குப் பிடித்த தெல்லாம் பூஜை புனஸ்காரங்கள்தான். அவளை சந்தோஷப் படுத்துவதற்காகவே ப்ரம்பிரகாஷ் வீட்டின் ஒரு பகுதியில் சிறிய பூஜை அறை ஒன்றைக் கட்டியிருந்தார்.

அந்தப் பெக்கையும் அவர் ஒரே மடக்கில் அவசரமாகக் குடித்து முடித்தார். அவசர அவசரமாக டம்ளர்கள் மற்றும் பாட்டிலை அலமாரிக்குள் வைத்தார். அரைகுறையாக சாய்ந்து உட்கார்ந்து தெளிவாக இருப்பதைப் போலக் காட்டிக் கொண்டார். மனைவியுடன் தன்னுடைய முதல் உரையாடல் எதுவாக இருக்கவேண்டும் என்று யோசித்தார். எடுத்த உடனே அந்தக் கடிதம் பற்றி அவளுக்குக் கூறவேண்டாமே என்று நினைத்தார். அப்போது மனைவி அறைக்குள் வந்தாள்.

“லஜ்வந்தி, இப்போ எப்படி இருக்கே?” என்று வழக்கமான விசாரணையுடன் தொடங்கினார். அதைவிட சுமாராகக் கூட எதையும் சிந்திக்கும் மனநிலையில் அவர் இல்லை.

லஜ்வந்தி எதையும் பேசவில்லை. அவர் இருந்த நிலைமையைப் பார்த்துக் கொஞ்சம் சோகமடைந்தாள்.

ஏன் பேசமாட்டேன் என்கிறாய்? உடம்பு ஏதாவது சரியில்லையா- ஏற்கனவே ஒரு ஹோமியோபதி டாக்டர் கிட்டே பேசிட்டேன். ‘நேராக வந்து பிரச்சினையை சொல்லி மருந்து வாங்கிப் போ“ அப்படின்னு அவர் சொல்றாரு’. நான் சொல்றேன், நீ காத்தாலே ஏன் அவரைப் போய் பார்த்துவிட்டு வரக்கூடாது? ஞாயிற்றுக்கிழமைதான். காரும் வீட்டில்தான் இருக்கும்”.

லஜ்வந்தி, நாற்காலியில் விறைப்பாக உட்கார்ந்திருந்தாள். பிறகு மெல்லத் தலையாட்டினாள். “சரி. நான் போறேன். ஆனா அதனாலே ஒண்ணும் பெரிசாக ஆகப்போகறது இல்லை”.

“என்னுடைய கிராமத்துலே, அதாவது நம்ம கிராமத்துலே, ஒரு வயதான வைத்தியர் இருக்காரு. அவர் ரொம்பவே நல்லா பார்க்கிறார். நீ ஏன் அவருடைய மருந்தை முயற்சிக்கக் கூடாது? ஒருவேளை அதனால் சரியாகலாம். ஹே... ஏன் ஒண்ணும் பேசமாட்டேங்கறே?” அவர் சற்றுப் பதட்டமடைந்து கொண்டிருந்தார்.

அந்த வைத்தியர் கிடக்கிறார். நான் ஊருக்கு ஊர் அலைந்து கொண்டிருக்க முடியாது. குறிப்பாக இந்த வயசுலே.” அவள் ஒருமாதிரி மழுப்பியவாறு பேசினாள். பிரம்பிரகாஷ் நிம்மதிப் பெருமூச்சு விட்டார். “உனக்கு அந்த அயோக்கியன் தாராவைத் தெரியும் இல்லையா? நம்ம கிராமத்துக்காரன். ரெண்டு மாசமா அவன் நிஜமாகவே ஆளைக்காணோம். முன்னே, கட்சிக்காரங்களை என்கிட்டே வாடிக்கையாக அழைச்சிக்கிட்டு வருவான். வேறே யார்

கிட்டேயோ அவன் மாட்டியிருக்கலாம். அந்த மாதிரி ஆட்களை நம்ம பிடியிலிருந்து கைநழுவ விடக்கூடாது. இதைத்தான் புத்திசாலி வக்கீலோட அடையாளமாக சொல்வாங்க. என்ன இருந்தாலும் அவன் என்னோட பழைய கூட்டாளி... என் சக-பங்காளி. இப்போ அவன் சர்பஞ்ச் (கிராமப் பஞ்சாயத்துத் தலைவன்) ஆயிட்டான். இப்போ ஸத்பிரகாஷை பார்த்துக்கோன்னு அவன் கிட்டே சொல்லணும். நிலைமையைப் பாரேன்...” என்றார். அவர் பேசிக் கொண்டிருந்தபோது அவருடைய தொண்டையில் பந்தாக ஏதோ சுருட்டிக் கொண்டு மேலேழுந்தது. ஆனால் இவையெல்லாம் லஜ்வந்தியை மேலும் எரிச்சல்படுத்தியது.

“ஸத்பிரகாஷும் ஒரு கடிதம் எழுதியிருக்கான். ரொம்ப சோகமாக இருக்கான். நாம ரெண்டு பேரும் நாளைக்கு ஏன் அவனைப் போய்ப் பார்க்கக் கூடாது? உனக்கு மருந்தையும் வாங்கிட்டு எல்லாரையும் ஒருநடை பார்த்துட்டு வரலாம். கால் மேலே கால் போட்டுக்கிட்டு பைத்தியம் மாதிரி ஒரே இடத்துலே முட்டாள்தனமாக உட்கார்ந்திருக்கக் கூடாது. அவர் மனைவியை ஊருக்குக் கிளம்பத் தயார் செய்ய மிகவும் பிரயத்தனப்பட்டது போலத் தெரிந்தது.

ஸத்பிரகாஷ் கடிதம் பற்றி அவர் சொன்னதுமே அவள் எச்சரிக்கையாகி விட்டாள். பிறகு தீவிரமான அச்சத்தில் ஆழ்ந்து போனாள்.

“அப்போ என்ன பண்ணலாம்? ஏதாவது சொல்லப்போறியா? இப்போது பிரம்பிரகாஷின் குரல் மிகவும் சாதுவாக ஒலித்தது.

“இப்போ ஏன் நீங்க சாப்பிடக் கூடாது? அதைப்பத்தி காலையில் பேசிக்குவோமே”. இப்படி சொல்லிக் கொண்டே கைகளைத் தன் முட்டியில் ஊன்றிக் கொண்டு அவள் எழுந்து நின்றாள். பிரம்பிரகாஷ் எதையாவது சொல்வதற்கு முன்பே அவள் அறையை விட்டு வெளியேறினாள். அன்று இரவு அவர் காலி வயிறுடன் தூங்கப் போனார். உடையைக் கூட மாற்றிக் கொள்ளவில்லை. அவரால் தூங்கவும் முடியவில்லை. அப்படிக் கொஞ்சமாகத் தூங்கினாலும் கெட்டக் கனவுகள் அவரைத் துரத்திக் கொண்டிருந்தன.

கனவில் சில வேளை அவர் வெளிநாட்டில் வசிக்கும் தன் மகன்களுடன் இருந்தார். ஆங்கிலேய மருமகளுடன் நீண்ட நடையை

அனுபவித்துக் கொண்டிருந்தார்... சில வேளை கிராமத்து வைத்தியரிடம் அழைத்துச் சென்று லஜ்வந்தியின் நாடியைக் காண்பித்துக் கொண்டிருந்தார். சில வேளைகளில் அவரும் லஜ்வந்தியும் கொஞ்சம் சின்ன வயதாக, எங்கோ புனித யாத்திரையை மேற்கொண்டிருந்தார்கள், வழியில் அவர் ஏதாவது குன்றின் மீது ஏறிக்கொண்டோ அல்லது வேறு ஏதாவது குன்றிலிருந்து கீழ்நோக்கி உருண்டு கொண்டோ இருந்தார். மெல்லிய காற்றில் தான் கரைந்து போவதற்கு முன்பு லஜ்வந்தி குருட்டுத்தனமாக வீறிட்டு அலறிக் கொண்டிருப்பாள்.

ஒருகணம், அவர் நீதிமன்றத்தில் நின்று கொண்டிருப்பார். அடுத்த கணம் தன்னுடைய தகப்பனாருக்கு அருகில் உட்கார்ந்து அவர் சொல்லும் கதைகளைக் கேட்டுக் கொண்டிருப்பார்.ஒரு கணம் ஸத்பிரகாஷ் தன் கடையில் ரத்த வெள்ளத்தில் மிதந்து கொண்டிருப்பார். அவருக்குப் பக்கத்தில் நின்ற அத்தை பேய் போல் இடிக்குரலில் உரக்க சிரித்துக்கொண்டிருப்பாள்... மித்தல் கையில் ரத்தம் தோய்ந்த கத்தி ஒன்றைப் பிடித்துக் கொண்டு பக்கவாட்டில் நின்றிருப்பார்.

சில நேரம், அந்த அயோக்கியன் தாரா இவருடைய வீட்டின் வாயிற்கதவை அடைத்துக் கொண்டு இவரை வழிமறித்து நின்று கொண்டிருப்பான். பக்கத்தில் அப்போதுதான் தோண்டி எடுக்கப்பட்ட சில கரும்புகள் பக்கத்தில் இருக்கும். எப்போதுமான வழக்கப்படி அவன் மீசையைத் திருகிக் கொண்டு பஞ்சாயத்துக்கார்களிடம் “இந்த ஆளை மரியாதையாக அத்தனை கரும்பையும் என் தோட்டத்துக்கே எடுத்துப் போய் திரும்ப நட்டுவைக்கும்படி சொல்லுங்கள் என்று கூறிக்கொண்டிருப்பான். இரு கரங்களையும் கூப்பிக் கொண்டு பிரம்பிரகாஷ், “பஞ்சாயத்தார்களே, இவன் சின்னப்பையன். அவனை மன்னித்து விட்டு விடுங்கள்.வேரோடு பிடுங்கப்பட்ட கரும்பை எப்படி மீண்டும் வயலில் நடுவது? இயற்கையை யாரால் ஏமாற்ற முடியும்? யாராலும் முடியாது இல்லையா? சரி. நான் ஒப்புக் கொள்கிறேன். அவன் தவறு செய்து விட்டான். அவனை மன்னித்து விடுங்கள் என்று மன்றாடுவார்.

ஒருமுறையோ, இருமுறையோ உடம்பெல்லாம் குப்பென்று வியர்க்க திடுக்கிட்டு எழுந்தார். பிறகு ஒரு டம்ளர் தண்ணீர் குடித்து விட்டு மீண்டும் படுத்துக் கொண்டார். அந்த கோரமான இரவு முடிவற்றுத் தொடர்ந்து சென்றது போல இருந்தது.

***

ஒருவழியாக காலைப்பொழுது விடிந்தது. எழுந்து குளித்தார். தேநீர் அருந்தினார். பூஜை புனஸ்காரங்களை முடித்துக் கொண்டு, லஜ்வந்தி படபடப்புடன் அறைக்குள் வந்தாள். இப்போது லஜ்வந்தி நிறுத்தாமல் பேசிக்கொண்டே இருந்தாள். அவர் வெறுமனே செயலற்றுக் கேட்டுக் கொண்டு மட்டும் இருந்தார். "உன்னை நான் அங்கே அனுப்பவும் மாட்டேன். காரையும் வேறு யாரும் எடுத்துக் கொண்டு போக அனுமதிக்க மாட்டேன். அடுத்தவர்கள் பிரச்சினைக்காக நாம் ஏன் நம்ம உயிரைப் பணயம் வைக்கணும்? நம்ம உயிர் அத்தனை மலிவா என்ன? இதைத்தவிர, உனக்கு இன்னும் சொல்ல எனக்கு நிறைய இருக்கு. எந்த சொந்தக் காரனையும் இந்த வீட்டுக்குள்ளே நுழைய அனுமதிக்க மாட்டேன். அவங்க கர்மாக்களை அவங்கதான் அனுபவிக்கணும். அவங்க எங்கே வேணுமானாலும் போகட்டும். இதைத்தவிர, நீயே சொன்னே, அங்கே கவலைப்படறதுக்கு எதுவும் இல்லைன்னு பாய்ஜியே எழுதியிருக்கார்னு" சற்று நிறுத்திவிட்டு மீண்டும் தொடர்ந்தாள். "நிலைமை சரியானதும் ஒரே ஒருமுறை அங்கே போகறது பத்தி யோசிப்போம். அதுவும் நீ அதிகமாக வற்புறுத்தினால் மட்டுமே. என்ன மண்டையிலே ஏறிச்சா?"

ப்ரம்பிரகாஷ் அவளுடைய ஒவ்வொரு வார்த்தையையும் மிகவும் கவனமாகக் கேட்டார். அமைதியாக உட்கார்ந்து கொண்டிருந்தார்.

"சரி. ஒன்று செய்யலாம். அவர்களைப் பற்றி உன்னால் கவலைப்படாமல் இருக்க முடியாதுன்னு நினைத்தால் இப்படி செய்யலாம். அவர்களுக்கு ஏன் ஒரு நானூறு இல்லை ஐந்நூறு ரூபாய் மோத்திராம் மூலமாகக் கொடுத்தனுப்பக் கூடாது? அவன் அதை பாய்ஜி கிட்டே குடுத்துடுவான். இதைத்தவிர, அவங்க எப்படி இருக்காங்கன்னு விபரத்தையும் கேட்டு வருவான் இல்லையா?"

லஜ்வந்தி தன்னுடைய இறுதித் தீர்ப்பை அறிவித்தாள்.

அவர் அதுபற்றி ஒரு கணம் யோசித்தார். பிறகு அலட்டிக்கொள்ளாமல் தன்னுடைய அறைக்குப் போனார். அங்கு உட்கார்ந்து இரண்டு கடிதங்கள் எழுதினார். ஒன்று அண்ணன் ஸத்பிரகாஷுக்கு. மற்றொன்று அயோக்கியன் தாராவுக்கு. பிறகு லஜ்வந்தியிடம் எதுவும் சொல்லாமல் மோத்திராம் கையில் இரண்டாயிரம் ரூபாய் தந்தார். அதைத் தன் அண்ணனிடம் சேர்ப்பிக்குமாறு கூறினார்.

மோத்திராம் கடிதங்களையும் பணத்தையும் எடுத்துக் கொண்டு கிளம்பினான்.

***

மாலை சூரியன் மயங்கிக் கொண்டிருந்தபோது வீட்டுக்குத் திரும்பினான். அங்கு வீட்டில் எல்லாமே சரியாக சென்று கொண்டிருக்கிறது. பாய்ஜியும் புவாஜியும் (அத்தை) நலமாக இருக்கிறார்கள். அவன் ஸத்பிரகாஷின் கடிதத்தை எடுத்து வாசிக்கத் தொடங்கினான். அதில் எழுதியிருந்தது.

“பஞ்சாயத்துத் தலைவன் தாரா சிங் இன்று பஞ்சாயத்துக்கு கூட்டத்துக்கு அழைப்பு விடுத்திருக்கிறான். அதாவது, அந்த விஷயத்தின் அழுத்தத்தை நாம் எந்தவகையிலும் நம்மை உணர விடமாட்டோம் என்று அவர்கள் முடிவு செய்த பின்னரே இப்படி செய்திருக்கிறார்கள். என்ன வேண்டுமானாலும் நடக்கட்டும்”. அந்தக் கடிதத்தைப் படித்து முடித்ததும் ஓரளவு மகிழ்ச்சியாக உணர்ந்தார். தன் கடமையைத் தான் செவ்வனே செய்ததாக உள்ளுக்குள் மகிழ்ச்சியாக இருந்தார். ஏதோ டன் கணக்கில் ஏற்றி வைத்திருந்த பாரத்தைத் தன் மனத்திலிருந்து இறக்கி வைத்ததைப் போல உணர்ந்தார்.

எழுந்து நேராகத் தன்னுடைய ஓய்வு அறைக்குச் சென்றார். தனக்காக ஒரு பெக் ஊற்றிக்கொண்டு, அதை மெதுவாக, சிறுகச் சிறுக உறிஞ்சிக் குடிக்கத் தொடங்கினார். நண்பர் மித்தலுக்காக அவர் காத்திருக்கவில்லை.

***

தலையை வாரிக்கொள் கண்ணே...

அற்புதம் என்பதற்கு எந்தவகையிலும் குறையாமல் எனக்கு அது இருந்தது. அதை வினோதமான சம்பவம் என்றும் சொல்லாம். அது ஒரு புதன்கிழமையன்று நடைபெற்றது. மே 3, 1989. என்னுடைய சாச்சா (சித்தப்பா) மகன் குல்சார் கல்கத்தா வந்தான். ஒரு பெங்காலி கிழவரும் அவனுடன் இருந்தார். பெயர் நிகிலேஷ் பாசு. அகலமான முகம். மஞ்சள் கறை படிந்த பற்கள். மெல்லிய தங்க முலாம் பூசப்பட்ட பிரேம் கொண்ட கண்ணாடி ஒன்று மூக்கின் மீது அமர்ந்திருந்தது. தலையில் வெகு குறைவான முடி இருந்தாலும் மிகவும் நேர்த்தியாக சீவப்பட்டிருந்தது. அங்கங்கு ஒருசில நரைக் கீற்றுக்களுடன் கரும்பழுப்பான கூந்தல். கதர் குர்த்தா பைஜாமாவை அணிந்திருந்தார். காதி ஜோல்னா பை ஒன்று தோளில் தொங்கவிடப்பட்டிருந்தது. அதில் இரண்டு அல்லது மூன்று புத்தகங்கள், ஒரு செய்தித்தாள், ஒரு டவல், ஒரு சீப்பு.

தன்னுடைய மரணத்தில், ஒரு சொட்டுக் கண்ணீர் கூட யாரும் சிந்தக் கூடாது என்றும், எந்த வகையான மத சடங்குகளும் கடைப்பிடிக்கக் கூடாது என்பதும் பாப்பு வின் (அப்பாவின்) இறுதி ஆசையாக இருந்தது. போக் சடங்குக்காக (இறுதிநாள் சடங்கு) அறிவிப்புக் கடிதம் எதுவும் அச்சிடக்கூடாது என்றும் அதுபற்றி எந்த செய்தித்தாளிலும் விளம்பரங்களை வெளியிடக்கூடாது என்றும் கூறியிருந்தார். தன்னைப் பற்றி யாரும் உரையாற்றக் கூடாது. "உருப்படியாக எதையாவது சொல்வதற்கு யாரிடமும் எதுவும் இருக்காது. அவர்கள் தங்களுக்குள்ளே ஏதாவது தேவையற்ற முடிச்சுக்களைப் போட்டுக் கொண்டு பேசிக்கொண்டிருப்பார்கள்", என்று தான் எங்கள் பாப்பு (அப்பா) சொல்லிக் கொண்டிருப்பார்.

குல்சார், தன்னுடைய தய்யா (பெரியப்பா) ஒரு கவிஞர் என்று அந்த பெங்காலிக் கிழவரிடம் சொல்லியிருந்தான். ஒரு மக்கள் கவிஞர். மரபு வழிக்கவிதைகள் எழுதி வந்தார். கோர்ஹா, தோர்ஹா, பைன்ட் போன்ற வடிவங்களில் அந்தக் கவிதைகள் இருந்தன. அவர் ஆறு கையெழுத்துப் பிரதிகளை விட்டுச் சென்றிருந்தார். 'ஜன்'- தேநீருக்கும் லஸ்ஸிக்கும் இடையிலான போட்டி, மருமகளுக்கும் மாமியாருக்கும் இடையிலான சண்டை, ஜெய்தோவின் ஊர்வலம், மல்வாய் போர்வீரர்கள், மல்வாவின் நல்ல ஆடை உடுத்திய பெண்கள்' என்ற தலைப்புக்களில்

அவருடைய தொகுப்புக்கள் இருந்தன. இவற்றில் ஜன் ஒன்று மட்டுமே பிரசுரம் ஆகியிருந்தது. மற்றவையெல்லாம் அச்சேறாமல் அப்படியே கிடந்தன. பழைய சந்தக் கவிதை வடிவில் எழுதப்பட்ட மூன்று அல்லது நான்கு பிரதிகள், ஒரு சில ஹக்கீம்களின் (மருத்துவர்களின்) ரசீதுகள் இருந்தன.

அந்த பெங்காலிக் கிழவருடன் தன்னுடைய பேச்சுக்கு இடையில், நான் தீவிரவாதத்தின் பக்கம் சார்ந்திருப்பதாகவும் குல்சார் கூறியிருந்தான். என்னுடைய பயங்கரவாத நடவடிக்கை களின் காரணமாக, நான் மூன்றிலிருந்து மூன்றரை மாதங்கள் வரை தலைமறைவாக இருந்தேன். அந்த சக்கரவியூகத்திலிருந்து ஒருவழியாக வெளியில் வந்து, குடும்ப வாழ்க்கையின் கட்டாயங்களுக்குள் சிக்கிக் கொண்டேன் என்றும் என்னைப் பற்றி சொல்லிக் கொண்டிருந்தான். குல்சார் சொன்னதையெல்லாம் கேட்டுக் கொண்ட அவர், அதனால் மிகவும் கவரப்பட்டார். அந்தக் கணமே, உடுத்த உடைகளோடு அப்போதே அவனுடன் பஞ்சாப் கிளம்பத் தயாரானார் என்றான் குல்சார்.

மிகவும் எளிமையாக நடைபெற்ற போக் சடங்கு, கிசுகிசுப்புக்கள், எளிமை, கிராமத்து ஆட்களின் நகைச்சுவை, அப்பாவித்தன்மையுடன் ஒருவரை ஒருவர் கேலி செய்யும் பாங்கு ஆகியவை அவரை மிகவும் கவர்ந்திழுத்தது. என்னுடைய தந்தை அநேகமாக அமைதியான வாழ்க்கையைததான் வாழ்ந்து வந்தார் என்றாலும், அவருடைய இறுதி ஆசையில் பொதிந்திருந்த புரட்சிகரமான விருப்பம் அந்த பெங்காலிக் கிழவரை முற்றிலும் குழப்பத்தில் ஆழ்த்தியிருந்தது.

வேறு மாநிலத்திலிருந்து வந்திருந்த இந்த அந்நியமான மனிதரைப் பார்க்க மக்கள் வந்தவாறு இருந்தனர். குறிப்பாக்க குழந்தைகளிடையில், அவர் உண்மையிலேயே கவனத்தைக் கவரக்கூடியவராக இருந்தார். பஞ்சாபியில் அத்தனை சரளமாகப் பேசமுடியவில்லை என்றாலும் அவர் ஒருவகையில் நன்றாகவே சமாளித்து வந்தார்.

சிறிது நேரத்துக்குப் பிறகு, என் மீது அவர் சாதாரணத்துக்கும் சற்று அதிகமாக ஆர்வம் காட்டிக் கொண்டிருந்தார் என்று உணர்ந்தேன். நான் சொல்வதையெல்லாம் முழுக்கக் காது கொடுத்துக் கேட்டுக்கொண்ட அவர், எப்போதாவது சிறிது அர்த்தத்துடன் கண்களைச் சுருக்கிக் கொண்டும் பார்ப்பார். அவர்

என்னுடைய பேச்சை, பாவனைகளை, மற்றவர்களுடன் என்னுடைய எதிர்வினையை, ஒவ்வொரு சிறு சிறு நடத்தைகளையும் மிகவும் துல்லியமாகப் பார்த்த போது நான் சற்றுப் பதட்டமடைந்தேன். அவர் மீது எனக்குச் சிறிது சந்தேகம் ஏற்பட்டது. உள்ளுக்குள் ஏறத்தாழ பயந்தே போயிருந்தேன். "இப்படி என்னைத் தொடர்ச்சி யாகக் கண்காணித்து வருவதால், என்னிடமிருந்து அவர் ஏதாவது ரகசியத்தைக் கறக்க விரும்புகிறாரா" என்றும் சந்தேகப்பட்டேன்.

"சரி, வாங்க... நாம் ஓரமாகப் போய்ப் பேசலாம்" என்று அவரிடம் சொன்னேன்.

"இல்லை. முதலில் நான் இது பற்றியும் வேறு சில விஷயங்கள் பற்றியும் கிராமத்து ஆட்களிடம் பேசுகிறேன். இதைத் தவிர உன்னுடைய சொந்தக்காரர்கள் எல்லாம் இங்கே இருக்கிறார்கள். நீ அவர்களை கவனித்துக் கொள். தீவிரமான விஷயங்களைப் பற்றி இரவு பேசிக்கொள்ளலாம்..." அவருடைய கண்கள் மீண்டும் இடுங்கிக் கொண்டன.

"இந்த மனிதர் ஏதாவது அரசாங்கத்தின் உளவுத்துறையில் இருந்து வந்திருக்கிறாரா?" குல்சாரைத் தனியாக இழுத்து வந்து முற்றிலும் அப்பாவித்தனமாகக் கேட்டேன்.

என்னுடைய அனுமானத்தைக் கேட்டு அவன் வெடிச்சிரிப்பை உதிர்த்தான். மிகவும் சத்தமாக, ஆரவாரத்துடன் நிறுத்தாமல் சிரித்துக் கொண்டேயிருந்தான்... பிறகு சொன்னான், "அடேய்... அந்த ஆள் என் பக்கத்து வீட்டுக்காரன். வெட்டி ஆசாமி. நல்ல பென்ஷன் வருகிறது. ரொம்ப வருஷத்துக்கு முன்பே இவருடைய மனைவி இறந்து விட்டாள். மூன்று மகன்கள். எல்லோரும் உயரதிகாரிகள். கல்யாணம் செய்து கொண்டு உருப்படியாக சம்சாரம் செய்து கொண்டிருப்பவர்கள். இவருக்கு எக்கச்சக்கமான வருமானம். ஒரு மாதிரி விசித்திரமான ஆசாமி. அவருடைய நேரமெல்லாம் எழுதுவதிலும் வாசிப்பதிலுமே கழிகிறது. நாட்டில் எங்கெல்லாம் பயங்கரவாதம் தலைதூக்குகிறதோ அந்த இடத்துகெல்லாம் தோளில் ஜோல்னாப் பையைத் தொங்கவிட்டுக் கொண்டு போகவேண்டும் என்று ஆசைப்படுகிறார். அங்கெல்லாம் போய் ஆட்களை சந்திக்கிறார். அவர்களுடைய வீடுகளுக்கும் போகிறார். அந்த ஆளுக்கு என்னால் முடிந்த அளவு சொல்லிப் பார்த்தேன். பஞ்சாப் எல்லாம் வேண்டாம் கிழவரே. அவர்களின்

வலைக்குள் நீர் மாட்டிக் கொண்டால் அத்தனை எளிதாக உம்மை வெளியேற அவர்கள் விடமாட்டார்கள். உம்மைத் துண்டு துண்டாக வெட்டி எறிந்து விடுவார்கள் என்றேன். ஆனால் அவர் என் பேச்சை கேட்க மறுத்து விட்டார். நான் சொன்னதற்கெல்லாம் தன் மஞ்சள் பற்களைக் காட்டி இளிக்கிறார். கடந்த இரண்டு மாதங்களாக அவர் தரன் தரன். பட்டி, படாலா போன்ற ஊர்களில் அலைந்து கொண்டிருக்கிறார். என்னிடம் அவர் என்ன கூறுகிறார் என்றால், “நான் ஒரு சர்வே எடுக்கிறேன். பிறகு அதை வைத்து மக்கள் மீது பயங்கரவாதத்தின் தாக்கம் என்று ஒரு புத்தகம் எழுதுவேன்” என்கிறார்.

நான் மிகவும் நிம்மதியாக உணர்ந்தேன். நாங்களிருவரும், நீண்ட நேரம் அவரைப்பற்றியே அரட்டையடித்துக் கொண்டிருந்தோம். பிறகு, சிரிக்கவும் செய்தோம்.

***

அன்றிரவு, இடைவிடாமல் நீண்ட நேரம் நிகிலேஷ் பாபுவிடம் பேசிக்கொண்டிருந்தேன். அவரிடம் எனக்குப் பிடித்த முதல் விஷயம் என்னவென்றால், அவருடைய அறிவின் விஸ்தீரணம். பஞ்சாபின் வரலாறு பற்றி, பஞ்சாபிகளின் குணாதிசயங்கள் பற்றி, அவர்களுடைய பழக்க வழக்கங்கள் பற்றி, அவர்களின் ரசனை பற்றிப் பேசிக்கொண்டிருந்தார். தானே ஏதோ ஒரு பஞ்சாபி போல, இவை அத்தனையும் குறித்து அந்தப் பெங்காலிக் கிழவர் அத்தனை சரளமாகப் பேசிக்கொண்டிருந்தார். முகலாயர்களுடனும் பிரிட்டிஷாருடனும் சீக்கியர்கள் எதிர்கொண்ட பல்வேறு போர்களைப் பற்றிப் பற்றியும் உள்ளூர் பிரமுகர்களின் மந்தத்தனங்கள், விசித்திரத்தன்மைகள் குறித்தும் பேசினார். பஞ்சாபின் புரட்சியாளர்கள் பற்றி அவருக்கு தனித்த ஆர்வம் இருந்தது போல இருந்தது. இப்போது தீவிரவாதிகள் பற்றியும்.

“காலிஸ்தான் என்பது எப்போதாவது நிஜத்தில் சாத்தியமாகுமா?” நான் நேரடியாக அவரிடம் இந்தக் கேள்வியை வைத்தேன்

“இது உன்னுடைய கருத்தா?” என்றார். இதுபோன்ற கேள்விகளுக்கு பதிலளிக்க வேண்டாம் என்று அவர் நினைத்தது போல இருந்தது. கண்களை இடுக்கிக் கொண்டு சிறிது நேரம் அமைதியைக் கடைப்பிடித்து விட்டு, பிறகு சொன்னார், “ இது

சாத்தியமாக இல்லை என்பது போலத் தோன்றினாலும்... அப்படி எல்லாம் இல்லை... ஆனால் மக்களுக்கு இதனால் எல்லாம் பெரிய மாற்றம் ஒன்றும் ஏற்படாது. நான் சொல்வது சாதாரணமான மக்களுக்கு". ஒரு நிமிடம் நிறுத்திவிட்டு, சற்று மூச்சை வாங்கிக் கொண்டார். "பாகிஸ்தானும் ஒரு காலத்தில் உருவாக்கப்பட்டது. ஆனால் அதைப் பற்றி நினைத்துப்பார்த்தால், அப்படித் தனிநாடாகப் போனதால் அங்கே என்ன மாற்றம் ஏற்பட்டு விட்டது?"

"அனந்தபூர் சாஹிப் தீர்மானம்..." அவர் தலையை ஆட்டத் தொடங்கிய போது நான் இதுபற்றிய உரையாடலைத் தொடங்க இருந்தேன்.

"அது சரிதான். நான் அந்த ஆவணங்கள் எல்லாவற்றையும் படித்துப் பார்த்தேன்... இப்போது அதில் ஆட்சேபகரமாக என்ன இருக்கிறது? சொல்". பிறகு அவர் தானாகவே பேசத் தொடங்கினார். அவர் பேச்சில் அதிக அளவில் தன்னம்பிக்கையின் தொனி இருந்தது.

"அது கால்ஸாவுக்கான வெற்றியாகவே இருக்கட்டுமே?" நான் இந்த வாதத்தின் முக்கியமான இழையைப் பிடித்து விட்டேன்.

"அந்த வார்த்தை?" அவர் சிரித்தார்.

"ஆமாம். இப்போது நான் சற்றுத் தீவிரமாக இருந்தேன்.

"அதை வடிவமைப்பதற்கு யார் பொறுப்பேற்பது?" எப்படி இருந்தாலும்... நாம் முக்கியமான பிரச்சினை பற்றி நம் கவனத்தை செலுத்துவோம். முக்கியமான விஷயம் என்னவென்றால், இது அத்தனை மிகவும் அதிகம் விவேகமான விஷயமாகத் தோன்றவில்லை... இந்த வெற்றிகளெல்லாம் இதுபோலப் பிரகடனம் செய்வதற்கானவை அல்ல. இது நடக்கலாம். அல்லது நடக்காமலும் போகலாம். கல்ஸாஜி எங்கே இருக்கிறாரோ... அங்கே எப்போதும் வெற்றியே இருக்கும்... எந்த அந்நிய நாட்டை வேண்டுமானாலும் பார்... அத்தனை தூரம் ஏன் போகவேண்டும்... கல்கத்தாவில், அவர்கள் உண்மையிலேயே ஆதிக்கம் செலுத்தி வருகிறார்கள். இல்லையா குல்ஸார்?"

தன் மஞ்சள் கறைபடிந்த பற்களைக் காட்டியவாறே, அவர் என் சிற்றப்பா பையனைக் கோபத்துடன் வெறித்தார். குல்ஸார் சிரிக்கத் தொடங்கினான்.

"மக்கள் மீதான பயங்கரவாதத்தின் தாக்கம்?" மீண்டும் நான் ஒருமுறை அவருடைய ஆராய்ச்சிப் பற்றிப் பேச்சைத் திருப்பினேன். பயங்கரவாதத்தின் வேர்கள், அமிருதசரஸ்... இவை இரண்டைப் பற்றியும் கோடிட்டுக் காட்டியதற்கான என்னுடைய நோக்கம், இந்த இரண்டு அல்லது மூன்று தலைப்புகள் இந்த விஷயங்கள் பற்றிய என்னுடைய கல்வி சார்ந்த ஆர்வத்தை வெளிப்படுத்துவதாக இருக்க வேண்டும் என்று விரும்பினேன்.

அவர் என்னைத் தீவிரமாகப் பார்த்தார்... கண்களை இடுக்கிக் கொண்டு எதையோ யோசித்தவாறு இருந்தார். பிறகு அவருடைய உதடுகள் நடுங்கின... அவருடைய மஞ்சள் கறை படிந்த பற்கள் வெளித்தெரிய தெரிந்து கொள்ளும் ஆவலில், "உண்மையில் நீ என்ன படித்தாய்?, எல்லாம் குப்பைகள்". பிறகு அவர் மிருதுவாகப் பேசினார். பூராவும் ஏதோ கிணற்றுக்குள்ளிருந்து பேசுவது போல எனக்குக் கேட்டது. நான் கேட்டதெல்லாம்:

"இது ஜர்னலிசம் தவிர வேறெதுவும் இல்லை; எல்லாம் மிகவும் மேலோட்டமானவை. சுத்த கற்பனாவாதம். அல்லது இதைச் சிறந்த புனைவு என்றும் சொல்லலாம். இது எந்தவகையிலும் ஆராய்ச்சி இல்லை. .. எனக்குத் தெரிவந்தவரை... நான் இன்னும் இந்தப் பிரச்சினை பற்றி ஆராய்ந்து கொண்டுதான் இருக்கிறேன்... பிரச்சினைகள் என்னவென்று பரிசோதித்து வருகிறேன். திடீரென்று ஏதோ ஒரு கேள்வி தொக்கி நிற்பதைப் போன்ற பார்வையை என்னை நோக்கி வீசினார்.

"பரிசோதனை!" உரக்கச் சிரித்தேன்.

"ஆமாம், பரிசோதனை இன்னும் போய்க்கொண்டிருக்கிறது". அவர் உதவுவது போல முன்வந்தார்.

"இருந்தாலும், நீங்கள் ஏதாவது ஒரு முடிவுக்கு வந்திருக்க வேண்டுமே" என்று ஆவலுடன் கேட்டேன்.

"முடிவுகள்?" அவர் ஏதோ சந்தேகம் கேட்பது போலக் கேட்டார்.

"ஆமாம், முடிவுகள்..." குல்ஸார் உள்ளங்கைக்குள் எலுமிச்சம்பழத்தைப் பிழிவது போல சைகை செய்தான்.

அவன் அப்படி செய்வதைப் பார்த்தோ அல்லது அவனுடைய வார்த்தைகளைக் கேட்டோ அவர் உரக்க சிரித்தார். பிறகு அவர் கூறத்தொடங்கினார். அதன் சுருக்கம் இது:

"இறுதி முடிவை எட்டுவது என்பது மிகவும் கடினமானது. இன்னும் சொல்லப்போனால் சாத்தியமே இல்லாதது. பயங்கரவாதத்தால் பாதிக்கப்பட்ட மாநிலங்களில் எல்லாம் இளைஞர்களின் ஜனத்தொகையில் மிகப்பெரிய சரிவு ஏற்படும். பெண்களின் சதவிகிதம் அதற்கு ஏற்றாற்போல அதிகரிக்கும். வருங்கால சந்ததியைச் சேர்ந்த மக்களின் சராசரி உயரம் குறையுமே தவிர அதிகரிக்காது. நிறைய பேருடைய வயிறுகள் கர்ப்பிணிப் பெண்களுக்கு இருப்பதுபோலப் புடைத்திருக்கும். அவர்களின் கண்கள் சைனாக்காரர்களைப் போல சுருங்கியும் இடுங்கியும் இருக்கும். அல்லது விழிகள் பிதுங்கித் தெறித்து வெளியில் விழுவது போலவும் இருக்கும். செவிடு மற்றும் ஊமைகள் அன்றாடக் காட்சிப்பொருளாகி விடுவார்கள். சூரியனின் ஒளி கண்களைக் குருடாக்குவது போல பிரகாசமாக இருக்கும். அது மக்களின் கண்களையும் உடம்பையும் உறுத்தும் வகையில் இருக்கும். மக்கள் கணிசமாக அமைதியாகி விடுவார்கள். முதலில் இருந்ததை விட மிகவும் சாதுவாக நடந்து கொள்வார்கள். மக்கள் அப்படி நடந்து கொள்வதற்காக வற்புறுத்தப்படுவார்கள். கால்களை அகட்டிக் கொண்டு வேகமாக நடக்க வற்புறுத்தப்படுவார்கள். ஆண்களும் பெண்களும் எலிகளைப் போல உடலுறவை அனுபவிப்பார்கள். வழக்கத்துக்கு மாறாக இருட்டு கவர்ச்சியாக இருக்கும். இரவுகள் திகிலூட்டுபவையாக இருக்கும். எங்கும் ஒருவகையான மிருகத்துக்கு உள்ளதைப் போன்ற உள்ளுணர்வே ஆட்டிவைக்கும் மக்களுக்கு இடையில் கோழைத்தனம் அதிகரிக்கும். அதை மறைப்பதற்காக அவர்கள் எல்லா வகையான அற்பமான காரியங்களிலும் ஈடுபடுவார்கள். எப்போதும் இதுபோன்ற கோழைத்தனமான காரியங்கள் கதாநாயகத்தன்மையாகக் கருதப்பட்டு அனைவராலும் போற்றப்படும். சந்தேகம் எல்லா இடங்களிலும் தொற்றுநோய் போலப் பரவும். தங்களின் கோழைத்தனத்தை நகல் செய்ய நேரும்போது மக்கள் தங்களின் தைரியத்தை வெளிக்காட்டுவார்கள்.

அப்புறம் போக் சடங்குகளின் போது மட்டுமே சந்தைகள் நடக்கும்.

***

அடுத்த நாள் அவர்கள் இருவரும் என் பாப்புவின் கைப்பிரதிகளைத் தங்களின் அக்குள்களில் இடுக்கிக் கொண்டனர். பின்னர் கிளம்பிச் சென்றனர். "இவற்றை நாங்கள் பிரசுரிப்போம்" என்று கிளம்புவதற்கு முன்பு குல்ஸார் அறிவித்தான்.

***

'என்னுடைய சுயவரலாறு? நான் யோசிக்கத் தொடங்கினேன்.

***

இது வெறும் சிறு துணுக்குகளில் ஒன்றுதான். வீடு திரும்பியதும் நான் எப்படி எதிர்கொள்ளப்பட்டேன் என்பதை 'இப்போது கூறுகிறேன்.

"வேசிமகனே... நீ எல்லைகள் அனைத்தையும் தாண்டிவிட்டாய்... என்னை நரகத்தின் தீயில் தள்ளிவிட்டாய். எந்த ஜென்மத்தின் பழியை இப்போது தீர்த்துக் கொள்கிறாய்? நாசமாகப் போனவனே... நாங்கள் அடுத்தவர்களுக்கு முகங்களைக் காட்ட முடியாதவாறு எங்களை அவமானத்தில் தள்ளிவிட்டாய்... இது எங்களுக்கு சாவைவிடக் கொடியதாக இருக்கிறது... பரத்தைக்குப் பிறந்தவனே... இவன் தனக்குத்தானே கரக்கூ... (போராளி) என்று நினைத்துக் கொள்வதற்கு எல்லையே இல்லாமல் போய்விட்டது..."

இருமிக்கொண்டும் மூச்சடைத்தும், பாப்பு மீண்டும் கண்ணீரைச் சொரிந்தார்.

இந்த வசைகளெல்லாம் என் பாப்பு எறிந்தவை. நான் அமைதியாகக் கேட்டுக் கொண்டிருந்தேன். நானும் சொல்வதற்கும், பேசுவதற்கும் நிறைய இருந்தது. ஆனால் கேட்பது யார்? முன்பும் சரி, இப்போதும் சரி. யாரும் நான் சொல்வதைக் காது கொடுத்துக் கேட்கமாட்டார்கள். என் பேச்சைக் கேட்கவோ தலையாட்டவோ அங்கு யாருமில்லை. திடீரென்று என் கண்களில் கண்ணீர் குளம் போலத் தேங்கியது. என்னைப் பழிவாங்குவதைப்போல அம்மாவின் நினைவு மீண்டும் வந்தது. அவள் உயிருடன் இருந்திருந்தால், நெஞ்சே வெடித்துச் சிதறுவது போல அழுது கதறியிருப்பாள். என் நெற்றியில் மீண்டும் மீண்டும் முத்தமிட்டிருப்பாள். என்னை மீண்டும் மீண்டும் மார்போடு சேர்த்தணைத்திருப்பாள். ஒரு வார்த்தை பேசியிருக்க மாட்டாள். அப்படி ஏதாவது பேசியிருந்தாலும் இதைத்தவிர வேறு எதையும் சொல்லியிருக்க மாட்டாள்.

"நாசமாகப் போனவனே... இந்தப் பாதையை ஏன் தேர்ந்தெடுத்தாய்? உன்னைப் பிரிந்திருக்கும் வேதனையை ஏன் எனக்குக் கொடுத்தாய்?" கொஞ்சம் எரிச்சல் அடைந்திருந்தால் அவள் ஒருவேளை இப்படிக் கூறியிருக்கலாம், ஒரு மனிதனை வாழ்க்கையில் மூன்று விஷயங்கள்தான் நேரான வழியில் நடத்திச் செல்லும்- அன்பு, மரியாதை அல்லது அச்சம்... வெறும் இந்த மூன்று மட்டும்தான்." ஒருவேளை அவள் என்னைப் பிரிவதற்கு முன்பு இந்த வார்த்தைகளையும் வீசி எறிந்திருக்கலாம்... "வாழை மரத்துக்குப் பக்கத்தில் வளரும் பெரிப்பழ மரம் போலத்தான் இது. கெட்ட சகவாசம் பலருடைய வாழ்க்கையையும் கெடுக்கும் மகனே..."

இத்தனை மென்மையானவளும் பாசம் கொண்டவளுமான அம்மாவை ஏன் இந்த பாப்பு அடித்து சாகடித்திருக்க வேண்டும்? என் உள்ளிருந்து எங்கோ ஆழமான சோகம் எழுந்தது.

***

ஏதோ நரகம் தெறித்துத் தலையில் விழுந்தது போல இருந்தது.

நரகமான பகல்வேளைகள்., அதற்குச் சரிசமமாக நரகமான இரவுகள்.

ஐந்தாவது இரவு அப்படியே கடந்து போனது. இன்னும் பாதிதான் கடக்க வேண்டும். ஒருவேளை அதில் பாதி ஏற்கனவே முடிந்திருக்கலாம். அதாவது பாப்பு சிறிது சுதாரித்துக் கொள்ள முடிந்தது. சுதாரித்துக் கொள்வது? துள்ளி விழுந்தவாறும் புரண்டவாறும் இருந்தார். சில நேரம் வலது பக்கத்திலும் சில நேரங்களில் இடது பக்கத்திலுமாகப் புரண்டார். பிறகு அவருடைய உரத்து முணுமுணுக்கும் சத்தம் கேட்டது, "' ஓ புத்தேயா.. வந்து விட்டாயா? போ... போய்விடு. இல்லை. இரு... மாதர்சோத்... க்... க்... க்... க்..."

பைத்தியக்கார அப்பா... எந்த யுகத்தில் வாழ்ந்து கொண்டிருக்கிறார்? இதுபோன்ற வெற்று யூகங்களைக் கொண்டு அவரால் 'அவர்களுக்கு' எதிரான சண்டையை வலிக்க முடியுமா? இத்தனைக்குப் பிறகும், அவர்கள், தோட்டத்தில் முலாம்பழங்களைப் பறித்துக் கொண்டிருந்த பையன்களாக இப்போது இல்லை. இதுபோன்ற கருணையற்ற, குருட்டாம்போக்கான அதிகாரம்,

இவர்களிடமிருந்து எந்தவகையான கருணையை ஒருவர் எதிர்பார்க்க முடியும்?

இறுதியாக அவள் வந்தபோது என் உடலெங்கும் ஒருவகையான நடுக்கம் கிளம்பியது. பிறகு சற்று சுதாரித்துக் கொண்டேன். "அட புத்திசாலியே, அவள் அதே பெண்ணாக இருந்தால் என்ன செய்வது என்று பார்க்கலாம்".

என் வெறுமையான உதடுகளில் புன்சிரிப்பு தோன்றி மறைந்தது. இந்தப் புன்னகைக்குப் பின்னால் எத்தனையோ சங்கதிகள் ஒளிந்துள்ளன. ஆத்திரம், கோபம், வெறுப்பு, கசப்பு, கேலி, புகார், கிண்டல், பெருமை, யாரோ தன் கையில் இறந்த காலத்தைச் சுருட்டி வைத்துக் கொண்டு அதனைக்கேலி செய்வதுபோல."எனக்குக் கொடுத்ததை எல்லாம் திரும்ப எடுத்துக் கொண்டு போ" என்று சொன்னது போல.

யார் என்ன சொன்னாலும், இறந்த காலத்தின் சுமையை உதறித்தள்ளுவது அத்தனை எளிதான காரியமல்ல, அது என் முதுகுக்குப் பின்னால் நடைபோட்டு வந்து கொண்டிருந்தது. ஏறத்தாழ ஒரு பேயைப்போல. சிலவேளைகளில் அது என் பாபாவைப் போல வேடமணிந்திருப்பதைப் போலத் தோன்றும். சில வேளைகளில் தூசியைப் பூசிக்கொண்ட சாதுவைப் போல அல்லது கந்து வட்டிக்கு விடும் பனியாவைப் போல. சில வேளைகளில் என் தாயைப்போல அல்லது என் மூத்த சகோதரியைப் போலக் காட்சியளிக்கும், என் மனக்கண் முன்னால் ஊசலாடிக்கொண்டிருக்கும் இந்த அத்தனை முகங்களும் "கடவுளின் ஏஜெண்டுகளைப்" போலத் தோன்றும். அத்தனையும் அதனதன் இடத்தில் வரிசை கட்டி நிற்கும்., என்ன மோசமான தமாஷா இது? இங்கே கடவுளின் பெயரால்தான் பொதுவாக எல்லாம் செய்யப்படுகின்றன. வற்புறுத்தலும் கூட. சகிப்புத்தன்மையும் அதனைப் பொறுத்துக்கொள்ளும் தன்மையும் கூட. கருணை, மனநிறைவு, ஏற்றுக் கொள்ளுதல். எல்லாம் 'அவன்' பெயரில் இருக்கிறது. ஆனால் மனநிறைவு என்பது நான் இன்னும் எங்காவது இருக்கிறதா என்று பார்க்கக் கூடியதாக உள்ளது. இதுவும் 'அவனுடைய' கருணைதான்.

இதுபற்றி எல்லாம் நான் சிந்தித்துக் கொண்டிருந்தபோது, என் உதட்டில் மீண்டும் புன்னகை அரும்பியது, அப்பாவின்

வசைகளால் நான் ஏன் கோபம் கொள்ளவேண்டும், இவையெல்லாம் இன்னும் சிக்கல் இல்லாமல் நேராகத்தான் போய்க் கொண்டிருந்தன, ஆனால் அவர், “இந்தப் புதிய கர்க்கூ’ (போராளி) என்று முணுமுணுத்துக் கொண்டே தன்னுடைய போர்வையை உதறிக் கொண்டிருந்த போதெல்லாம் அவருடைய வார்த்தைகள் என் தொண்டையில் சிக்கிக் கொள்ளும், அவை இன்னும் அங்கேயே ஒட்டிக்கொண்டிருந்தன. ஒரு நல்ல வார்த்தை கூட ஒரு வசையாக மாறி அடுத்தவர்களின் இதயத்தில் துப்பாக்கிக் குண்டாகத் துளைக்க முடியும் என்பதை உணர்ந்தேன். அதுவும் உன்னுடைய அப்பாவே அந்த வார்த்தைகளை உன்னை நோக்கிச் சுடும்போது,.

இந்த நினைவுகளை நான் உதறிய போது, என்னுடைய கவனம் அறையை நோக்கித் திரும்பியது, சன்னல் வழியாக, நிலவொளி கசிந்து கொண்டிருந்தது. சுவரின் மாடத்தில் மல்லாக்கப் படுக்க வைக்கப்பட்டோ நேராக நிமிர்த்தி வைக்கப்பட்டோ இருந்த கண்ணாடியின் வழியாக அந்த ஒளி கசிந்து வந்தது. ஒரு மோசமான கோணம் ஒன்றில் சாய்ந்திருந்த அது, சரிந்து விழுந்து இப்படி நசுங்கியிருக்கலாம். என் மனைவி ஜீயோனி மீது கோபமாக வந்தது. எத்தனை சோம்பேறியாகவும் அக்கறையற்றவளாகவும் ஆகிவிட்டாள்? அந்தக் கண்ணாடி குழந்தைகளின் கால்களையோ கைகளையோ கிழித்து ரத்தம் கொட்டும் அபாயம் இருக்கிறது. இந்தக் கண்ணாடித் துண்டுகளில் ஒன்றை குழந்தை பப்பு தன்னுடைய வாயிலும் அடைத்துக் கொள்ளலாம், அவனுக்கு இப்போதுதான் ஒன்றரை வயதாகிறது, அப்பாவியாகக் காட்சியளித்தாலும் ரிம்பி கொஞ்சம் புத்திசாலிதான். அவளுக்கு ஆறு வயதாகியிருந்தது,அவனுடைய கைகளைப் பிடித்துக் கொண்டு அவள் அவனைக் கடிந்து கொண்டிருக்கலாம், “முட்டாளே, கண்ணாடித் துண்டைவிழுங்கினால் அதை எடுப்பது மிகவும் கடினம், உன்னை நீயே கொல்லப்போகிறாயா? அப்பாவிடம் சொல்வேன்...”

ஜீயோனி, அந்தப் பக்கமாகத் திரும்பிக் கொண்டாள். நிலவொளியில் அவளுடைய வாடிப்போன முகம் கூட எனக்கு மிகவும் அப்பாவியாகத் தோன்றியது, தலைமுடி சுருண்டிருந்தது, அளவுக்கு மீறி வளர்ந்திருந்தது. பப்புவின் முகமும் ரிம்பியின் முகமும் எனக்கு ஒருவகையில் அழுக்காகவும் அசிங்கமாகவும் தெரிந்தது. எப்போதும் கழுவாத மாதிரியே இருந்தது. ஒவ்வொரு இரவும், தூங்குவதற்காக அவர்கள் அழுதிருக்க வேண்டும். எப்போதும் தாலாட்டுக் கேட்காத குழந்தைகள் இவர்கள். அந்த

வசதிகளெல்லாம் நல்ல அமைதியான காலத்தில் தான் சாத்தியமாகும். கருமையாக இருள்படர்ந்த இரவுகளில் யார் தாலாட்டுக்களைப் பாடப்போகிறார்கள்? அது போன்ற இரவுகளில், தாலாட்டுக்கள் அமைதியுடன் தங்களின் மரணத்தை சந்திக்கின்றன. என் கவனம் மீண்டும் அந்த மாடத்தின் மீது சென்றது. கண்ணில் தீட்டிக்கொள்ளும் மைக்குப்பி அதன் மெல்லிய கண்ணாடித் தண்டு எங்கே போனது? சீப்பின் மீது பூஞ்சை படர்ந்தது போலிருந்தது. தலைக்கு மேல் சிலந்தி வலைகள் தொங்கிக் கொண்டிருந்தன. நான் எழுந்து கொண்டேன். ஒரு தம்ளர் தண்ணீரை முகத்தில் ஊற்றிக்கொண்டு பலகை மீது உட்கார்ந்தேன். தண்ணீரைக் குடித்த பிறகு திடீரென்று ஏதோ ஒன்று என் நினைவுக்கு வந்தது. கால்களை எட்டிப்போட்டு கதவை நோக்கி நடந்தேன். வாயிற்படியில் நின்று கொண்டு, நிலவின் மீது கண் பதித்தேன். பிறகு திடீரென்று கதவை ஓங்கி சாத்தி மூடினேன். பின்னர் படுக்கையை நோக்கிப்போனேன். என் சிந்தனைகளை நீண்ட நேரம் புரட்டிக் கொண்டிருந்தேன், தூக்கம் என்னை விட்டு நழுவிக் கொண்டிருந்தது. ஜீயோனியை தூக்கத்திலிருந்து எழுப்ப வேண்டும் என்று தோன்றியது. ஆனால் அதற்கு மனது வரவில்லை. கடந்த பல நாட்களாக அவள் அத்தனை அதிகமாக என்னிடம் பேசவில்லை. அவள் செய்துகொண்டிருந்ததெல்லாம் மனம் விட்டு சத்தமாக அழுது கொண்டிருந்தது தான். என்னை ஏதோ முற்றிலும் ஒரு அந்நியன் போலக் குழந்தைகள் வெறித்துப் பார்த்துக் கொண்டிருந்தன. அவர்களின் கண்களில் பயம் அப்பியிருக்கும். நான் ஏதோ ஒரு பிசாசு போல. இதெல்லாம் எனக்குப் புரிகிறது. என்ன இருந்தாலும் நான் அவர்களின் தகப்பன். தகப்பன்கள் மீதெல்லாம் வித்தியாசமான பார்வை பதிக்கப்படுகிறது. தூய்மையாகக் கறையேதுமற்று, பாசத்தால் தோய்க்கப்பட்டு. “சரி அப்படிப் போறியா’‘ என்று கண் சிமிட்டிச் சொல்வது போல.

“இது என்ன? என்ன செய்திருக்கிறாய்?” எனக்குள் ஏதோ ஒன்று என்னைக் கண்டித்தது.

“புதிய போராளி... மீண்டும் ஏதோ ஒன்று தொண்டையில் அடைத்துக் கொண்டது. நான் எரிச்சலடைந்தேன்.

பாப்புவிடம் ஒருமுறை சொல்லிவிட வேண்டும் என்று எனக்குத் தோன்றியது. உங்கள் தந்தையாரின் விருப்பத்துக்கு எதிராக நீங்களும் ‘அம்ருத்’ பெற்றுக் கொண்டீர்கள். கேசத்தை

வளர்த்துக் கொண்டீர்கள். பஞ்சாபி சபா இயக்கத்தில் தீவிரமாகப் பங்கேற்றீர்கள். போலீஸ் கொடூரத்தைத் தாங்கிக் கொண்டீர்கள். கடுமையாகத் தாக்கப்பட்டீர்கள். சிறைக்கும் சென்றீர்கள். நீங்களும் அப்போது “புதிய போராளி“ யாகத்தான் இருந்தீர்கள்”. என் ஆலோசனையைத் தொடர்ந்து முன்வைத்தேன்.

என்னால்தான் பாப்பு சித்திரவதை செய்யப்பட்டார். பலநாட்கள் அவர் காவல் நிலையத்தில் வைக்கப்பட்டிருந்தார். கடுமையாகத் தாக்கப்பட்டார். அவருடைய தலைப்பாகையை உருவினார்கள். தாடியை வலுவாகப் பிடித்து இழுத்தார்கள். எல்லாம் என்னால்தான். ஏன் என்று எனக்குத் தெரியவில்லை. ஆனால் இப்போதெல்லாம் அவர் முன்பு இருக்கும் போதெல்லாம் ஒருவகையான தாழ்வு மனப்பான்மை என்னை அலைக்கழிக்கிறது.

அவருடைய காலத்தில் அவர் ஒரு கவிஞராகவும் இருந்தார். மிகப்பெரிய அளவில் மதிக்கவும் செய்தார்கள். அவர் கண்காட்சிகளுக்கும் திருவிழாக்களுக்கும் சென்று கெண்டிருந்தார். சில நேரங்களில் விவாத மேடைகளிலும் பங்கேற்றார். அந்த நாட்களில் பாப்புவின் முகத்தில் எப்போதும் ஒரு ஒளி இருந்தது. ஆயிரக்கணக்கான ஆட்களில், என்னுடைய பாப்பு மீது மட்டுமே என் பார்வை எப்போதும் பதிந்திருக்கும். நீளமாகத் தொங்கும் வால் பகுதியைக் கொண்ட தலைப்பாகையை அணிந்திருப்பார்.

அவருடைய ஒரு பார்வைக்காக மக்கள் தங்கள் கால்கடுக்க நின்று காத்திருப்பார்கள். கண்களை அகல விரித்து அவரைப் பார்த்துக் கொண்டும் அவர் சொல்வதை மிகவும் மரியாதையாகக் கேட்டுக் கொண்டுமிருப்பார்கள். கண்காட்சி முடிந்ததும், பாப்பு மீண்டும் முற்றிலும் சாதாரண மனிதனாகி விடுவார். அதிகமாக வேலைகள் எதுவும் செய்ய மாட்டார். யாரிடமிருந்தும் எந்தப் பணமும் பெற்றுக் கொள்ள மாட்டார். அதனால் எரிச்சலடைந்து, பாபா (தாத்தா) அவரை ‘பொறுப்பைத் தட்டிக்கழிக்கின்றவன்’ என்று கிண்டல் செய்வார். என்னுடைய எண்ணங்களில் இருந்த முரண்பாடுகளை என்னால் சமரசம் செய்து கொள்ள முடியவில்லை. உண்மையிலேயே அது வெறும் வறுமையா அல்லது படிப்புக்குறைவினாலா அல்லது இரக்கமும் அக்கறையும் கொண்டதாலா?

சில நேரங்களில் எனக்கு நானே நினைத்துக் கொள்வேன்.

அவருடைய கையெழுத்துப் பிரதியை நூலாக வெளியிட்டார். ஜன் என்ற நூல். அந்த நாட்களில், அதனை வெளியிடுவதற்காக அவர் ஐந்நூறு ரூபாய் வரை செலவழித்தார். எல்லா புத்தக க் கண்காட்சிகளுக்கும் அந்த நூலைக் கொண்டு சென்றார். அதில் உள்ள கவிதைகளைப் பாட்டாகப் பாடினார். மக்கள் திரண்டார்கள். அவருடைய பாடல்களைக் கேட்டுக் கரவொலி எழுப்பினார்கள். பாராட்டினார்கள். அந்த நேரம், நூலின் எல்லாப் பிரதிகளையும் விற்க முடியும் என்று பாப்பு எதிர்பார்த்தார். ஆனால் அவரால் வெறும் ஐந்து அல்லது ஏழு பிரதிகளைத் தான் விற்க முடிந்தது. வாட்டத்துடன் கிராமத்துக்குத் திரும்பினார். வீட்டை அடைந்ததும், ஆட்டுக்கல்லின் மீது புத்தக க் கட்டை வைத்தார். “இதெல்லாம் விற்கவில்லை”. இதைத்தான் அவரால் சொல்ல முடிந்தது.

புகை பிடிக்கும் சிலும் குழாயில் புகையை உள்ளிழுத்துப் பிறகு காற்றில் மேகமாகப் புகையை மிதக்க விட்டவாறே, பாபா புர்ரா ராம் அவரைப்போலவே அதே குரலில் கேலியாக நகல் செய்தார், “எதுவும் விற்கவில்லை”. பிறகு கோபமான குரலில், “எப்படி விற்கும்? அது என்ன ஏதாவது அபூர்வமான பொருளா? ஐந்நூறு ரூபாய் சாக்கடைக்குப் போய்விட்டது. இந்த வேசிமகன்... எதற்கும் லாயக்கில்லாத தண்டப்பயல்...”

இதைக்கேட்டு தான் நின்றிருந்த பூமிக்குள் அப்படியே புதைந்து போனதைப்போல உணர்ந்தார் பாப்பு. தன்னை யாரும் மிஞ்சுவதற்கு விடாத அதே மனிதன். இரவு முழுவதும் சபையைக் கட்டிப்போட்டு பார்வையாளர்களைத் தன்வசம் கட்டிப் போட்டு வைத்திருந்த அதே மனிதன்.

***

இன்று அந்த மனிதர் பாவம் இதுபோன்ற இக்கட்டில் இருக்கிறார். இதற்கு யார் பொறுப்பு? நான் ஏதோ தாழ்வு மனப்பான்மையில் குமைந்து கொண்டிருந்தது போல இருந்தது.

நான் என்ன செய்திருக்கிறேன்? எங்கோ உள்ளுக்குள் ஆழமாக, நீண்ட பெருமுச்சு என்னிடமிருந்து வெளிப்பட்டது.

***

நான் அவர்கள் முன்பு நின்றிருந்தேன். கிராமப் பஞ்சாயத்தினர் என்னுடன் வந்திருந்தார்கள். கிராமத்தின் மரியாதைக்குரிய

பிரமுகர்கள்: கிராமத்தலைவர் ஸத்தா சிங், மரப்பட்டறை உரிமையாளர் பாக் சிங், சீக்கிய குழுத்தலைவி ஜத்தேதாரிணி தலேர் கவுர், பண்டிட் பிரிஜ் லால், நகாஹி பகத்... இப்படி எல்லோரும் என்னுடைய மனுவைக் கையெழுத்திட்டு அனுப்பியிருந்தார்கள், “பஹ்மானி நிஹாங்கன் கிராமத்தில் வசிக்கும் புர்ரா ராம் பேரன், சாது சிங் ‘ஜக்மி’ மகன் புத் சிங், என்பவரின் நல்லொழுக்கத்துக்கும், நன்னடத்தைக்கும் நாங்கள் உறுதியளிக்கிறோம். மேலும் எப்போதெல்லாம் அழைப்பு விடுக்கப்படுகிறதோ அல்லது தேவைப்படுகிறதோ அப்போதெல்லாம் அவர் காவல் நிலையத்துக்கு வருவார் என்றும் நாங்கள் அவர் சார்பாக உறுதியளிக்கிறோம். பிறகு பாப்புவைப் பார்த்து பண்டிட் பிரிஜ்லால் கண்ணடித்தார். பாப்பு அவர் பின்னாலேயே பக்கத்தில் இருந்து அறைக்குப் போனார். ஓரிரு நிமிடங்களுக்குப் பிறகு அந்தக் காவல் நிலையத்தின் பொறுப்பாளரும் தன் பெல்ட்டை சரிசெய்வது போல பாவனை செய்து கொண்டே அவரும் அந்த அறைக்குள் போனார். பத்து நிமிடம் கழித்து அனைவரும் வெளியில் வந்தனர். பாப்புவின் முகம் ஏதோ பட்டுத்தறியைப் போலத் தோன்றியது.

கிராமத்துக்குத் திரும்பிச் செல்லும்போது ஜத்தேதாரிணி சிரித்துக் கொண்டே சொன்னாள், ‘மல், நீ போலீஸ் ஸ்டேஷனுக்குத் தனியாகப் போயிருந்தால் என்ன ஆகியிருக்கும்?”

என் சார்பாக பகத் நகாஹி பதிலளித்தார். “எல்லாம் பகிரங்கமாகியிருக்கும். சந்தேகம் தருகிற வகையில் அமைந்திருக்கிற இவனுடைய நடவடிக்கைகளைப் பார்த்தால், ரெய்டு செய்ய வந்த போலீஸ் படை சந்தேகப்பட்டு இவன் மீது தாக்குதல் தொடுத்திருப்பார்கள். அப்படி தாக்குதல் தொடுக்கும் போது தன்னைக் காப்பாற்றிக் கொள்ள இவன் நான்கைந்து சுற்று போலீசைப் பார்த்து சுட்டிருப்பான். பதிலுக்கு போலீஸ் துப்பாக்கிச் சூட்டில் அந்த இடத்திலேயே இவன் சுட்டுக் கொல்லப்பட்டிருப்பான். இருட்டை சாதகமாக எடுத்துக் கொண்டு இவனுடைய சகாக்கள் இரண்டு பேர் தப்பித்துப் போயிருப்பார்கள். என்கவுண்டர் நடந்த இடத்திலிருந்து அவர்கள் இரண்டு அல்லது மூன்று சைனா ஏ.கே.47 துப்பாக்கிகள், 249 சுற்று துப்பாக்கிக் குண்டுகள், அதிசக்தி வாய்ந்த ஒரு எறிகுண்டு. 36 கையெறி குண்டுகள், ஒரு நாட்டுத்துப்பாக்கி 51 அல்லது அதற்கும் மேல் காலி காட்ரிஜ்கள்.. அப்புறம் அவன் தலைக்கு இருபது அல்லது இருபத்தைந்தாயிரம் வெகுமதி அறிவித்து இருப்பார்கள். கொடுத்தும் இருப்பார்கள். இப்படி

எல்லாத்தையும் கைப்பற்றியிருப்பாங்க. அதோடு எல்லாம் முடிந்திருக்கும் என் சகோதரனே.அப்புறம் விஷயமே முடிஞ்சிருக்கும். சிங்கம் போன்ற மனம் கொண்ட என் மகன், ஓப்பியத்தின் விலையை விடக் குறைவான தொகைக்குத் தன்னுடைய விலைமதிப்பற்ற உயிரை இழந்திருப்பான்". இந்த வார்த்தைகளுடன் அவர் என்னை ஆரத்தழுவிக் கொண்டு குழந்தையைப் போல அழத்தொடங்கினார். ஏதோ தன் சொந்த மகனை மரணத்தின் பிடியிலிருந்து தப்பிக்க வைத்தது போன்ற திருப்தியில் இருந்தார்.

திடீரென்று உணர்ச்சிவசப்பட்டதால் என் பாப்புவுக்குள் பொதிந்திருந்த கவிஞனின் இதயம் உருகத் தொடங்கியது. பகத் நகாஹியின் தோள்களை அணைத்துக் கொண்டார். கண்களிலிருந்து கண்ணீர் உருண்டோடி வெண்தாடியை நனைத்தது.

'ஒன்றும் பிரச்சினையில்லை. இதெல்லாம் ஒன்றுமில்லை. அங்கங்கு என்கவுண்டர்கள் நடைபெற்றுக் கொண்டுதான் இருக்கின்றன. எனக்கு எங்கிருந்து அத்தனை தைரியம் வந்த து என்று தெரியவில்லை. இந்த வார்த்தைகளைக் கேட்டு, பத்து அல்லது பன்னிரெண்டு ஜோடிக் கண்கள் என்னை திடீரென்று வெறித்துப் பார்த்தன.

அது, பல வருடங்களுக்கு முன்பு என் பக்கம் கண்ணைத் திருப்பிக் கூடப் பார்க்க ஒருமுறைக்கு இருமுறை யோசித்த அதே பகத் நகாஹி தான். ஒருமுறை மிகவும் அப்பாவியாகக் கேட்பது போல என்னைக் கேட்டார், "நீ எந்த ஜாதி?". நான் யதார்த்தமாகச் சென்னேன். "மரத்தச்சன்... விஸ்வகர்மா வழிவந்தவன்". இதைக் கேட்டதும் முதலில் பலமாகக் கையைக் கொட்டிச் சிரித்தார். பிறகு உரக்க வெடிச்சிரிப்பொன்றை உதிர்த்தார். "சாதுவைக்கேள். அவன்தான் அதோ அந்தப் பலகை மீது உட்கார்ந்து ஏதேதோ வார்த்தைகளைக் கோர்த்துக் கொண்டிருக்கிறானே அவனைக் கேள். அவனுடைய குடும்ப வரலாறு பற்றி அவனைக் கவிதை எழுதச் சொல்." சிறிது நேரம் கழித்து மற்றொரு கேள்வியை எடுத்து விட்டார். "உன் பாட்டனாரைப் பார்த்திருக்கிறாய் இல்லையா? அதிருஷ்டவசமாக, அவர் உயிருடன் இருக்கும்போதே நீ ஒரு போக்கிரியாக ஊர் சுற்றிக் கொண்டிருக்கிறாய்".

"ஆமாம். அவரைப் பார்த்த நினைவு இருக்கிறது. எப்போதும் முற்றத்தில் உட்கார்ந்திருப்பார். எப்போதும் சில்லம் குழாயில்

புகைபிடித்தவாறு இருப்பார். அவர் புகையை இழுக்கும் சத்தம் அந்தக் குழாயிலிருந்து குர்ர்... குர்ர்.. என்று தூரத்திலிருந்தே கேட்கும். காதுகளில் எப்போதும் வளையம் ஒன்றை மாட்டியிருப்பார்".

ஒருவகையில், சரி. நான் என்ன சொல்வது? நீயே ஒருவேளை பார்த்திருக்கலாம். அவர் உடலில் எப்போதும் காந்தி அணிந்ததைப் போல மிகவும் குறைந்த ஆடைகளையே அணிந்து சுற்றிக் கொண்டிருப்பார். எளிமையாக ஒரே ஒரு கதர்த்துண்டு, அவ்வளவு தான். என்னேமோ தெரியாது. துணிகள் என்றாலே அவருக்குப் பெரிதாக ஒவ்வாமை இருந்தது. தன்னை எப்போதும் பரபரப்பாக வைத்திருக்க அவரிடம் எக்கச்சக்கமாகப் பணம் இருந்தது. பிறருக்கு அவர் வட்டிக்குப் பணம் கொடுத்து வந்தார். அதுவும் வழக்கமாக நிலவி வந்த வட்டியை விட மூன்று அல்லது நான்கு மடங்கு. கடன் வாங்குபவரின் நகைகளை வைத்துக் கொள்வார். அவர்களின் சொத்துக்களை அடகு வைத்துக் கொள்வார். உங்கள் வீட்டில் தானியங்களை எடைபோடும் தராசில்தான் எப்போதும் தங்கத்தையும் எடைபோடுவார்கள் என்று கேள்விப்பட்டிருக்கிறோம். உங்கள் வீட்டில் குறைந்தது தங்கத்தால் ஆன செங்கற்கள் நான்கு உள்ளன என்று..." அவருடைய கள்ளத்தனமான பார்வையைப் பார்த்து முதலில் எனக்கு சற்றுப் பதட்டமாக இருந்தது. பயமாகவும் இருந்தது. இறுதியில் நடுக்கம் எடுத்தது. என் தொண்டையில் பந்தாக ஏதோ அடைத்துக் கொண்டது. நான் அழுகின்ற நிலைக்கு வந்தபோது, என்னைப் பாசத்துடன் தட்டிக்கொடுத்தார். என் முகத்தையும் முதுகையும் தடவிக் கொடுத்தார். சிறிது நேரத்துக்குப் பிறகு நானே சுதாரித்துக் கொண்டேன். அவரிடமிருந்து உருவிக்கொண்டு விலகி நின்றேன். ஏதோ தேனீயால் கொட்டப்பட்டதைப் போல சடாரென்று அவரை உதறினேன்.

"அடேய்.. இப்போது என்னிடம் பேச மாட்டாயே? ரொம்பவும் புத்திசாலிதான் நீ". உதட்டை நாக்கால் ஈரப்படுத்திக் கொண்டு, மெலிதாகப் புன்னகைத்தார்.

ஏதோ டன் கணக்கில் பளு என்னை விட்டு நீங்கியது போல மனம் சற்று லேசானது. அந்தக் கணமே, இந்த ஆளிடம் ஏதாவது தந்திரம் செய்தாக வேண்டும் என்று எனக்குத் தோன்றியது. எதுவும் இல்லையென்றால், குறைந்தது அவருடைய வேட்டியில் ஒரு தேளை விட வேண்டும் என்றும் நினைத்தேன்.

பாபாவின் (தாத்தா) மரணத்துக்குப் பிறகு, பாப்பு இரவு முழுவதும் வீட்டின் தரையை ஒரு அங்குலம் விடாமல் முழுவதும் தோண்டினார் என்று எக்காரணம் கொண்டும், இவரிடம் சொல்லக் கூடாது என்று தீர்மானித்துக் கொண்டேன். ஆனால் அத்தனை உழைப்புக்குப் பிறகு அந்த வீட்டில் அவருக்குக் கிட்டியதெல்லாம் வாயகன்ற ஒரு பெரிய பாத்திரம் மட்டுமே. அந்தப் பாத்திரத்தில் பிரிட்டிஷ் மகாராணியின் முத்திரை தாங்கிய ஒரு இரண்டாயிரம் ரூபாய்த்தாள் மட்டுமே இருந்தது.

"உண்மையில், கொள்ளையர்களால் கொல்லப்பட்ட தேலு பனியாதான் எல்லோருக்கும் வட்டிக்குப் பணம் கொடுத்து வந்தான்." என் தாழ்வு மனப்பான்மையைத் தவிர்க்க முயற்சித்தேன். "பச்சு, திருடர்கள் உங்கள் வீட்டையும் தாக்கினார்கள். அதுதான் உன் பாபாவின் உயிரைப் பறித்து விட்டது. அதாவது அவர் தானே நதியில் மூழ்கித் தன் உயிரைப் போக்கிக் கொள்ள முடிவெடுத்தார் என்று சொல்வார்கள்". அவர் இதை ஏதோ உள்நோக்கத்துடன் தான், இன்னும் சொல்லப்போனால் ஏதோ ஒரு உள்ளர்த்தத்துடன் தான் இதை என்னிடம் கூறினார்.

"ஆனால், உங்களுடைய, நீ எந்த சாதியை சேர்ந்தவன் என்ற கேள்விக்கும் இதுபோன்ற விஷயங்களுக்கும் என்ன தொடர்பு?" அந்த ஆளின் பேச்சைத் தவிர்ப்பதற்கும் அவருடைய உரையாடலை திசை திருப்பும் நோக்கிலும் அவரிடம் நான் இந்தக் கேள்வியைக் கேட்டேன்.

"ஆமாம். அதுவும் சரிதான். நான் வெறுமனே எதையோ அசைபோட்டுக் கொண்டிருந்தேன். உனக்கு பயமாக இருந்தால் நான் வேறு எதையாவது சொல்கிறேன். உன் பாட்டனார் திருமணம் செய்து கொள்ளாமல் இருந்தார். ஒருமுறை அவர் அந்த... ஆட்களில் ஒருவனுடைய மகளுடன் கையும் களவுமாகப் பிடிபட்டார். அந்த ஆட்களை என்னவென்று சொல்வோம்? அதுதான் மாட்டு வண்டிகளை ஓட்டிக்கொண்டு... தெருத்தெருவாக அலைந்து சமையல் பாத்திரங்களை விற்றுக் கொண்டிருப்பார்களே, அந்த ஆட்கள். அந்த சம்பவம் மிகப்பெரிய சர்ச்சையில் முடிந்தது. இறுதியில் அவர் அந்தப் பெண்ணையே திருமணம் செய்து கொள்ள வேண்டியதாயிற்று. நீண்ட காலம், இருதரப்பிலும் தங்களுக்குள் கொடுக்கல் வாங்கல்களை வைத்துக் கொண்டிருந்தார்கள். இந்த

மாட்டுவண்டிக்காரர்கள் இருக்கிறார்களே அவர்கள் ராஜபுத்திரர்கள் என்று உனக்குத் தெரியுமா? நீயும் அவர்களில் ஒருவன்தான்".

நான் மிகவும் குழம்பிப்போனேன். அந்த நகாஹி பகத் எப்போது அங்கிருந்து நழுவினார் என்று தெரியவில்லை.

அன்று மாலையே, பண்டிட்ஜியின் மகன் பிஷேஷர், நான் இன்னும் சில சிறுவர்கள் ஆலமரத்தின் விழுதுகளில் ஊஞ்சல் கட்டி விளையாடிக் கொண்டிருந்தோம். அது பின்மாலை நேரமாக இருந்தது. சூரியன் இன்னும் மறைந்திருக்கவில்லை. நாங்கள் மரங்களின் மீது மேலே ஏறியும் இங்கும் அங்கும் குதித்து விளையாடிக்கொண்டும் இருந்தோம். இறுதியாக நாங்கள் அந்தக் குளத்தின் கரையில் வந்து நின்றோம். குளத்தின் நடுவில் மற்றொரு பெரிய ஆலமரம் ஒன்று இருந்த . அதிலும் நாங்கள் முன்பு விளையாடியதைப் போலவே அட்டகாசம் செய்து கொண்டிருந்தோம்.

பிஷேஷர் ஏதோ பெரிய மனிதனைப் போலப் பேசினான். "இதற்குக் கீழே இன்னும் பல ஆலமரங்கள் இருக்கின்றன. கீழே. மிகவும் ஆழத்தில், நேராக நரகம் வரை அது போகும். அதன் வேர்கள் எல்லா இடத்திலும் பரவியிருக்கும். பூமியின் ஒரு முனையிலிருந்து மற்றொரு முனை வரை."

இது போலப் பேசிக்கொண்டு நாங்கள் ஆலமரத்தின் அடியில் நின்றோம். அவன் நிமிர்ந்து பார்த்தான். "அடேயப்பா... பிரமாதம். சும்மா அந்த இலைகளின் வழியாகப் பார்" என்றான். அவனுடைய வாய் அகலமாகப் பிளந்திருந்தது. நான் எனக்குச் சொன்னபடிசெய்தேன். "இங்கு உச்சாணிக்கிளையை எங்காவது உன்னால் கண்டுபிடிக்க முடியுமா?' அதே குரலில் அவன் பேசினான். நான் வாயால் 'இச்' ஒலியை எழுப்பினேன். ஏறத்தாழ ஒரு புயலின் தலையின் உச்சியைப் போல... முடிவில்லாது... வா. நாம் 'மரம்... மரம்...' விளையாடுவோம். நாம் இருவரும் மரம் என்று கற்பனை செய்து கொள். நம்முடைய வேர்கள் எங்கிருக்கிறது என்று உனக்குத் தெரியுமா? நம்முடைய மூதாதையர்களில்... ஆவிகளைப் போல, அவை சொர்க்கத்தில் உலவிக் கொண்டிருக்கின்றன." பிறகு அவனுக்கு என்ன ஆனதென்று எனக்குத் தெரியாது. அவன் வாயை அகலத் திறந்து கூச்சலிட்டான், "நீ எப்போதாவது ஒரு பெண்ணை நிர்வாணமாகப் பார்த்திருக்கிறாயா?" "இல்லை. சுத்தமாக

நிலைதடுமாறிய நிலையில் சொன்னேன். "ஏன் அப்படிக் கேட்கிறாய்?" அவன் சொன்னான். "நான் பார்த்தேன். அங்கே இருக்கும் அந்தக் குடிசையில். கருங்காலி நிறத்தில் கருப்பாக இருக்கும் அந்த சாது வசிக்கும் குடிலில்... உன்னுடைய அம்மாவும் இரவு நேரங்களில் அங்கு வருகிறாள்". நான் அந்தக் குடிலை மேட்டுக்கும் கல்லறைக்கும் நடுவில் பார்த்திருக்கிறேன். அதன் பின்னால் துருத்திக் கொண்டு மரங்கள் அடர்ந்து நின்றிருக்கும். அந்த அடர்த்தியான மரங்களுடன் அந்தக் குடில் கண்ணாமூச்சி விளையாடிக் கொண்டிருக்கும்.

எரிச்சல் மிகுந்த குரலில், " அவள் ரொட்டிகளைக் கொடுப்பதற்காக அங்கே போகிறாள்" என்றேன். "ஓ அப்படியா? ஆமாம். இருக்கலாம். அங்கு ரொட்டிகளைக் கொடுப்பதற்காக உன் அம்மா அங்கே போகலாம்.,.. ஆனால் உன் பாப்பு ஏன் அவளை எப்போதும் அடித்து வெளுக்கிறார்? ஒவ்வொரு நாளும் தவறாமல் அடிக்கிறாரே? அது ஏன்?"

எனக்குக் கண்ணீர் முட்டிக் கொண்டு நின்றது. ஏறத்தாழ அழுதுவிடுவேன் போலத் தோன்றியது. "அட கீழ் சாதிக்குப் பிறந்தவனே... மரியாதையாக உன் வீட்டுக்கு ஓடிப்போய்விடு. ராத்திரி ஆகப்போகிறது. அந்தக் கருங்காலிக் கருப்பு நிற சாது, இன்னும் கொஞ்ச நேரத்தில் தன்னுடைய சூனிய சேனையை அவிழ்த்து விடப்போகிறான்... அவர்களின் நீண்ட தாடிகளை ஆலமரத்தின் கிளைகளில் கட்டி விடுவான். அவை அங்கே நடனமாடிக் கொண்டிருக்கும்". இந்த வார்த்தைகளைக் கேட்டு அவன் அங்கிருந்து உடனே சிட்டாகப் பறந்து விட்டான். நானும் மெல்ல அடியெடுத்து நடந்தேன். பிறகு அவன் பின்னால் நானும் வேகமாக ஓடினேன்.

***

இந்த சம்பவம் நடந்து ஏறத்தாழ ஒரு மாதத்துக்குப் பிறகு, ஒருநாள், தலேர் கவுர் என்னை தெருவிலேயே எதிர்கொண்டாள். முன்பெல்லாம் அவள் வேறு மாதிரி இருந்தாள். இப்போது இருப்பதைப் போல இல்லை. சொல்லப்போனால், இப்போது அவள் மெத்தையைப் போல உப்பியிருக்கிறாள். முன்பெல்லாம் அவள் இளமையாகவும் பருவ வயதின் யௌவனத்திலும் இருந்தாள். கிட்டத்தட்ட ஒரு முசுக்கொட்டைச் செடியின் புதரைப்

போல. அவளுக்குத் திருமணமாகி ஒரு வருடமாகியிருக்கும். ‘தியோரா, தியோரா’ என்று கத்திக் கொண்டே அடிக்கடி உள்ளே ஓடி வந்து என்னை சூடாகக் கட்டியணைத்துக் கொள்வாள். என்னைத் தன் மடியின் மீது உட்கார்த்தி வைத்து இறுகக் கட்டிக் கொள்வாள். அந்த இறுக்கத்தில் நான் வாய் விட்டு அலறுவேன். பிறகு என்னுடைய கன்னங்களைக் கிள்ளிவிடுவாள். அனைத்தும் மறந்த நிலையில் முத்தமாரி பொழிவாள். எந்த அளவுக்கு என்றால் ஏறத்தாழ குருடாகி விடும் அளவுக்கு என்னை முத்தமிடுவாள்.

அவள் என் மூத்த சகோதரியுடன் மிகுந்த நட்புடன் இருந்தாள். அவளுக்கு இருந்த வருத்தமெல்லாம் என் சகோதரி ஏன் அந்த துஹாஜூவை (இரண்டு பெண்டாட்டிக்காரன்) மணக்க வேண்டும் என்பது தான். திருமணம் முடிந்த பிறகு என் சகோதரி ஒரு வருடம் மட்டுமே உயிருடன் இருந்தாள். பிறகு இறந்து போனாள். அப்போது தலேர் கவுர் என்னைத் தன் மார்புடன் இறுக அணைத்துக்கொண்டு மிகுந்த துயரத்துடன் வாய்விட்டுக் கதறி அழுதாள்.

“நாசமாகப் போன என் பெற்றோர், அவளைப் போலவே என்னையும் ஒரு புதைகுழிக்குள் தள்ளி விட்டார்கள். என்னைத் திருமணம் செய்து கொண்டவன் குடிசைக்குள் உட்கார்ந்துகொண்டு எப்போதும் ஓபியத்தை அதக்கிக் கொண்டிருக்கிறான். அந்தக் கிறுக்கன், தன்னிலை மறக்க இரண்டு குவளை சாப்பாடு போதும். அப்புறம் கைநிறைய ஓபியம்., ஒரு தம்படிக்குக் கூட லாயக்கில்லாதவன். நாசமாகப் போகட்டும். முட்டாள் நாய்... ஒல்லிக்குச்சி... துடைப்பக்கட்டை.... அறிவே கிடையாது. சாகவும் மாட்டேன் என்கிறான், என் வாழ்க்கை இப்படியே தான் போய்க்கொண்டிருக்கும்.”

அவள் நீண்ட பெருமூச்சை விட்டாள்.

மீண்டும் தன் நினைவின் இழைகளைப் பிரித்தாள். “ஒருநாள் நாம் எல்லோரும் டவுனுக்குப் போகவேண்டும். அங்கே என்ன வாங்க வேண்டும்? குப்பைத் தொட்டியையா? நாங்கள் எல்லோரும் மெல்லிசான கதர் துணியை சல்வார் தைத்துக் கொள்வதற்கு வாங்கினோம். ஆளுக்கு ஒன்று அப்புறம்... தம்பி... கண்ணாடி வளையல்கள். குழாயிலிருந்து தண்ணீர் பிடித்துக் குடித்தோம். பிறகு வீட்டுக்குக் கிளம்பினோம். வீதியின் நடுவில் நடந்து சென்றோம். அங்கே தான் உன்னுடைய அக்கா ஒரு அணாவுக்கு

'பானிபூரி' வேண்டுமென்று கேட்டாள். அங்கேதான் உன் அம்மாவுடன் சண்டை போட்டாள். அவளுடைய பிடிவாதம் எல்லோரும் அறிந்தது. இந்த வீதியை விட்டுக் கொஞ்சம் தள்ளி அந்தப்புறம் வா... அப்புறம் உன்னை வச்சுக்கிறேன்" என்று உன் அம்மா சொன்னாள். கடையில் உன்னுடைய அக்கா பொறுமையை இழந்து, ஓ அம்மா... நாம் இப்போ நகர எல்லைக்கு வெளியேதான் இருக்கிறோம். அதனால் தம்பி, நாங்கள் நகரத்தின் வெளிப்புற எல்லைக்குப் போக வேண்டியிருந்தது. அப்படியே அந்த இடத்தை அடைந்தோம். அவ்வளவுதான். எங்கள் வளையல் கிணுகிணுக்க நாங்கள் எங்கள் கிராமத்தை அடைந்தோம்..." இப்போதெல்லாம் உன்னுடைய அம்மா அடிக்கடி பழையதை நினைத்துப் பார்த்து பொங்கிப் பொங்கி அழுகிறாள். ஆனால் ஒருமுறை இழந்த காலத்தை மீண்டும் நாம் மீண்டும் பெறமுடியாது. உன்னுடைய அம்மா நிரந்தர நோயாளியானாள்... எத்தனையோ வருத்தங்களின் சுமை தாளாமல்... எல்லாவற்றுக்கும் மேலாக, உன்னுடைய இந்தக் கோபக்காரத் தகப்பன் வேறு. அவரைப் போல நூறு பேரைக் கண்டு பிடிக்கலாம்... நீண்ட காலமாக அந்த ஆள் பெருங்குடிகாரன். ஆனால் இப்போது இன்னும் அதிகமாக க் குடிக்கத் தொடங்கிவிட்டார். போதாததற்கு அடுத்தவன் வீட்டுப் பெண்களின் பின்னால் வேறு அலைகிறார். போயும் போயும் அடுத்தவனின் நிலத்தில் மேய்வது எப்போதும் திருப்தி அளிக்காது இல்லையா? என்னதான் இருந்தாலும் பெண் எப்போதும் பெண்தான். இப்படி சொல்லிக் கொண்டிருந்த தலேர் கவுர், அதுவரை அழுது கொண்டிருந்தவள், திடீரென்று சிரிக்கத் தொடங்கினாள். இந்த சந்தர்ப்பத்தைப் பயன்படுத்தி என் கன்னத்தில் ஒருமுறை கிள்ளினாள்.

***

"பஞ்சாயத்துக்காரர்களே... நாம் இங்கேதான் இருக்கிறோம். கிராமத்தை அடைந்து விட்டோம். இப்போது முன்னேறிச் செல்லுங்கள்". டோங்கா ஓட்டும் கேரு, குதிரையின் முதுகைத் தடவிக் கொடுத்தான்.

ஏதாவது ஒருநாள் நீ எல்லாத் தெருக்களிலும் அலைய வேண்டியிருக்கும். இந்த பாகியை (கலகக்காரனை) எப்போதும் முற்றத்தில் தான் கட்டிப் போட்டிருக்கிறோம்".

பிரிஜ்லால் 'திடால்', டோங்காவிலிருந்து இறங்கியதும் பொதுவான ஒரு விஷயத்தைப் பற்றிப் பேச்சை எடுத்தார். நாங்கள் கிராமத்தின் புறப்பகுதியை அடைந்தோம். பிரதான வாயிலை நெருங்கியதும், நாங்கள் அனைவரும் தனித்தனியாகப் பிரிந்து போக வேண்டியிருந்தது. பிரிஜ்லால், என் தந்தையை நெருங்கி அவர் காதில் கிசுகிசுத்தார், "ஸாது சிங்கா, செங்கல் ஏற்கனவே கிணற்றில் விழுந்து விட்டது. இப்போது அது ஈரமாவதை எதனாலும் தடுக்க முடியாது. நீங்கள் ஒருமுறை கைது செய்யப்பட்டதும் எல்லாவகையான சுடுசொற்களும் உங்களுக்குப் பழக்கமாகிவிடும். அவனுக்கு இப்போது கல்யாணம் செய்து விடுங்கள். எத்தனை சீக்கிரம் முடியுமோ அத்தனை சீக்கிரமாக". மீண்டும் பாப்புவின் முகம் வெளிறிப்போனது.

மறுநாள் காலையில், வெளியிலிருந்து சில குரல்கள் கேட்டன, "நீயே பார் ஸாது... அப்புறம் ஒரு முடிவுக்கு வா. பையாஜி, இப்படித்தான் காலத்தின் போக்கில் விஷயங்கள் மாற்றம் அடைகின்றன. எப்படியிருந்தாலும் அவன் சாகவேண்டியவன்தான்... ஆனால் அந்த சாமியாருடன் கைகோர்த்து, அவன் நிச்சயம் உன் வாழ்க்கையைக் கெடுத்து விட்டான்... நாம் அதுபோன்ற மோசமாக காலத்துக்குக் கீழிறங்கியிருக்கிறோம். இனி வயதுக்கு எந்த மரியாதையும் கிடையாது. முந்தாநாள் தான் இது நடந்தது... விடியற்காலையில்... அப்போ ரொம்பவும் இருட்டாகத்தான் இருந்தது. பொழுது விடியவில்லை. பாய்ஜி... என்னைப் போன்ற ஒரு முட்டாளுக்கு என்ன தெரியும். எனக்கு ரொம்பவும் தர்மசங்கடமாகப் போய்விட்டது. என்னால் உன்னிடம் சொல்லவே முடியாமல் போனது. இரவு முழுதும் விழித்துக் கொண்டே இருந்தேன். அந்த அதிகாலை நேரத்தில் எழுந்து போய் இந்த மாடுகளுக்கு ஏன் புல் காட்டக் கூடாது என்று நினைத்தேன். ஒரு கூடையை என் தலைமீது கவிழ்த்துக் கொண்டு தொட்டியை நோக்கிப் போய்க்கொண்டிருந்தபோது... நான் என்ன பார்த்தேன் என்பதை இப்போது உன்னிடம் இப்போது எப்படி சொல்ல முடியும்? என்னுடைய சின்ன மருமகள்... ஆட்டுக்குட்டி போன்ற அந்தப் பெண், கால்களை அகல விரித்துக்கொண்டு அந்தப் பையனைக் கட்டித் தழுவிக் கொண்டு படுத்திருந்தாள். உலகையே மறந்திருந்தாள். அப்புறம் பகல் நேரத்தில் என் மருமகள் நடந்து கொண்டது பற்றி இவளுக்கு நான் சொல்ல சொல்ல முயன்றபோது, எந்தக் கூச்சமும் வெட்கமும் இல்லாமல் என்னிடம் சொல்கிறாள்... "பெபிஜி, இப்போ

காலம் மாறிப்போச்சு... நீங்கள் உங்கள் முகத்தை அந்தப்புறமாகத் திருப்பிக் கொண்டு போயிருக்க வேண்டியதுதானே?" தன் முகத்திரையை இழுத்து விட்டுக் கொண்டு, என் பாப்பு பக்கம் பார்வையை ஓட்டியபடியே, ஸன்டி மீண்டும் ஆரம்பித்தாள். "இப்போ உங்களிடம் நான் என்ன சொல்லட்டும்? உங்க குர்த்தாவை யாரிடமாவது தூக்கிக் காட்டினால் அது உங்கள் தொப்பையைக் காட்டுவதில்தான் முடியும்... என்னுடைய இந்த மருமகள் ரொம்பவும் ஆபத்தானவள்... அவள் பற்றியெரிகின்ற சுடரைப் போன்றவள்... வேசிக்குப் பிறந்தவள்..."

இதைக் கேட்டதும் பாப்புவின் கைகளிலிருந்த ஜபமாலை நழுவிக் கீழே சரிந்தது. அவரால் சொல்ல முடிந்ததெல்லாம், "வாஹே குரு... வாஹேகுரு..."

ஸன்ட்டி, முற்றாத நெல்லி போல சிவந்து போனாள். குளிர்காலத்தைப் போல குளிர்ச்சியாக. "பைய்யா, நான் உங்களிடம் சொல்ல வந்த து என்னவென்றால் பாய்ஜி, நீங்கள் கடவுளுக்கு நன்றி சொல்ல வேண்டும். அந்தப் பையன் வீட்டுக்கு நலமாகவும் பத்திரமாகவும் வந்து சேர்ந்தான். நம்மைச்சுற்றி ஆயிரக்கணக்கில் ஆபத்துக்கள் சுற்றிக்கொண்டே இருக்கின்றன. கடவுள் காப்பாற்றட்டும்... துரதிருஷ்டவசமாக ஏதாவது நடந்திருந்தால், வாழ்க்கை முழுவதும் உங்களை நீங்களே சபித்துக் கொண்டு இருப்பீர்கள்... கடவுள் புண்ணியத்தில் அவன் உங்களுக்கு சமமான உயரத்தில் இப்போது இருக்கிறான். அவனுக்கு ஒரு குடும்பமும் இருக்கிறது... அப்புறம் உங்கள் கோபம் பற்றி எல்லோரும் அறிந்ததே. அவனுடன் எந்தத் தகராறும் வைத்துக் கொள்ள வேண்டாம். உங்கள் மார்புக்கு அருகில் அவனை வைத்து அணைத்துக் கொள்ளுங்கள்". இந்த வார்த்தைகளைப் பேசி முடித்து விட்டு அவள் கிளம்பினாள். அவள் வாசற்படியைத் தான் தாண்டியிருப்பாள். முதலில் பாப்பு பெரிதாக ஊளையிடுவது போலச் சத்தமிட்டார். பிறகு விட்டு விட்டுத் தேம்பி அழுது விட்டுப் பின்னர் சத்தமாக வெடித்து அழத்தொடங்கினார்.

எதையோ தீர்மானித்தது போல நான் படுத்துக் கொண்டே இருந்தேன். 'ஒரு வகையில் இந்த மனிதன் என் தாயாரையும் சகோதரியையும் கொன்றவன். அவனிடம் நான் எக்காரணம் கொண்டும் பேசப்போவதில்லை.' ஏதோ அவரிடம் பேசவே கூடாது என்ற வைராக்கியம் என்னுள் கிளர்ந்தது போல இருந்தது. ஆனால்

அவர் நீண்ட நேரம் அழுகையை நிறுத்தாமல் இருந்தது என் மனதை உருக்கத் தொடங்கியது. என்னதான் இருந்தாலும் அவர் என் பாப்பு. அவர்தான் என்னை வளர்த்தார். படிக்க வைத்தார். அவருடைய ஆதரவால் மட்டுமே ஒரு பாலிடெக்னிக்கில் மெக்கானிகல் இன்ஜினியராக பட்டயப்படிப்பைப் படிக்க முடிந்தது. எனக்கு வேலை கிடைக்கவில்லை என்பது வேறு விஷயம். இந்த நேரத்தில்தான் நான் துபாய் போக வேண்டும் என்ற எண்ணம் என்னைப் பிடித்தாட்டியது. அதற்காக எப்படியோ தேடித்தேடி ஒரு ஏஜெண்டைப் பிடித்தேன். பாப்பு தன்னிடமிருந்த எல்லாப் பணத்தையும் அதற்காக செலவுசெய்தார். ஆனால் விஷயம் பெரிய மோசடியில் முடிந்தது. அந்தப் பணத்தைத் திரும்பப் பெறுவதற்கு நீண்ட காலம் பிடித்தது. எங்கள் வீட்டிலிருந்த சிறிய தொழிற்சாலை ஒன்றிலிருந்து எங்களால் செய்ய முடிந்த அனைத்தையும் செய்தோம். எங்களால் இயன்ற அளவில் சின்னச்சின்ன வேலைகளைக் கூட எடுத்துக் கொண்டோம். இருவரும் ஒன்றாக.

தொழில்நுட்பம் கொஞ்சம் கொஞ்சமாக எங்கள் பிழைப்பில் நுழைந்தது. எங்களுக்கும் அது தன் தாக்கத்தை எங்கள் மீதும் ஏற்படுத்தியது. ஜாட்டுகள் ஒருபடி முன்னே சென்று, தங்கள் பயன்பாட்டுக்காக டிராக்டர்களை வாங்கி வந்தார்கள். கதிரடிப்புக் கருவிகளும் அவர்கள் நிலங்களில் நிறுவப்பட்டன. சாதாரணக் கிணறுகளின் இடங்களில் ஆழ்துளைக்குழாய்க் கிணறுகள் வந்தன. விவசாயத்துக்கான பாரம்பரியமான கைக்கருவிகள், கதிர் அரிவாள், ஏர்க்கலப்பைகள், எருதுகளின் கழுத்துக்களில் மாட்டும் வளையங்கள் ஆகிய எல்லாம் பயனற்றுப் போயின. எங்கள் தொழிற்சாலையை மூட வேண்டியதாயிற்று. நவீன தொழில்நுட்பம் பற்றி எனக்கு சிறிதளவு ஞானம் இருந்தது. எனக்கு என் வேலை பற்றித் தெரிந்திருந்தாலும் சற்றுத் தளர்வான மனநிலையிலேயே இருந்தேன். ஆனாலும் நான் கட்டை விரலை ஆட்டிக்கொண்டு கொண்டு வெறுமனே பின்வாங்கி உட்கார மறுத்துவிட்டேன். பழுதான இயந்திரங்களைப் பழுதுபார்க்கத் தொடங்கினேன். என்ன இருந்தாலும் நான் ஒரு மெக்கானிக் இல்லையா?

ஆனாலும் என் பாப்பு அத்தனை திருப்தியாக இல்லை. அவருக்கு வேண்டியதெல்லாம் அவர் வாழ்வதற்குத் தேவையான கடும் உழைப்பு. என்னைப் பற்றி அதிகமாகக் கவலைப் படத் தொடங்கிய அவர் மேலும் அதிகமாக மதுவை நாடத் தொடங்கினார்.

அந்த காலகட்டத்தில்தான் பஞ்சாபில் தீவிரவாத செயல்கள் அன்றாட செயல்பாடுகளாக ஆகியிருந்தன. ரயில்வே நிலையங்கள் கொளுத்தப்பட்டன. ஒவ்வொரு நாளும் எட்டிலிருந்து பத்துப் பேர் கொல்லப்பட்டார்கள். பிறகு ஆட்களை பேருந்துகளிலிருந்து வலுக்கட்டாயமாக வெளியில் இழுத்துப் போட்டு முரட்டுத் தனமாகச் சுட்டார்கள். கண்ணுக்குத் தெரியாத வகையில், அதுபோன்ற மனிதர்களின் எண்ணிக்கை நாளுக்கு நாள் அதிகரித்து வந்தது. இப்போது சூரிய அஸ்தமனத்தின் முன்பே, மக்கள் வீடு சேர்ந்து கதவுகளை அடைத்துக் கொண்டு வீட்டுக்குள்ளேயே இருக்கத் தொடங்கினார்கள். உண்மையில் என்னதான் நடக்கிறது? அப்புறம் ஏன் இப்படி நடக்கிறது? இவை பற்றி எதுவும் என்னால் அறிந்து கொள்ள முடியவில்லை. இந்துக்களுக்கும் சீக்கியர்களுக்கும் இடையிலான விரிசல் எப்படி நாளுக்கு நாள் தீவிரமடைந்து வருகிறது என்பது பற்றியும் தீவிரவாதம் எல்லா இடத்திலும் எப்படிப் பரவியுள்ளது என்பது பற்றியும் செய்தித் தாள்களெல்லாம் பரபரப்பாகச் செய்திகளை வெளியிட்டுக் கொண்டிருந்தன. இவை எல்லாமே எங்களுக்கு ஆச்சரியமளித்தன. கிராமங்களைப் பொறுத்தவரை, இதுபோன்ற விஷயங்களுக்கெல்லாம் தடயம் எதுவும் கிடைக்காது. அப்படி எதுவுமே இல்லாதபோது எங்கிருந்து கிடைக்கும்? ஒரு கால் பாட்டில் மதுவைக் குடித்து முடித்த பிறகு பாப்பு தன்னுடைய கதையை அவிழ்த்து விடத் தொடங்குவார். "இந்தக் கலவரங்களெல்லாம் நகரவாசிகளால் உருவாக்கப்படுபவை. அவர்களுக்குத் தாங்கள் உண்ணும் உணவு செரிமானம் ஆவதில்லை. சுய அகந்தையால் வீங்கிப் போய்... நாசமாகப் போட்டும். அதிகாரப் பசி பிடித்து அலைகிறார்கள். வேறு என்ன இது? அவர்களுடைய உட்பூசல்கள் பஞ்சாபை நாசமாக்கி விட்டது. அதிகாரத்துக்காகத் தரகு வேலைகளில் இறங்கியிருக்கிறார்கள். பிறகு, சாமானியர்கள், உழைக்கும் மக்கள் அல்லது தொழிலாளர்கள் தான் இதற்கான விலையைக் கொடுத்துக் கொண்டிருக்கிறார்கள்". அவர் மணிக்கணக்கில் இதுபோல நிறுத்தாமல் பேசிக்கொண்டிருப்பார்.

நான் என்றும் மதம் தொடர்பான வைதீகத்தின் தீவிரமான ஆதரவாளன் கிடையாது. என்னுடைய பாப்பு துன்புறுத்தப்பட்டார். இருமுறை சிறைக்கும் அனுப்பப்பட்டார். முதன்முறையாக பஞ்சாபி சபா நடத்திய கிளர்ச்சியின் போது. பிறகு நெருக்கடி நிலை காலத்தில். ஆனால் இவையெல்லாம் அவரை ஒரு

பிரிவினைவாதியாக மாற்றவில்லை. இது விஷயமாக அவரை உண்மையிலேயே நான் பாராட்டினேன். அவருடைய கொள்கைப்பிடிப்பு என்னை மிகவும் கவர்ந்தது. அவருடைய நாட்களில் அவர் தீவிர முற்போக்குவாதியாக இருந்தார். அவருடைய நீளமான வெண்தாடி அதற்கு ஆதாரமாக இருந்தது.

பிறகு ஒரு பெரிய சம்பவம் நிகழ்ந்தது. ஆபரேஷன் ப்ளூ ஸ்டார். நீண்ட காலத்துக்கு இந்த உலகத்தின் கவனமெல்லாம் ஹர்மந்தர் சாஹிப் சுற்றியே குவிந்திருந்தது. ராணுவம் அதனைச் சுற்றி முற்றுகையிட்டது. இருதரப்பிலும் கடுமையான போர் நிகழ்ந்தது. அக்கல் தக்த் தரைமட்டமாக இடிக்கப்பட்டது.

ஏற்கனவே தங்களுக்கு உத்வேகமளித்த தலைவர்களின் தோற்றத்தை நகல் செய்யும் வகையில் தாடியை நீளமாக அவிழ்த்துவிட்டு அலைந்த கிராமத்து இளைஞர்கள், இப்போது காவி நிற தலைப்பாகைகளையும் அணிந்து ஊருக்குள் வலம் வந்தனர். அவர்கள் அடிக்கடி என்னைப் பார்க்க வருவார்கள். கண்களில் கண்ணீரைத் தேக்கி, என்னிடம் கேட்பார்கள். “இனி எங்களுக்கு வாழ்வதற்கென்று முற்றிலும் எதுவுமில்லை. இந்தக் கொலைகாரர்கள் எங்களை முற்றிலுமாக நாசப்படுத்தி விட்டார்கள்”.

அவர்கள் பேசுவதை நான கவனத்துடன் கேட்பேன். அவர்களுக்கு ஆறுதல் அளிக்கும் வகையில், “பரவாயில்லை. எல்லாம் மீண்டும் கட்டப்படும்”. இதுபோன்ற வார்த்தைகளைக் கேட்டு அவர்கள் ஊமைகளைப் போல அமைதியாகிவிடுவார்கள்.

“என்ன மாதிரியான சீக்கியன் நீ?” என்று அவர்களில் சிலர் குறைபட்டுக் கொள்வார்கள்.

“அவன் ஒரு துரோகி” என்று மற்றவர்கள் தங்கள் தீர்ப்பை அறிவிப்பார்கள்.

கிராமத்தில் பலரும் என்னை வெளிப்படையாகவே கண்டிக்கத் தொடங்கினார்கள். இளைஞர்கள் சட்டவிரோதமான கூட்டங்களைக் கூட்டுவதற்காக ஒளிந்து திரிவார்கள். என்னை ஒழித்துக் கட்டுவதற்குக் கூட அவர்கள் திட்டங்களைத் தீட்டியிருந்தார்கள்.

எல்லாவகையான வதந்திகளும் ஊரெங்கும் உலவிக் கொண்டிருந்தன. சிலர் சொல்வார்கள். ‘ஸந்த் ஜி பாகிஸ்தானில்

இருக்கிறார். சரியான நேரத்தில் அவர் தன்னை வெளியில் காட்டிக் கொள்வார்'. சிலர் இதைக் கூடச் சொல்வார்கள். 'ஸந்த் ஜி ஒரு வெள்ளைக் குதிரையை ஓட்டிக் கொண்டு வருவார் இரவு நேரங்களில். பாய்ஜி, உங்களின் நம்பிக்கைக்கு உரிய இவன் அதற்கு சாட்சியாக இருந்திருக்கிறான். உண்மையில் ரத்தமும் சதையுமாக. மோர்ச்சா (இயக்கம்) தொடர்ந்து நடைபெற வேண்டும்... நிறைய வீடுகளில் அவருடைய கேஸட்டுகளை எவ்வித அச்சமுமின்றி ஓடவிட்டுக் கொண்டிருப்பார்கள்.

இவையெல்லாம் எனக்கு விநோதமாகவும் இயற்கைக்கு மாறானதாகவும் இருந்தது. எப்போதாவது இந்த நிலைமை நிச்சயம் சீராகும் என்று நினைத்துக் கொள்வேன். எப்படியிருந்தாலும் அதுதான் நடந்தாக வேண்டும்.

31 அக்டோபர் 1984 அன்று எங்கள் போற்றுதலுக்குரிய பிரதம மந்திரி திருமதி இந்திரா காந்தி அவர்கள் அவருடைய மெய்க்காவலர்களால் சுட்டுக் கொல்லப்பட்டார் என்று கேள்விப்பட்டோம். இதை அறிவித்தவன் எதற்கு "சீக்கியன்" என்ற வார்த்தையை தேவையின்றி அழுத்தம் கொடுத்துச் சொன்னான் என்று எனக்குத் தெரியவில்லை. இது எனக்கு மிகவும் கவலையளித்தது. நாளெல்லாம் படுக்கையை விட்டு எழுந்து கொள்ளவில்லை. எங்கும் நகரவில்லை. என்னுடைய பசியும் தாகமும் திடீரென்று எங்கோ மறைந்துவிட்டன.

அதற்கு அடுத்த நாள், நான் பண்டிட் பிரிஜ்லால் வீட்டுக்குச் சென்றேன். அவருடைய வீட்டில் ஒரு டெலிவிஷன் இருந்தது. பண்டிட்ஜி வீட்டின் வரவேற்பறை ஆட்களால் நிரம்பி வழிந்தது. ஆண்களும் பெண்களுமாகக் குவிந்திருந்தார்கள். பெண்கள் டிவியைப் பார்ப்பதில் மும்முரமாக இருந்தார்கள். கூட அழுது கொண்டும் தங்கள் துப்பட்டாவில் மூக்கைச் சிந்திக் கொண்டுமிருந்தார்கள். அந்தக் கூடம் முழுக்க எங்கள் முழு கிராமத்திலிருந்தும் ஒரு சீக்கிய ஆணைக் காண முடியவில்லை.

பிரதம மந்திரியின் சடலம் உயரமான மேடை ஒன்றின் மீது வைக்கப்பட்டிருந்ததை தொலைக்காட்சியில் காட்டிக் கொண்டிருந்தார்கள். அவருடைய இறுதி தரிசனத்துக்காக பொதுமக்கள் எப்படி வரிசை கட்டி நின்றிருந்தார்கள் என்பதும் காட்டப்பட்டது. "டிவி என்பது உண்மையிலேயே ஒரு வரம்தான்.

தங்களின் அன்புக்கு உரிய பெண்மணி பிரதம மந்திரி பிரியதர்ஷிணி இந்திரா காந்திக்கு இந்த தேசம் முழுவதும் தங்கள் அஞ்சலியை செலுத்த முடிகிறது". இப்படி நினைத்துக் கொண்டே நான் மிகவும் ஆழமாக உற்றுப் பார்த்தேன். தொலைக்காட்சி எதிலும் ஒற்றை சீக்கியர் கூட யாரும் காணப்படவில்லை. பின்னணியில் சில கோஷங்களைக் கேட்க முடிந்தது. "நாங்கள் ரத்தத்துக்கு ரத்தம் கோருகிறோம்".

என் மனதுக்குள் ஏதோ வலித்தது.

"யார், அவர்களா?" பண்டிட்ஜி என்னை வித்தியாசமாக உற்றுப் பார்த்தவாறு கேட்டார்.

பிறகு அந்தக் கூடத்தில் உட்கார்ந்திருந்தவர்கள் எல்லாம் என் மீது விசித்திரமான பார்வையை வீசினார்கள். ஏறத்தாழ அது போலவே. என்ன மாதிரியான பார்வை இது? என்னால் எதுவும் பேசமுடியவில்லை. என் கண்களை ஊடுருவிப் பார்த்து ஒருவேளை என்னுடைய அச்சத்தை அவர்கள் உணர்ந்திருக்கலாம். அன்று என் நாக்கு ஏன் அப்படி உள்ளுக்குள் ஒட்டிக் கொண்டது என்று இன்று வரை என்னால் ஊகிக்க முடியவில்லை. என்னால் ஏன் 'சீக்கியன்' என்ற வார்த்தையை அன்று உச்சரிக்க முடியவில்லை. பின்வாங்க முடிவு செய்தேன். துயரத்திலும் மனச்சோர்விலும்.

செய்தித்தாள்கள் வந்தன. அனைத்தும் தணிக்கை செய்யப்பட்டிருந்தன. காலியாக இருந்த கட்டங்கள் ஏறத்தாழ மக்களின் முகங்களுக்கு நேராகவே அவர்களை கேலி செய்வது போலக் காட்சியளித்தன. செய்தித்தாள்களில் அதுபோன்ற காலியான கட்டங்களைப் பார்த்ததும் மக்களின் ஆன்மாக்களில் வெறுமை ஆழமாகத் துளைக்க ஆரம்பித்தது. ஒவ்வொருவரும் அதுபோன்ற வெறுமையை வதந்திகளால் நிரப்ப முயற்சித்தது போல இருந்தது. வதந்திகள் எங்கும் கிறீச்சிட்டன. டெல்லி, கான்பூர், ஜம்ஷெட்பூர்... இன்னும் பல பூர்களிலும் கலவரங்கள் தொடங்கின. இந்துக்களுக்கும் சீக்கியர்களுக்கும் இடையிலான மோதல்கள். மக்கள் ஆயிரக்கணக்கில் கொல்லப்பட்டனர். உயிருடன் எரிக்கப்பட்டனர். வீடுகள் தீயிட்டுக் கொளுத்தப்பட்டன... இறுதியில் மக்கள் செய்தித்தாள்களில் இருந்த அந்தக் காலி கட்டங்களை அதில் இருந்திருக்க வேண்டிய முகங்களை அடையாளம் காண்பதற்காக வெறித்துப் பார்த்துக் கொண்டிருந்தார்கள். எந்த

இனத்து மக்கள் இறந்தார்கள் என்று கண்டுபிடிப்பதற்காக அப்படித் தேடினார்கள். சீக்கியர்கள் சொல்வார்கள் சீக்கியர்கள் கொல்லப்பட்டார்கள் என்று. இந்துக்கள் சொல்வார்கள் இந்துக்கள் கொல்லப்பட்டதாக.

ஆயிரக்கணக்கில் சீக்கியர்கள் கொல்லப்பட்டதை நான் அறிந்த போது, 'கிறீச்சென்ற ஒரு சத்தத்துடன்' எனக்குள் ஏதோ ஒன்று ஓங்கி அறைந்தது. அது 'பயங்கரவாதம்'. முதல் அபாய மணி.

என் எண்ணங்கள் திசை திரும்பின. ஒரு குறிப்பிட்ட திசையை நோக்கிச் சென்றது. இறுதியாக ஒரு இருட்டான, குறுகலாக தெருவில் முடிந்தது. மற்ற அனைத்துக் கதவுகளும் என் முகத்தில் அறைந்து சாத்தப்பட்டன.

நான் கர்க்கூ (போராளி)களாக மாறிய சீக்கிய இளைஞர்களுடன் பழகத் தொடங்கினேன். கிராமத்துக்கு வெளியில்தான். வெளியிலிருந்து வந்த யாரோ ஒருவர் பேசிக் கொண்டிருந்தார். அவருடைய பேச்சைக் கேட்டு, என் ரோமங்கள் குத்திட்டு நின்றன. பிறகு எதையும் திரும்பிப் பார்க்கவில்லை. முடிவற்ற உரைகள் தொடர்ந்தன.

நாங்கள் இப்போது நடத்தப்படும் அதே நிலை தொடர்ந்தால், விரைவில் எங்கள் இனமே காணாமல் போய்விடும் என்று தீவிரமாக நம்பத் தொடங்கினேன். எங்கள் அடையாளத்தை நாங்கள் முற்றிலும் இழந்து விடுவோம்.

கூட்டங்களில் பங்கேற்பது தினசரி வாடிக்கையாகிப் போய்விட்டது. ஒவ்வொரு நாளும், அதே விஷயம்தான் பேசப்பட்டது. அதே வண்ணம் பூசப்பட்ட எண்ணங்கள். அது தவிர, வேறு எதையும் எங்களால் நினைத்துப் பார்க்க முடியவில்லை. இறுதியில், நானும் அதே வண்ணத்தால் மூழ்கடிக்கப்பட்டேன்.

சில காலத்துக்குப் பிறகு, நாங்கள் அனைவரும் அறிவிக்கப் படாத ஏதோ ஒரு இடத்துக்கு அழைத்துச் செல்லப்பட்டோம். அங்கு, மக்களை எப்படி 'ஒழிப்பது' என்று திட்டங்கள் தீட்டப்பட்டன.

தெளிவற்ற குழப்பத்துக்கு இடையில் நான் சிக்கிக் கொண்டதாக உணர்ந்தேன். எங்கள் குழுவின் உறுப்பினர்கள் அனைவரும் திடசித்தம் கொண்டவர்களாக இருந்தார்கள்.

தலைவரின் ஆணையை ஏற்று அதன்படி நடப்பார்கள் என்ற நம்பிக்கையை அளிப்பவர்களாக இருந்தார்கள். தயக்கமோ அல்லது கருணையோ காட்டுபவர்களை மன்னிக்க அவர்கள் மறுத்தார்கள். தேர்ந்தெடுத்த பாதையிலிருந்து பின்வாங்குபவர்கள் எளிதாக ஒழிக்கப்பட்டார்கள். அவர்களில் ஒருவன் மற்றவர்களை விட அதிகம் கூடி வாழவேண்டும் என்ற எண்ணம் கொண்டவனாக இருந்ததைப் பார்த்தேன். அவனுடைய நம்பிக்கையை வென்றெடுத்ததும், ஒருநாள் தயக்கத்துடன் அவனைக் கேட்டேன்:

என் வாழ்நாளில் நான் யாரையும் கொன்றதில்லை. நான் என்ன வேண்டும்?”

“இதுவெல்லாம் பிரச்சினையே இல்லை. குருவின் பெயரால் சத்தியம் செய்துசொல்கிறேன். எந்தவகையான தயக்கமும் வேண்டாம். வெறுமனே சுட்டு விடு. அவ்வளவுதான். கதை முடிந்தது. அவன் மிகவும் எளிமையாகவும் இயல்பாகவும் கூறினான்.

நான் நினைத்துக் கொண்டேன். கலவரங்களுக்குப் பிறகு, நான் ஏதாவது சிறிய தொழிலை நடத்த வேண்டியிருந்தது. அம்பாலாவுக்கு. ரயில் பயணம். எல்லாப் பயணிகளும் தங்கள் இருக்கைகளில் அமைதியாக அமர்ந்திருந்தார்கள். யாராவது அப்படி பேசினால் கூட, சன்னமான குரலில் பேசினார்கள். பயம் கலந்த கிசுகிசுப்புக்கள் மரண நிசப்தத்தை ஒத்திருந்தன. பிணங்களைப் போன்ற முகங்கள். எனக்கு அருகில் அமர்ந்திருந்த ஒரு பெண்மணியின் கண்களிலிருந்து திடீரென்று கண்ணீர் அருவியாக வழிந்தோடியது.

சகபயணி என்ற முறையில், “என்ன ஆச்சு பீபி?” என்று கேட்டேன்.

“படாஜி, உண்மையில் இதுதான் கொல்லும் முறையா? நிதானமாக, சித்திரவதை செய்து... முதலில் ஒருவரின் கழுத்தில் டயரை மாட்டி பிறகு தீ வைத்துக் கொளுத்துவது. அல்லது பெட்ரோலைக் குடிக்க வைத்து, பிறகு தீக்குச்சியை உரசி ஆளைக் கொளுத்துவது...” அவளுடைய வார்த்தைகளை மேலும் என்னால் கேட்க முடியவில்லை. அழுகைக்கும் கண்ணீருக்கும் இடையில் அவளுடைய வார்த்தைகள் தொடர்ந்தன. அதனால் பாதிக்கப்படாததைப் போல நடித்து ஜன்னலுக்கு வெளியில் என் பார்வையை ஓட்டினேன்.

உள்ளுக்குள் மிகவும் ஆழமாக எங்கோ, என் துடிப்பை உணர்ந்தேன்.

"வெறுமனே குறிவைத்துச் சுடு. அவ்வளவுதான். முடிந்தது கதை". என் சகா எத்தனை சிக்கலற்றவனாக இருந்தான். என்னை உளவியல் ரீதியாகத் தயார்படுத்த அவனால் இயன்றதைச் செய்தான். இந்த இரு காரியங்களை மட்டும் செய். 'உனக்கு வேண்டாமென்று தோன்றினால் சுடாதே'. அது உனக்கான சலுகைதான். ஆரம்பகாலத் தயக்கத்திலிருந்து வெளியேற உனக்கு அது உதவி செய்யும்". அவன் சிரித்தான். அவர்களில் யாரும் எப்போதும் சிரித்த தைப் பார்க்கவில்லை.

ஒருமுறை அவர்கள் தங்களின் ஒரு ஆப்பரேஷனுக்கு என்னை அழைத்துப் போனார்கள். ஒரு உளவாளியின் குடும்பத்தை முற்றாக அழிக்கும் திட்டம் அது.

நாங்கள் இரவில் கிளம்பினோம். கதவைத் தட்டினோம். திறந்தது. நான்கு பேர் தங்கள் நுரையீரலே வெடிக்கும் அளவுக்குக் கூச்சலிட்டார்கள். மூன்று பெண்கள் கைகளைக் கூப்பிக் கொண்டு கெஞ்சினார்கள்... ஒரு நிமிடத்துக்கும் குறைவாக, அனைவரும் ஒரு குவியலாக அங்கே கிடந்தார்கள்.

"இந்தக் குட்டிப் பாம்பையும் கொன்றுவிடு". நான் ஸ்தம்பித்துப்போனாலும், என் கவனம் அங்கிருந்த ஒருவயதுக் குழந்தையின் மீது விழுந்தது. அந்தக் குழந்தை எங்களைப் பார்த்துச் சிரித்தது. கையைத் தன் இடுப்பில் ஊன்றியிருந்தது. "என்னை உன் மடியில் தூக்கி வைத்துக் கொள்" என்று என்னிடம் சொல்வது போல இருந்தது."

***

எங்களுக்கு மேலிடத்திலிருந்து உத்தரவு கிடைத்திருந்தது. நாங்கள் டெல்லியில் தாக்குதலை நடத்த வேண்டும் என்று.

எங்கள் கமாண்டர் திட்டத்தை வகுத்தார். "அனைவரும் கவனமாகக் கேளுங்கள். எல்லோரும் இங்கிருந்து கிளம்ப வேண்டும். ஒவ்வொருவராக... டெல்லியிலும் கூட நீங்கள் தனித்தனியாக இடங்களில்தான் தங்க வேண்டும். நீங்கள் எங்கே தங்கியிருக்கிறீர்கள் என்று உங்களில் ஒருவருக்கொருவர் கூட தெரிவித்துக் கொள்ள வேண்டாம். அடுத்த நாள் காலை ஐந்தே

முக்கால் மணிக்கு நீங்கள் அனைவரும் ஒரு இடத்தில் கூடவேண்டும்... அதாவது இந்த இடத்தில்... உங்களில் ஐந்து பேர்... அந்த இடத்தில்தான் உங்களுக்கான ரேஷன் கிடைக்கும்... அதே இடத்தில். வேலை முடிந்ததும், ரேஷனை இந்த இடத்தில் நீங்கள் ஒப்படைக்க வேண்டும்... எல்லா சங்கேத வார்த்தைகளும் புரிந்து கொள்ளும் வகையில் அமைந்திருந்தன. 'ரேஷன்' என்றால் ஆயுதங்கள்.

நான் மனதில் தீர்மானித்து வைத்திருந்தேன். இரவு நேரத்தை பீதம்புராவில் உள்ள என்னுடைய சகோதரன் வீட்டில் கழிப்பது. நிர்ணயிக்கப்பட்ட நாளுக்கு ஒருநாள் முன்பே அங்கு சென்றடைந்தேன். நான் இறங்கிய உடனே அந்த இடத்தைப் பற்றி ஒரு கணக்குப் போட்டு வைத்தேன். அங்குள்ள மக்களைப் பற்றியும். வீட்டைச் சென்றடைந்த தும், எனக்கு ஒருவகையில் ஆச்சரியமாக இருந்தது. என் சகோதரன் படுக்கையில் படுத்திருந்தான். அவன் உடலில் எல்லா இடத்திலும் கட்டுப்போட்டிருந்தது. "என்ன மாதிரி டிரைவர் நீ? ஏன் இத்தனை கட்டுக்கள்? சரியாகத்தான் இருக்கிறாயா?" என்று சிரித்துக் கொண்டே கேட்டேன்.

"வழக்கமான விபத்துக்களில் ஒன்றுதான். மருத்துவமனையில் சிகிச்சைக்கு அனுமதிக்கப்பட்டு இருந்தேன். போனவாரம்தான் வீட்டுக்குத் திரும்பினேன். இப்போது சுமாராக இருக்கிறது." அவன் இயல்பாக இருந்தான்.

சில ஆண்டுகளாக, எங்கள் இருவருக்கு இடையில் கடிதப்போக்குவரத்து கூடக் கிடையாது. நேரில் சந்திப்பது என்ற கேள்விக்கே இடமில்லை. ஆனால் மிகுந்த ஆதுரத்துடன் அவன் சொன்னான், "சொல்லு... பாப்புஜி எப்படி இருக்கிறார்? உன் குழந்தைகள்... எல்லோரும் நன்றாக இருக்கிறார்களா?"

எல்லோரும் நன்றாக இருக்கிறார்கள்" நான் மூன்று வார்த்தைகளில் சுருக்கமாகச் சொன்னேன்.

"நீ?"

"நீயே பார்க்கிறாயே. டஹ்லி (தேக்கு மரம்) போல உறுதியாக".

"நல்லது".

என்னுடைய நடவடிக்கைகள் பற்றி அவனுக்கு சிறிதளவு கூட எதுவும் தெரியாது.

அவனை மிகவும் அக்கறையுடன் கேட்டேன், “இந்த விபத்து எப்படி ஏற்பட்டது?”

“அப்படியேதான்... ரிங் ரோடு வழியாக நான் பெரிய நாற்சந்தியை நோக்கி வந்து கொண்டிருந்தேன். பிரேக் பிடிக்கவில்லை. முன்னால் பெரிய கூட்டமாக இருந்தது. என்னால் எதையும் யோசிக்க முடியவில்லை. முடிவெடுக்கவும் முடியவில்லை. ஐயைய்யோ... இதோ... ஸ்டீயரிங்கை இடது பக்கமாகத் திருப்பி, நேராகப் பிளாட்பாரம் மீது மோதி நிறுத்தினேன். சில பயணிகள் காயமடைந்தது என்னமோ உண்மை... சிலருக்கு லேசான சிராய்ப்புகள் இருந்தன”. ஒரு கணம் நிறுத்தினான். முட்டியின் காயங்களை லேசாகத் தடவிக் கொடுத்துக் கொண்டிருந்தான். மீண்டும் தொடர்ந்தான், “வாஹேகுரு” தலையீடுதான் அங்கிருந்த ஜனங்களைக் காப்பாற்றியது”. வார்த்தைகள் மிகவும் இயல்பாக அவனிடமிருந்து வந்து கொண்டிருந்தது.

“ஆனால் எத்தனை மோசமாக அடிபட்டிருக்கிறாய் நீ?” என்று உணர்ச்சி பொங்கக் கேட்டேன்.

“ஓய்.. சிங்குகள் எப்போதும் இதுபோன்ற விஷயங்களைப் பொருட்படுத்துவதில்லை. இந்த சின்னக் காயங்கள் மீது நாம் கவனம் செலுத்துவது இல்லை” என்றான்.

“நாசமாகப் போகட்டும். அங்கிருந்த ஜனங்கள் மீது ஏற்றி அரைத்திருப்பாய்” என்றேன். எனக்குள் இருந்த கர்க்கூ (போராளி) இடிபோல முழங்கினான்.

“ஓய்... நான் எப்படி அவர்களைக் கொல்வேன்... எத்தனை பேர் இருந்தார்கள்... அத்தனை பேரையா? இதுதான் ஒரு சிங்கின் தருமமா? பேசும்போது மிகவும் உணர்ச்சிவசப்பட்டான்.

இரவு உணவுக்குப் பிறகு, தூங்கப் போனான். அவன் படுப்பதற்கு முன்பு, அவனைக் கூப்பிட்டு, எனக்கு சிறிது வேலை இருப்பதால், மறுநாள் அதிகாலையிலேயே கிளம்பி விடுவேன் என்று சொன்னேன்.

அதிகாலையில் நான் வீட்டை விட்டுக் கிளம்பினேன். வீட்டை விட்டு சற்றுத் தள்ளி நின்று ஆட்டோவோ டாக்சியோ பிடிக்க நின்றிருந்தேன். அந்த இடத்துக்குப் போவதற்காக நான் சிறிய தோட்டம் ஒன்றின் வழியாக நடந்து போக வேண்டியிருந்தது. நான் நடந்து போய்க்கொண்டிருந்தேன். என் சகோதரனின் வார்த்தைகள் என்னைத் துரத்திக் கொண்டிருந்தன. "நான் எப்படி அவர்களைக் கொல்வேன்?.. எத்தனை பேர் இருந்தார்கள்?... அத்தனை பேரையுமா? இதுதான் ஒரு சிங்கின் தர்மமா?"

கையைத் தலைக்கு மேல் தூக்கி காற்றைத் துழாவினேன். பிறகு வேகமாக கையை பின்னால் விட்டு உதறினேன். முன்னோக்கி நடக்கத் தொடங்கினேன்.

தோட்டத்தை அடைந்து விட்டேன். அதன் வழியாகச் செல்லும் ஒற்றையடிப் பாதையைத் தொடர்ந்து சென்றேன். சுற்றிலும் மரங்கள் நிறைய பழங்களைச் சுமந்து மவுனத்தில் உறைந்து நின்றன. பலவண்ண நிறங்களில் பூக்கள் அவற்றின் மீது பூத்துப் படர்ந்திருந்தன. இலைகள்... சதுரமாக, முக்கோணமாக, வட்டமாக, நீளமாக ஆகாயத்தைப் நோக்கி நீண்டிருந்தன. சூரியனின் ஒளிக்கதிர்கள் அவற்றினிடையே ஊடுருவிச் சென்றன... அன்று எங்களை நோக்கிக் கைகளை உயர்த்தியவாறு நின்ற குழந்தையைப் போல... "என்னை உன் மடியில் தூக்கி வைத்துக் கொள்".

மெல்ல சூரிய ஒளிக்கதிர்கள் தோட்டம் முழுவதையும் தன் அணைப்புக்குள் தழுவிக் கொண்டன. இலைகளிலிருந்து தெய்வீகமான பிரகாசம் ஒளிர்ந்தது. "வாவ்!" என் உதட்டிலிருந்து இந்த வார்த்தை எப்படி நழுவி வெளியில் வந்த தென்று தெரியவில்லை.

"எதைப் பார்த்துக் கொண்டிருக்கிறாய்? மகனே, இந்தக் காட்சிகளெல்லாம் உயிருடன் இருப்பவர்களுக்கு. செத்தவர்களுக்கு அல்ல!".

நான் அந்தக் குரலை நோக்கித் திரும்பினேன். எழுபது அல்லது எழுபத்தைந்து வயது மதிக்கத் தகுந்த ஒரு கிழவர் பெஞ்ச் மீது உட்கார்ந்திருந்தார். அவர் என்னைப் பார்த்துப் புன்னகைத்தார். தன் குடையை நோக்கித் தலையைக் குனிந்து கொண்டார்.

நான் என் நிலைக்குத் திரும்பினேன். பிறகு திரும்பி நடக்கத் தொடங்கினேன்.

"என்ன ஆச்சு மகனே? திரும்பிப் போகிறாயா என்ன?"

"ஆமாம், பாபா, நான் என் பாதையை விட்டு விலகிப் போயிருந்தேன்" இந்த வார்த்தைகள் ஏதோ சாதாரணமாக தெறித்து விழுந்தது போல இருந்தது.

மாலையில் நான் வீடு திரும்பினேன்.

...

திடுக்கிட்டு எழுந்தேன். பாப்பு வின் படுக்கைக்குச் சென்றேன். ஏறத்தாழ அவர் மீது விழாத குறையாக, அவரை இறுகத் தழுவிக் கொண்டேன். அவரும் தன் கைகளை என் கழுத்தைச் சுற்றி வளைத்துக் கொண்டார். எங்கள் தழுவல் நீண்டு கொண்டிருந்தது. மைல்கணக்கில் நழுவிக் கொண்டே போனது போல இருந்தது. இந்தமுறை, பாப்பு அழவோ பெருமூச்சு விடவோ இல்லை. அவர் சொன்னதெல்லாம்:

"புத்தே, நாம் உண்மையிலேயே இரண்டு முனைகளிலும் சிக்கியிருக்கிறோம்". கவலைப்படாதீர்கள் பாப்பு! நாம் மட்டும் தனியாக இல்லை... எதையும் பார்த்து விடுவோம்" என்று அவருக்கு உறுதியளித்தேன்.

"ரொம்ப சரி. அப்போது போய் உன் குடும்பத்தைக் கவனித்துக் கொள்" என்றார். விடியல் புலரத் தயாராக இருந்தது.

பாப்புவின் தழுவலில் இருந்து விடுவித்துக் கொண்டு, நான் ஜீயோனியின் படுக்கையை நோக்கிப் போனேன். உறங்கிக் கொண்டிருந்த அவளுடைய முகத்தைப் பார்த்தேன். அவளுக்கு எதிரில் அமர்ந்து கொண்டு அவளை லேசாக உலுக்கினேன்.

"பாக்வனே, இப்போது எழுவதற்கான நேரம். எழுந்து பார். பொழுது விடிந்து விட்டது. சூரிய ஒளி ஏற்கனவே உள்ளே கசிந்து கொண்டிருக்கிறது" என் விரல்களால் அவள் தலையைக் கோதிவிட்டேன்.

அவள் திடுக்கிட்டு எழுந்தாள். நாங்கள் ஒருவரையொருவர் பார்த்துக் கொண்டோம். நேராக. ஒருவர் கண்ணை ஒருவர்...

"தலைமுடியை என்ன கோலம் செய்து வைத்திருக்கிறாய் ஜீயோனி?" என் வார்த்தைகளுக்குப் பின்னால் இருந்த உணர்ச்சி எதுவென்று எனக்குத் தெரியவில்லை. அன்பு, ஏக்கம், மாயம் அல்லது ஆணை. சோம்பல் முறித்தவாறு அவள் படுக்கையிலிருந்து மெல்ல எழுந்து கொண்டாள். எழுந்து நின்றதும் அறையில் மாடத்தின் அருகில் சென்றாள். முகம் பார்க்கும் கண்ணாடியைத் துடைத்து விட்டு, நேராக நிமிர்த்தி வைத்தாள். அழுக்குப் படிந்திருந்த சீப்பைக் கையில் எடுத்தாள். சிலந்தி வலைகளை நீக்கினாள். முக்காலியை சற்று இழுத்து விட்டு அதில் உட்கார்ந்து தலையை வாரிக்கொள்ள ஆரம்பித்தாள். அவள் தலையில் சீப்பால் வாரிய ஒவ்வொரு முறையும் வறண்டு போன அவள் தலைமுடியில் ஏற்பட்ட சிடுக்கால் அவள் முடி சிக்கிக் கொண்டது அல்லது தோலில் கீறல் ஏற்படுத்தியது. வலியால் அவள் கண்களில் கண்ணீர் திரண்டது.

மாயத்தில் கட்டுப் பட்டவனைப்போல, அவளையே நீண்ட நேரம் உற்றுப் பார்த்துக் கொண்டிருந்தேன். பிறகு சொன்னேன்: "எத்தனை அடர்த்தியான முடி உனக்கு?" அவள் கண்களில் கண்ணீர் வழிந்தோடியது. நீண்ட பெருமூச்சு ஒன்றை விட்டபடி, "எல்லாம் சிடுக்காகி விட்டன. இந்த சிடுக்குகள் எல்லாம் சரியாவதற்கு தனக்கு வேண்டிய நேரத்தை எடுத்துக் கொள்ளும்".

***

உடைப்பு

கிராமத்துக்கு நான் திரும்பி வந்து ஏறத்தாழ ஒரு மாதமிருக்கும். காரியத்தில் இறங்குவதற்கு, என்னாலோ அவனாலோ, இருவராலுமே எதுவும் முடியவில்லை. எதையும் பேசி முடித்து விடலாம் என்று நாங்கள் நினைத்த போதெல்லாம் நாங்களே பின்னி வைத்த சந்தேகச் சிலந்தி வலையினால் எப்போதும் அது சிக்கலாகவே முடிந்திருக்கிறது. நாங்கள் இருவரும், ஒருவரை ஒருவர், அடிக்கடி கத்தி வீசிக் கொள்வதைப் போன்ற பார்வையைப் பரிமாறிக் கெண்டோம். அல்லது ஒருவருக்கொருவர் பார்ப்பதைத் தவிர்த்து விட்டு வேறு எங்கோ பார்ப்பது போல பாவனை செய்து கொண்டிருந்தோம்.

என்ன சொல்வது என்று என்னால் நினைத்துக் கூடப் பார்க்க முடியாதபோது, எனக்கு அடிக்கடி வெறியேறியது. எரிச்சலும் வெறித்தனமும் கொண்டு மேலே கூரையை வெறுமனே வெறித்துப் பார்க்கத் தொடங்கினேன். அல்லது சுவரின் பக்கம் பார்வையைத் திருப்பி, உடைந்து அழத் தொடங்கினேன்.

முகவாட்டத்துடன், அவன் பக்கத்தில் எரிச்சலுடன் உட்கார்ந்திருந்தேன். என் எண்ணங்களை உள்ளும் புறமுமாகப் புரட்டிக் கொண்டிருந்தேன். அவன் மனதுக்குள்ளே என்னதான் இருக்கிறது என்பதைத் தெரிந்து கொள்ள ஆவலாக இருந்தேன்.

அவனுடைய மவுனம், கசப்பு, துயரம் ஆகியவை அப்பிய நிலையும், அங்கு சூழ்ந்திருந்த பதட்டம் ஆகியவற்றால் கடுமையாகப் பயந்து விட்டேன்...

கால்களை மடக்கி அமர்ந்து, படுக்கையில் அவனைக் குனிந்து பார்த்தேன். நான் கண்டது என்ன?... அவனுடைய கண்கள் உணர்ச்சிப் பெருநீர்ச்சுழியில் எங்கோ தொலைந்து போயிருந்ததைத்தான். உடைந்து அழுவதற்குத் தயாராக இருந்தான். கண்கள் பாதி நிறைந்தும் பாதி வறண்டும்... விநோதமான ஒரு அழுகை. முழுவதுமாக அதில் அவன் பங்கேற்க முடியாதவகையில். கண்ணீர் மடை வெள்ளம். உள்ளுக்குள், ஆழமாக ஏதோ ஒரு முடிச்சு இருக்கிறது. எளிதாகத் தனக்குத் தானே அவிழ்த்துக் கொள்ள முடியாத நிலையில் உள்ளது. அவனுடைய எளிமை, அப்பாவித்தனம், இயற்கையான சுபாவம் எல்லாம் எங்கே போனதென்று கடவுளுக்குத் தான் தெரியும். இது அவனுக்கு

உயிர்வாதையான கொடுமை. இல்லை. இல்லை. எங்களுக்கு. ஆமாம். எங்களிருவருக்குமே.

தனிமைப்பட்டுப் போன ஒருவனுடைய வாழ்க்கையின் நோக்கம் எதுவாக இருக்கும்? அவன் வராதவரை, அது குறித்து எனக்கு கிஞ்சித்தும் எந்த விதமான கருத்தும் இல்லை. இப்போது விடியத் துவங்கியுள்ளது. இப்போது. இப்போது. அவன் என்னுடன் இருக்கும் போது. என் முன்னால் படுத்துக் கொண்டிருக்கும் போது. மூச்சுத் திணறுவது போல உணர்ந்தேன். மேலும் கலக்கமாகவும் இருந்தது. அவனுடன் போராடிக் கொண்டிருப்பது. அவனிடமிருந்து விலகிச் செல்லக் கடுமையாக முயற்சிப்பது. என்னை உற்றுப் பார்ப்பதற்காக எப்போதாவது லேசாகப் புரண்டு படுத்தான்.

எனக்கு எதிரே இது போன்ற வயது முதிர்ந்த ஒருவன் இதுபோன்று படுத்துக் கொண்டிருப்பதைப் பார்த்த போது லேசான புன்னகை என் உதட்டில் அரும்பியது. இது வாழ்க்கையில் தற்செயலாக நிகழும் அற்புதமா அல்லது இறைவனின் கைங்கரியமா? நம்மால் என்ன சொல்ல முடியும்? நான் அவனுடைய இரண்டாவது பிறப்புக்கு நேரடியான சாட்சியாக இருக்கிறேன். இது 1947-ம் ஆண்டில் கலவரம் வெடித்த காலத்துக்குப் பின்னோக்கிச் செல்கிற விஷயம். ஒரே தெருவில் வசித்து வந்த மக்கள் அனைவரும் வரிசையாக வண்டிகளில் ஏறிச் சென்றார்கள். அப்போது அவர்கள் ஒரு குழந்தையை அங்கேயே விட்டுச் சென்றார்கள். மிகவும் சிறிய குழந்தை. மிருதுவாக... ஏறத்தாழ ஒரு பருத்திப் பந்தினைப் போல மிருதுவான குழந்தை. அந்தப் பருத்திப் பந்தினைத் திரியாகத் திருத்தி விளக்கில் பொருத்தி ஏற்றினால் ஒரு வீட்டுக்கே வெளிச்சமேற்ற முடியும். அல்லது தீப்பிடித்தால், எரிமலையாகப் பொங்கித் தீர்த்து விட முடியும். சூடேற்றிய வாணலியில் ஒரு சொட்டு நீரைத் தெளிப்பதுபோல. ஒரு கணம் முகத்திரையைக் கிழிப்பது போல. பிறகு பிறகு என்ன? கதை முடிந்தது. மக்கள் அனைவரும் அரக்கர்களாக மாறிப் போனார்கள். மானிடத்தை உரித்துத் தொங்க விடத் தொடங்கினார்கள். என்னுடைய ஆன்மாவும் காயப்பட்டது. அந்தக் காயம் இப்போதும் காலத்தின் இடிபாடுகளுக்கு இடையில் புதைந்து கிடக்கிறது. இப்போது அவன் எனக்கு மிகவும் நெருக்கமாக இருக்கிறான். எனக்கு நேரெதிரே படுத்துக் கொண்டிருக்கிறான். அதனால் என் ஆன்மாவில் பொதிந்துள்ள அந்தக் குறிப்பிட்ட காயம் இப்போது என் உடலெங்கும் பரவத்

தொடங்கியிருக்கிறது. கடந்த காலத்தில் தெளிவான உருவம் ஒன்று செதுக்கப்பட்டிருந்தாலும், நீண்ட நாட்களாக மறந்திருந்த அந்த உருவம் திடீரென்று என் குழிவிழுந்த கண்களின் முன்பு நர்த்தனமாடுகிறது.

என் கிராமத்துக்கு மிகவும் அருகிலிருந்த ஒரு ஓடையின் மீது கட்டப்பட்ட பாலம் ஒன்றின் மேல் நின்றிருந்தேன். முஸ்லிம்களின் கிராமங்களிலிருந்தும் அவர்களின் வீடுகளிலிருந்தும் தீச்சுவாலைகள் பற்றிப் படர்ந்து உயரமாக எரிந்து கொண்டிருந்தன. அத்தீச்சுவாலைகள் வானத்தை நோக்கி உயர உயர எம்பிக்கொண்டிருந்தன. மேகம் போலக் கருத்துத் திரண்டிருந்த கரும்புகை எங்கும் சூழ்ந்திருந்தது. ஆயுதம் தாங்கிய சீக்கியர்களின் கும்பல் ஒன்று பாலத்தை நோக்கி ஓடிவந்தது. இரைச்சல் எங்கும் அதிகரித்து வந்தது. முஸ்லிம்கள் எல்லோரையும் நசுக்கி ஒழிப்போம் என்று ஆண் கடவுள்கள் மீதும் பெண் கடவுள்கள் மீதும், குருமார்களின் மீதும் ஆணையிட்டு வந்தனர். பாகிஸ்தானில் இந்துக்கள் மீதும் சீக்கியர்களின் மீதும் நிகழ்த்தப்பட்டு வரும் கொடூரமான செயல்களுக்கு எதிராக இங்கே எப்படிப் பழிதீர்ப்பது என்று எல்லோரும் பேசிக்கொண்டிருந்தார்கள். “ஒன்றும் வேண்டாம். சும்மா இதை மட்டும் பாருங்கள். இந்த ரத்த வெறி பிடித்த முஸ்லிம்கள் உண்மையிலேயே கசாப்புக்கடைக்காரர்கள் போலத் திரிகிறார்கள். ரயில்களில் கூட்டமாகப் பயணிப்பவர்களைக்கூட வெளியில் இழுத்துப் போட்டு, ஆயிரக்கணக்கானவர்களை வெட்டிக் கொன்று தீர்த்திருக்கிறார்கள்.” அவர்களில் ஒருவன் உரத்த குரலில் கத்தினான், “நாமும் அவர்களை விடப்போவதில்லை. நாங்கள் ரத்தத்துக்கு ரத்தம் கேட்கிறோம்”. ஏற்கனவே உரக்கக் கத்திக் கொண்டிருந்தவர்கள், “அவர்களைக் கொல்லுவோம்... அவர்களைக் கொல்லுவோம்... அவர்களைக் கொல்லுவோம்... என்று கூச்சலிட்டார்கள். உரக்கக் கத்தியும் கூச்சலிட்டும் வந்த அவர்கள் மஹோராணா பாலத்தை நோக்கி நகரத் தொடங்கினார்கள். நானும் அவர்களின் பின்னால் நடந்து சென்றேன். ஈட்டிகள், கோடாரிகள், மண்வெட்டிகள், இரட்டைக்குழல் துப்பாக்கிகள்... இவை மட்டுமே வெளிப்படையாகத் தெரிந்தவை. வசைகள், வசைகள் மேலும் கொடூரமான வசைகள்... வேறு எதுவும் சரியாகக் கேட்கவில்லை. அந்தப் பக்கமாகத் தான் முஸ்லிம்களின் வண்டி வரிசை கடந்து செல்ல வேண்டும். “எப்படி அவர்கள் இந்த மலேர்கோட்லாவைக் கடந்து செல்வார்கள் என்று பார்ப்போம்”. ஒற்றைக் குரல் ஒன்று

தனித்து உரக்க ஒலித்தது. ஆயுதம் தாங்கியவர்கள் அணிவரிசை ஏற்கனவே பாலத்தை நெருங்கிவிட்டது. அல்லது விரைவில் நெருங்கி வரும் தயாரிப்பில் இருந்தது. பாலத்துக்குச் செல்லும் பாதையை அடைக்கும் பொருட்டு சாலையின் இடதுபுறம் வரிசையாக நின்றிருந்த கருங்காலி மரங்களில் ஒன்று வெட்டிச் சாய்க்கப்பட்டது. "இப்போது அவர்கள் எப்படித் தப்பிக்க முடியும்? எங்கே போவார்கள்? நாம் என்ன அவர்களைப் போகவிட்டு விடுவோமா?... "நாம் நம் தாயின் முலையில் பாலைக் குடித்திருக்கிறோம்... ஒரு கேடு கெட்டவள் முலையில் அல்ல". வெறி நிறைந்த குரல்கள் அங்கங்கு எதிரொலித்துக் கொண்டிருந்தன. "இன்னும் வேகமாகத் தள்ளுங்கள்... ஆமாம்... சக்தியனைத்தும் திரட்டித் தள்ளுங்கள்... நாம் விடப்போவதில்லை... இன்னும் வேகமாகத் தள்ளுங்கள்..." அவர்களில் சில இளைஞர்கள் வெட்டிச் சாய்த்த பெரிய கருங்காலி மரம் ஒன்றைப் பாலத்தை நோக்கி இழுத்துச் சென்று கொண்டிருந்தார்கள். "ஓய்... சபாஷ்... சிங்கங்களே... இன்னும் வேகமாக இழுத்து வாருங்கள்... இது ஒரு புனிதச் செயல்!". ஒருவன் அவர்களை உற்சாகப்படுத்திக் கொண்டிருந்தான். அவர்களால் முழு மரத்தையும் அதுவரை கொண்டு வரமுடியவில்லை. பாதியை மட்டுமே அவர்களால் வெட்ட முடிந்தது. பெரிய ரம்பத்தால் மரத்தை அறுத்துக் கொண்டிருந்தவர்கள் ஏற்கனவே பெரிதாக மூச்சு வாங்கிக் கொண்டிருந்தார்கள். தங்கள் உடல்களில் பெருகிய வியர்வையைத் துடைத்து எறிந்து கொண்டிருந்தார்கள். "இந்தப் பாழாய் போன மரம் பாறையைப் போலக் கடினமாக இருக்கிறது" ஒருவன் பெருத்த சலிப்புடன் சொன்னான். மிகவும் களைப்படைந்திருந்தான். இதற்கிடையில் அவர்கள் ஒரே குரலில் கத்தத் தொடங்கினார்கள். "ஓய்... வண்டி வந்து விட்டது... வந்து விட்டார்கள்... வந்து விட்டார்கள்...! வண்டிகளின் வரிசை முன்னோக்கி நகர்ந்து கொண்டிருந்தது. "ஆஹா... எத்தனை நீளமான வரிசை" நான் இயல்பாகச் சொல்லி முடித்தேன். "நாசமாகப் போனவனே, இங்கிருந்து எங்காவது தொலைந்து போ. இங்கே என்ன செய்து கொண்டிருக்கிறாய்? நீ அநியாயத்துக்கு அல்பாயுசில் சாகப் போகிறாய்". ஒருவன், தன்தாடியை நேர்த்தியாக சீவிக் கட்டிக் கொண்டிருந்தவன் என்னைப் பார்த்துக் கத்தினான். உடனே நான் வயல்வெளிப்பக்கம் மிகுந்த வேகத்துடன் ஓடினேன். பிறகு ஓரிடத்தில் நின்று பாலம் பக்கமாகத் திரும்பிப் பார்த்தேன். இப்போது அந்த வண்டிகளின் வரிசை பாலத்துக்கு வெகுசமீபத்தில்

வந்திருந்தது. வண்டியில் இருந்த ஒருவன், பெருங்கூட்டம் ஒன்று சாலையில் வழிமறித்து நின்றிருப்பதைக் கண்டதும் தன் துப்பாக்கியை வெளியில் எடுத்துக் கூட்டத்தை நோக்கிச் சுட்டான். பாலத்தின் மீது நின்றிருந்த கூட்டம் வயல்வெளிப்பக்கம் திடீரென்று முன்னோக்கி நகர்ந்தது. இதனால், துப்பாக்கியை ஏந்தி வந்த ஆட்கள் இருந்த டோங்காவின் முதல் குழுவினர் பாலத்தைக் கடந்து சென்றனர். பின்னால் வந்த வண்டியில் இருந்தவர்கள் கால்நடைகளைப் பராமரிப்பவர்கள். அவர்கள் மிகவும் அழுக்கான ஆடைகளை உடுத்திக் கொண்டு ஆயுதங்கள் ஏதுமின்றி இருந்தார்கள். வயல்வெளியில் இருந்த கூட்டம் திடீரென்று கோஷங்களை எழுப்பத் தொடங்கியது. முதலில் சற்று அடங்கியும் பின்னர் உரக்கவும் கோஷங்கள் எழுப்பப்பட்டன. அதன் பிறகு, திராவக பாட்டில்களும், செங்கற்களும், கற்களும் டோங்கா வண்டி வரிசையை நோக்கி வீசப்பட்டன. அந்த வரிசையில் குழப்பம் ஏற்பட்டது. பிறகு திடீரென்று கூச்சலிடத் தொடங்கினார்கள். வயதானவர்களும், இளைஞர்களும்,பெண்களும் குழந்தைகளும் அங்குமிங்கும் தப்பிக்க இடம் தேடி ஓடிக்கொண்டிருந்தனர். எல்லோரும் ஓடிக்கொண்டிருந்தனர். அல்லது அங்கங்கு தடுக்கி விழுந்து கொண்டிருந்தனர். மீண்டும் மீண்டும் கீழே விழுந்து பிறகு எழுந்து பிறகு ஓடிக் கொண்டிருந்தார்கள். ஆண்கள் தங்கள் உடைமைகளை இறுகத் தழுவிக் கொண்டிருந்தார்கள். பெண்கள், தங்கள் குழந்தைகளை. அவர்களில் ஒருசிலர் ஓடையில் குதித்தனர். ரத்தம் சிதறிக் கலந்து ஓடிய அந்த ஓடையில் பலருடைய தலைகள் மூழ்கியபடியும் மிதந்து கொண்டும் இருந்தன. தாக்குதலில் ஈடுபட்டவர்களின் கைகளில் ஈட்டிகள் இருந்ததைக் கண்ட ஒருவன் கரையிலிருந்து கால்வாயில் குதித்தான்... அவனுடைய தலை நீருக்கு மேல் எழுந்தது. கண்கள் திறந்திருந்தன... அச்சத்தால் அவை அகல விரிந்திருந்தன... பிறகு அவன் நீருக்குள் ஆழமாக நீச்சலடித்து உள்ளே போனான். ...மூழ்குவதற்குப் பதில் அவன் கரையோரம் தூக்கி எறியப்பட்டான். அவனுடைய தலை வெட்டப்பட்டிருந்தது. ஒருவன் அந்தத் தலையை ஏற்கனவே நீட்டி வைத்திருந்த ஈட்டியால் கீழே தள்ளிவிட்டான்.

பாலம் முழுவதும் பிணங்கள் சிதறிக் கிடந்தன. குவியல் குவியலாக. இதைப் பார்த்து முற்றிலுமாக சமன நிலையை இழந்தேன். அது என்ன பயமா, இல்லை? அது பயம்தான். சிதறுண்ட என் ஆன்மாவின் அடியாழத்தில் அச்சம் துளைத்துச் சென்றது.

போயும் போயும் பிணங்களைப் பார்த்து ஏன் பயப்பட வேண்டும்? அவை நம்மைக் கொல்லாது. அவற்றைப் பார்க்கவும் முடியாது. திகைத்துப்போய் கண்களை இறுக மூடிக் கொண்டேன். நிறைய பேர் அங்கங்கு இறந்து போனவர்களின் உடைமைகளைக் கொள்ளையடித்துக் கொண்டிருந்தார்கள். என்னை யாரும் கவனிக்கவில்லை. யாருடைய கவனத்திலும் நான் இல்லை. திடீரென்று ஒரு குழந்தையின் அழுகைச் சத்தம் என் காதுகளில் பலமாக அறைந்தது. என் கண்கள் தாமாகத் திறந்து கொண்டன. திறந்ததும் என் பார்வை பாலத்தையும் தாண்டிச் சென்றது. "அய்யோ... கடவுளே... என்ன இது? எங்கிருந்து இந்த சாச்சி (சித்தி) திடீரென்று முளைத்தாள்? அவள் கால்நடைகளை மேய்த்து முடித்து விட்டு வீட்டுக்குத் திரும்பிக் கொண்டு இருந்திருக்கலாம். எப்போதும் தன் கால்நடைகளை தூரத்து இடங்களுக்கு அழைத்துச் சென்று மேயவிடுவாள். எனக்குக் கொஞ்சம் தைரியம் வந்த மாதிரி இருந்தது. அவளை நோக்கி ஓடினேன். அவள் பலமாக வசைமாரி பொழிந்து கொண்டிருந்தாள்-

"அட நாசமாகப் போனவர்களே... கொடூர நெஞ்சக்காரர்களே... நீங்கள் புழுத்துத்தான் சாகப்போகிறீர்கள். உங்கள் வம்சம் நாசமாகப் போகட்டும். கல்நெஞ்சக்காரர்களே... இந்த அப்பாவிகள் உங்களை என்னடா செய்தார்கள்?" வாய்க்கு வந்தவாறு திட்டிக் கொண்டிருந்தவள், அழுது கொண்டிருந்த குழந்தையை நோக்கி மெல்ல நடந்தாள். அந்தக் குழந்தை, இறந்து போயிருந்த தன் தாயின் முலையை இறுகப் பற்றியிருந்தது. சுற்றிச் சுற்றி எதையோ தேடிய குழந்தை மீண்டும் உரக்க அழத்தொடங்கியது. சாச்சி அந்தக் குழந்தையையே பார்த்தாள். அவள் கண்களில் தாய்மையின் பாசம் மிளிர்ந்தது. உடனே குனிந்து குழந்தையைக் கையில் எடுத்து நெஞ்சார அணைத்துக் கொண்டாள். குழந்தையை வலமும் இடமும் ஆட்டிக் கொண்டே, "ஓ.. என் கண்ணே... தீர்க்காயுசாக இரு... அழுவதை நிறுத்து. கண்ணே... அழாதே என் செல்லக்குட்டி... நீ எதற்கு அழவேண்டும்? உன் எதிரிகள் அழட்டும்". குழந்தையை தடவிக் கொண்டே தன் நெஞ்சோடு மீண்டும் அணைத்துக் கொண்டாள். பலவீனமாக இருந்த அந்தக் குழந்தையைத் தடவிக் கொண்டே என் பக்கம் பார்வையைத் திருப்பினாள். இந்தப் புள்ளியில் எனக்கு அவள் அணைப்பு வேண்டியிருந்தது. அவள் மிருதுவாகவும் அன்பானவளாகவும் காட்சியளித்தாள். தாய்ப்பாசத்தில் நெகிழ்ந்து இருந்தாள்.

"நீ எதற்கு இங்கே வந்தாய்?" என்று என்னை முறைத்துப் பார்த்தாள்.

"வேடிக்கை பார்க்க". இப்படித்தான் என்னால் சமாளிக்க முடிந்தது.

"இங்கே என்ன ஏதாவது திருவிழா நடக்கிறதா நீ வேடிக்கை பார்க்க? எப்பொழுது பார்த்தாலும் எங்காவது அலைந்து கொண்டிருக்கிறாய்" என்றாள். அவள் என்னைத் திட்டுவதை நான் பொருட்படுத்தவில்லை ஆனால் என்னால் ஒற்றை வார்த்தை கூடப் பேசமுடியவில்லை.

"உனக்கு பயமாக இல்லையா?" சிறிது சாந்தமான குரலில் கேட்டாள்.

"இப்போ, எனக்கு பயமில்லை சாச்சி" என்றேன்.

"யாராவது உன்னைக் கொன்றிருந்தால் என்ன ஆவது?" திடீரென்று அவள் கண்களில் கண்ணீர் எட்டிப்பார்த்தது.

"என்னை எப்படி யாராவது கொல்ல முடியும்? நான் அவளருகில் ஓடிப்போய் அவள் கால்களைக் கட்டிக்கொண்டு கேட்டேன்.

"இல்லை மகனே... இந்த முரடர்களை உண்மையிலேயே நம்ப முடியாது. உனக்குத் தெரியாது. என்ன வேண்டுமானாலும் நடக்கலாம். அவர்கள் யாருக்கும் நண்பர்கள் அல்ல. இவர்கள் எல்லாம் கொலைகாரர்கள். இப்படி சொல்லிக் கொண்டே என்னை ஆசீர்வதிப்பது போல தலையைத் தடவிக் கொடுத்தாள். பிறகு கிராமத்தை நோக்கி நடக்கத் தொடங்கினாள். சாச்சியின் முகத்தில் கவலையின் ரேகை படர்ந்திருந்தாலும் அதில் அச்சத்தின் தடயமேதும் இல்லை. இப்போது எனக்குப் புரிந்தது. அவள் கணவன், தபால்காரன் பச்சித்தர் சிங் இவளைப் பார்த்தால் ஏன் பயந்து நடுங்குகிறான் என்று. அவளுடைய வார்த்தைகளே அவனை முடக்கி விடுகிறதோ என்று தோன்றும். எங்கள் சாச்சியின் கம்பீரம் அப்படி இருந்தது. அவன் மட்டும் ஏதோ அவளை பரேலியிலிருந்து கூட்டி வரவில்லை என்பது போல இருக்கும் அவளுடைய நடவடிக்கை. சொல்லப்போனால் அவள்தான் அவனை கிராமத்திலிருந்து திரும்ப அழைத்து வந்தவள். கிராமத்தில் உள்ள அனைவருடனும் ஏதாவது குட்டி குட்டிச் சச்சரவுகளில் ஈடுபடுவதை

சாச்சி விரும்பினாள். பச்சிந்தர் சிங் வெறுமனே உட்கார்ந்து எதுவும் செய்வதறியாது அவளையே வேடிக்கை பார்த்துக் கொண்டிருப்பான். ஒரு கட்டத்தில் தாங்க முடியாமல் போகும்போது, "போகட்டும் விடு. இதோடு போதும். அவ்வளவுதான். நீ ஏன் எப்போது பார்த்தாலும் இப்படியே எதையாவது செய்து கொண்டிருக்கிறாய்?" என்று கேட்பான். அவள் இடியைப் போல முழங்குவாள், "நீ வாயை மூடிக்கொண்டிரு போதும். அவன் வாயில் ரொட்டியைத் திணிப்பாள்...அவர்கள் இத்தனை நேரம் என்னை 'புர்பானி, புர்பானி' (பலியாடு) என்று சொல்லிக் கொண்டிருந்தார்கள். நீ சும்மா உட்கார்ந்து அவர்களைப் பார்த்துப் பல்லை இளித்துக் கொண்டிருக்கிறாய். எல்லாவற்றுக்கும் மேலாக உன்னை நீ ஆண்மகன் என்று வேறு அழைத்துக் கொள்கிறாய்... இப்போது உனக்கு பதிலாக நான் சண்டை போடவேண்டும் என்று எதிர்பார்க்கிறாயா? நீதானே என்னைக் கல்யாணம் பண்ணிக் கொண்டவன்? நான் ஒன்றும் வேறு யாரோடனோ வீட்டை விட்டு ஓடிப்போகவில்லை. அதனால் நான் இங்கே இருக்க வேண்டுமென்றால் என்னுடைய நிபந்தனையை நீ கேட்டாக வேண்டும். நான் எதற்கு யாருக்காவது பயப்பட வேண்டும்? "நீ போய் என் பெப்பியுடன் தகராறு செய். அட கீழ்ஜாதிக்குப் பிறந்தவனே.. அவள் வெளியே போய் பிச்சை எடுத்து அதைத்தான் தன் குழந்தைகளுக்கு ஊட்டுகிறாள். அவளுக்கு நான் சொல்கிறேன்... நீ உன் கையால் உழைத்துச் சாப்பிடேன்... அறிவு கெட்டவளே... சாச்சியின் சிடுசிடுத்த குரல் இன்னும் காதுகளிலேயே ஒலித்துக் கொண்டிருக்கிறது.

சாச்சி முன்னோக்கி நடந்து கொண்டிருந்தாள். அவள் இடுப்பில் வீச்சரிவாள் ஒன்று ஆடியபடி தொங்கிக் கொண்டிருந்தது. அந்தக் குழந்தை அவள் தோள் மீது சாய்ந்து தூங்கிக் கொண்டிருந்தது. வெகுசீக்கிரத்தில் அவன் ஆழமாகத் தூங்கிப் போனான். அடுத்து சில நிமிடங்களில் கண்களைத் திறந்து தன் கட்டைவிரலை வாயில் வைத்து சூப்பினான். குழந்தையின் வட்டமான சிரித்த முகத்தைப் பார்த்தவாறே நான் சாச்சியின் பின்னால் நடந்து கொண்டிருந்தேன். அந்தக் குழந்தை மீண்டும் உலகை மறந்து தூங்கியது. சாச்சி அக்குழந்தையைத் தன் அகன்ற தோள்களில் அணைத்துத் தூக்கிய வாறு நடந்தாள். எனக்குள் திடீரென்று நன்றியுணர்வு சுரந்தது.

***

ஒருநாள் கிராமத்தின் குருத்வாராவில் இருந்து நகாடாக்கள் வாசிக்கும் ஓசை கேட்டது. ஜனங்கள் திரண்டிருந்தனர். குழந்தைக்கு அமிருத் ஊட்டி விடப்பட்டது. குரு கிரந்த் சாஹிப் புனித நூலில் இருந்து ஒரு வார்த்தையை இரவல் வாங்கி குழந்தைக்கு ஹர்ச்சந்த், ஹர்ச்சந்த் சிங் என்று பெயர் சூட்டப்பட்டது.

எங்கள் கிராமத்தின் ஆட்கள் மிகவும் எளிய மனதுடையவர்கள். இனி இப்போதாவது என் சாச்சி, அதாவது, இந்த இந்தர் கவுர் தன் மூர்க்கமான மனநிலையில் இருந்து விடுபடுவாள் என்று எண்ணினார்கள். இனி எப்போதும் அதற்கு வாய்ப்பே இல்லை என்று நினைத்தார்கள். முன்பு அவள் ஏன் அப்படி சண்டை போட்டாள் என்றால் அவளுக்கென்று ஒரு குழந்தை இல்லை என்பதால். சொல்லப்போனால் அந்தக் குறை ஒன்றுதான் அவளைக் கோபம் கொண்டவளாகவும எப்போதும் எரிச்சல் அடைபவளாகவும் வைத்திருந்தது. இப்போது அவளுக்கென்று ஹர்ச்சந்த் இருக்கிறான். அவனுடைய தேவைகளைப் பார்த்துக் கொள்ளும் வேலையில் அவள் எப்போதும் மும்முரமாக இருந்தாள். சொல்லப்போனால் இந்தக் குழந்தையை அடைவதற்குத் தான் மிகவும் கொடுத்து வைத்ததாக எண்ணிக் கொள்வாள். ஆனால் மற்றவர்களுடன் அவள் சண்டைகள் தொடர்ந்தன. தடையின்றித் தொடர்ந்தன. இந்த முறை பச்சிந்தர் சிங்குடன் தான். ஏனென்றால் அவன் குழந்தை மீது சரியான முறையில் அக்கறை காட்டுவது இல்லை என்ற காரணத்தால் சண்டைகள் அவனுடன் தொடர்ந்தன. அவன் ஒரு நிர்மூடன். சத்தமின்றி கிராமத்தில் தபால்களை விநியோகித்து வருவான். பிறகு குழந்தை ஹர்ச்சந்தை தூக்கிக் கொண்டு கிராமத்தின் நுழைவாயிலுக்குப் போவான். தபால் பையை ஒருகையிலும் குழந்தை ஹர்சந்தை மற்றொரு கையிலும் அவன் தூக்கிக் கொண்டு செல்ல வேண்டும் என்று இந்தர் கவுர் விரும்பினாள். எப்போதும் கிராமத்தில் பட்டுவாடா செய்வதற்காக அவனிடம் அதிகமான அளவில் கடிதங்கள் இருந்தது இல்லை. ஆனால் அது ஒன்றும் ஒரு சிறுவனின் தலையில் ஏற்றி வைக்கும் அளவுக்கு தவிட்டு மூட்டையும் அல்ல. அவளுக்குத் தன்னுடைய தியோரானி யுடன் (கணவனின் சகோதரன் மனைவி) எப்போதும் சண்டை இருந்து கொண்டே இருந்தது. ஏனென்றால் அந்தப் பெண்மணி எப்போதும் ஹர்சந்தைப் பார்த்துப் பொறாமைப்பட்டு வந்தாள். அவளுடைய தியோர் (மச்சினன்) ஹக்கம் சிங் பற்றி எப்போதும் இவள் புகைந்து

கொண்டே இருப்பாள். அவன் தங்கள் நிலத்தின் ஒரு பகுதியைக் கபளீகரம் செய்து விட்டான் என்றும் தன் சகோதரன் பச்சித்தர் சிங் பற்றி இவன் எப்போதும் நினைப்பது இல்லை என்றும் அவன் மீது அவளுக்குக் குறையும் புகாரும் இருந்தது. "எங்கள் ஹர்ச்சந்த் பெரிய பையனாக வளரட்டும். மற்றவர்கள் பங்கை அபகரிப்பதன் விளைவு என்ன என்று அவன் உங்களுக்குக் காட்டுவான்" என்பாள். அந்த நாசமாக போன சூனியக்காரி இந்த வீட்டுக்கு வந்த அன்றிலிருந்து பச்சித்தர் சிங் மீது தன் மாயவலையை வீசித் தன் கட்டுக்குள் வைத்திருக்கிறாள்... இந்தச் சதிகாரி அவனை ஒரு ஆட்டுக்குட்டியைப் போல மாற்றி வைத்திருக்கிறாள். ஹர்ச்சந்த் பெரியவனாகி வளர்ந்து அவர்களுக்குப் பெரிய அளவில் பாடம் புகட்டுவான்". வாயிற்படியில் நின்று இப்படித்தான் அவள் தன் தியோர், தியோராணி இருவருக்கும் சவால் விடுவாள். எங்கள் பெப்பி எப்போதும் அவளைக் கண்டிப்பாள். மற்றவர்களின் வீடுகளில் வாங்கி வரும் அதே உணவை அவள் ஹர்சந்துக்கும் கொடுக்கிறாள் என்பதே அதற்குக் காரணம். அத்தனை எளிதாக அவளை வெல்ல முடியாது என்றாலும் அவளுக்குத் தான் சரியான ஜோடி என்பதை பெப்பி நிரூபித்துக் கொண்டிருப்பாள்-

"அவள் எப்படிப் பேசுகிறாள் என்று பார். ஏதோ அந்தப் பையனை இவளே பெற்ற மாதிரி பேசுகிறாளே... ரொம்பப் பாசமாக இருக்கிற மாதிரி நடிக்காதே...என்ன இருந்தாலும் அவன் கடவுளுடைய குழந்தை... அவன் என்னிடம் வரவேண்டும் என்று ஆசைப்பட்டால் அவனை எப்படி நான் துரத்துவது? என்ன நீளமான நாக்கு உனக்கு? காதுவரை வாய் நீளுகிறது பாரேன். தேவையில்லாமல் உன்னோட வித்தையைக் காட்ட வேண்டாம். என் வீட்டு வரை வந்து என்னை இழுக்க வேண்டுமென்றால் உனக்கு எத்தனை தைரியமிருக்க வேண்டும்?" எரிச்சலின் உச்சகட்டத்தில் இதுபோல முன்பின் தொடர்பின்றி எதையாவது பேசிக் கொண்டிருப்பாள். ஆனால் ஹர்ச்சந்த் எங்கள் வீட்டுக்கு வருவதை நிறுத்தவில்லை. வழக்கமாக அடிக்கடி பெப்பி அவனுக்காக விசேஷமாக சமைக்கும் உருளைக்கிழங்கு கிரேவி சப்ஜியை விரும்பி சாப்பிட வருவான். எந்தவிதமான வஞ்சனையும் இன்றி அவன் சாப்பிடும்போது பெப்பி கரண்டி கரண்டியாக கிரேவியை ஊற்றிக் கொண்டிருப்பாள். கூடவே லொடலொடவென்று இப்படிப் புலம்பிக் கொண்டே இருப்பாள்:

"இவளுக்கு எப்படி இந்த அதிருஷ்டம் அடித்தது என்பது கடவுளுக்குத்தான் தெரியும். இந்த உலகத்தில் யார் யாருக்கு உணவு ஊட்டுகிறார்கள்... இவன் உண்மையிலேயே வேணுகானம் வாசிக்கும் என்னுடைய கிருஷ்ணா தான்."

சாச்சிக்குப் பல முகங்கள் இருந்தன. ஆனால் எனக்கு மிகவும் பிடித்த அவளுடைய முகம் அவள் சாதுவாக இருக்கும் நேரங்களில்தான். அந்த நேரத்தில் அவள் தாய்மைக்கும் அன்புக்கும் உதாரணமாக இருப்பாள். அதாவது அவளுடைய சண்டையிடும் இயல்பை, சீற்றங்களை, நக்கலான பேச்சுக்களை, அவளுடைய முரட்டுத்தனமான நடத்தை ஆகியவற்றை நான் முற்றாக மறக்கும் வேளைகளில் அவள் தாய்மையின் சின்னமாகத் திகழ்வாள். எப்போதாவது ஹர்ச்சந்த் யாரையாவது அடித்தால், தாய்மையின் பாசத்தில் உருகி உடனே அவனுக்கு உபதேசம் செய்வாள், "இல்லை மகனே... உன்னை விட பலவீனமானவர்களை நீ எப்போதும் அடிக்கக்கூடாது. அது பாவம். இதுபோல இன்னொருமுறை நீ செய்தால், உன்னுடைய தாயாக நான் இருக்க மாட்டேன். ஓ... ஸச்சே பாத்ஷா... என் கடவுளே... பருந்துகளுடன் இருக்கும் நீ இவனுக்கு நல்ல புத்தியைக் கொடு. அவன் ஒரு முட்டாள். அடிக்கடி தவறுகளைச் செய்கிறான்".

சின்னச் சிரிப்புகள், சிறிய முனகல்கள், சிறு குறும்புகள், சிறு சண்டைகள். இப்படித்தான் வாழ்க்கை சென்று கொண்டிருந்தது. வட்டமான முகம் கொண்ட ஹர்ச்சந்த் இப்படி வளர்ந்து வந்தான். அவனுக்கு ஐந்து வயதானபோது, அவனுக்கு பாடம் கற்றுக் கொடுத்தேன். பிறகு அவன் தனக்குத்தானே கற்றுக் கொண்டான். வருடங்கள் உருண்டு சென்றன. வருடங்கள் வந்து போய்க்கொண்டிருந்தன. சில வருடங்களுக்குப் பிறகு ஹர்ச்சந்த் பத்தாவது வகுப்பில் நுழைந்தான். மிகவும் பலவானாக, வடிவழகனாக பார்ப்பவர்கள் கண்களைக் கவரும் வகையில் வளர்ந்தான். அவன் என்னுடன் ஒரு நண்பனைப் போலப் பழகினான். அவன் தன்னுடைய வாதங்களை முன்வைக்கும் போதெல்லாம் நான் வயதில் மூத்தவன் என்ற விஷயத்தை அவன் முற்றாக மறந்து விடுவான். படிப்பில் அவன் கெட்டிக்காரனாக இருந்தது எனக்கு மிக்க மகிழ்ச்சி அளித்தது. ஆனால் எனக்கு மேலும் மகிழ்ச்சி அளித்த விஷயம் என்னவென்றால், தன்னைச் சுற்றியுள்ளவர்களின் சிறு சிறு பிரச்சினைகளில் அவன் தலையிட்டு தன்னால் இயன்ற வரை உதவிகள் புரிந்து வந்தான். இப்போதெல்லாம் அவன் எனக்கு

ஒரு சிநேகிதன் என்ற உணர்வை ஏற்படுத்தி வருகிறான். ஒவ்வொரு சனிக்கிழமையும் மாணவர்கள் ஓரிடத்தில் கூடுவார்கள். இந்தப் பையன் மீது எனக்குப் பெரிய எதிர்பார்ப்பு இருந்தது. சிறியவனாக இருந்தாலும் அவனோடான சிநேகிதத்தில் வாழ்க்கை உண்மையிலேயே இன்பமாக இருந்தது.

ஒருநாள் கிராமத்தில் ஒரே ஆரவாரமாக இருந்தது. ஹர்ச்சந்த் வீட்டிலிருந்து ஓடிப் போய்விட்டான். யாருக்கும் எதுவும் சொல்லாமல் ரகசியமாக ஓடிவிட்டான். ஹக்கம் சிங் தன்னுடைய வயலில் இருந்து திரும்பியபோதுதான் இந்த செய்தி கிராமத்தில் பரவியது. வாய்க்குள்ளேயே எதையோ பாடிக் கொண்டும் சீட்டி அடித்துக் கொண்டும் வீட்டுக்குள் நுழைந்த ஹக்கம் திடீரென்று கத்தினான். பெரிதாகக் கூச்சலிட்டான்.

“ஒய்.. எல்லாம் நாசமாகப்போச்சு. ஐயோ... கிராமத்தவர்களே... பெரிய அளவில் எங்களுக்கு நஷ்டமாகிப் போனது. ஒரு மரக்கம்பை வைத்து எங்கள் எருதின் கண்களில் பலமாகக் குத்தியிருக்கிறான். அந்த வேசிமகன் ஹர்ச்சந்த் எருதின் கண்ணைக் குத்திப் பாழாக்கி விட்டான். பச்சித்தரா... மரியாதையாக அதுக்கான பணத்தை எனக்குக்கொடுத்து விடு... இல்லையென்றால் சொல்... உன் மகனை எங்கே பதுக்கி வைத்திருக்கிறாய்? அவனை நான் சும்மா விடமாட்டேன். உன்னையும் தான். நீதான் அந்தக் கீழ்சாதிப் பையனை இப்படி வளர்த்து வைத்திருக்கிறாய்... அவன் வெளியில் வரட்டும் இப்போது...பச்சித்தர் சிங் வீட்டு வாசலில் நின்று உரத்த குரலில் கூச்சலிட்டுக்கொண்டிருந்தான். ஹர்ச்சந்த் கிராமத்துக் கிணற்றின் பக்கம் கடைசியாகத் தென்பட்டதாகச் சொல்கிறார்கள். அங்கிருந்து எங்கோ கண்காணாத இடத்துக்கு ஓடியிருக்கிறான்.

பச்சித்தர் சிங் தன் அறையில் தனியாக இருக்கும் போது அந்தரங்கமாக மனம் கரைந்து அழுது கொண்டிருந்தான். ஒவ்வொரு நொடியிலும் அல்லது ஒவ்வொரு மூன்றாவது நாளிலும் ஹக்கம் சிங் குடும்பத்துக்கு உரக்க சாபமிட்டுக் கொண்டிருந்தாள் இந்தர் கவுர்.

“அடேய்.. நீ அல்பாயுசில் சாகப்போகிறாய்... நீ சுத்தமாக நாசமாகப் போகிறாய்,,, உன்னைத் துண்டு துண்டாக வெட்டினாலும் தகும். குழந்தையே இல்லாமல் நீ சாகணும்... கிராமத்துக்காரர்களே.. இந்த அரக்கர்கள் என் மகனைக் கொன்று விட்டார்கள். பச்சன்

கவுர், நீ என் மகனைக் கொன்று விட்டாய்... நீ நாசமாகத்தான் போவாய்... அவர்கள் வீட்டு வாசலில் நின்று கொண்டு எப்போதெல்லாம் இவள் சாபமிடுகிறாளோ அப்போதெல்லாம் என் பெப்பி, அவள் கையைப் பிடித்து, அவளைத் தடுத்து நிறுத்தி இழுத்துக் கொண்டு எங்கள் வீட்டு அறைக்குள் இழுத்துத் தள்ளி விடுவாள். "கொஞ்சம் பொறுமையாக இரு இந்தர் கவுர்... கொஞ்சம் பொறுமையாக இருந்து பார்... ஒருநாள் ஹர்ச்சந்த் வீடு திரும்பி விடுவான். அவன் என்னுடைய கிருஷ்ணா... அவன் ஏதோ புதியதொரு குறும்பை நம் மீது முயற்சித்துப் பார்க்கிறான். நீயே நினைத்துப் பார். ஆற்றிலிருந்து வெளியில் வருவதற்கு அவன் எத்தனை நாட்கள் எடுத்துக் கொண்டான்... ஆதிசேஷனை வெற்றிகரமாக அடக்கியாண்ட பிறகுதானே அவன் வெளியில் வந்தான்? குழலூதும் நம் கிருஷ்ணனை எப்போதும் நாம் வாழ்த்திக் கொண்டே இருப்போம்... இப்போதைக்கு உன்னுடைய பொறுமையை அதிகமாக சோதித்துக் கொள்ளாதே இந்தர் கவுர். அந்தப் பாழாய்ப் போன பெண்ணையும் கொஞ்சம் பார்... அவள் எப்படி எல்லாம் சுயநலமாக இருக்கிறாள் என்று பார். உனக்கு நிச்சயம் பொறுமை இருக்கிறது இந்தர் கவுர். கொஞ்சம் பொறுமையாக இரு... பெப்பி அவளுடைய கொதிப்பைக் கட்டுப்படுத்த முயற்சிப்பாள். "ஹக்கம் சிங்கா... பச்சன் கவுரே... எங்கள் பொறுமையால் நீங்க ரெண்டு பேரும் நாசமாகப் போகணும். இதனால் மனக்கிளர்ச்சி ஊட்டப்பட்டு இந்தர் கவுர் மேலே தொங்கும் மின்விசிறியை நோக்கிக் கைகளை உயர்த்தித் தன் மார்பில் அறைந்து கொண்டு உரக்கப் புலம்புவாள்.

***

முதல் கடிதம் எனக்குத்தான் வந்தது. ஹர்ச்சந்திடமிருந்து. கல்கத்தாவிலிருந்து. சரியாக இரண்டு அல்லது இரண்டரை ஆண்டுகள் கழித்து. அங்கு போன புதிதில் அவன் பேருந்துகளைக் கழுவியிருக்கிறான். பிறகு கிளீனர் ஆகியிருக்கிறான். இப்போது வண்டியோட்டக் கற்று வருகிறான். "எல்லாம் சரியாகப் போனால், இன்னும் ஐந்து வருடங்களில், சொந்தமாக ஒரு லாரியை வாங்கி விடுவேன். அம்மாவை பத்திரமாகப் பார்த்துக் கொள்" என்று எழுதியிருந்தான்.

கடிதம் பற்றிக் கேள்விப்பட்டதும் பெப்பி இந்தர் கவுர் வீட்டை நோக்கி ஓடினாள். இப்போது அவள் படுத்த படுக்கையாகிவிட்டாள்.

வெளியில் எங்கும் வருவதில்லை. எப்போதாவது அவள் முணுமுணுப்பது என்னவென்றால், "ஐயோ... நான் ஒரு ஃபக்கீரானி... காலத்துக்குப் பலியானவள்... ஐயோ என் மகனே..."

"இந்தர் கவுர்... இந்தர் கவுர்... பதாயி ஹோ... (வாழ்த்துக்கள்)... எழுந்து உட்கார்... எல்லோருக்கும் இனிப்பைக்கொடு... கடவுள் அருளால் என் கிருஷ்ணா உயிருடன் இருக்கிறான். சீக்கிரம் குணமாகிவிடு... அவன் எப்போது வேண்டுமானாலும் நம்மைப் பார்க்க வரலாம்... இப்போது.. இத்தனை நாட்களாக நான் சொல்லவில்லை?" பெப்பியின் வார்த்தைகள் அவளுக்குள் ஏதோ மாயத்தை உண்டாக்கியது போல உணர்ந்தாள் இந்தர் கவுர். மகிழ்ச்சியில் திளைத்தாள். ஆனாலும் பெப்பி சொல்வதை அவளால் உண்மை என்றும் நம்பமுடியவில்லை. நான் உடனே போய் சாச்சியிடம் அந்தக் கடிதத்தில் உள்ள வாசகங்களைப் படித்துக் காட்ட வேண்டும். அவள் பிரகாசமாக சிரித்தாள். "இந்தக் கடிதத்தில் அவன் தன்னுடைய விலாசத்தை எழுதவில்லை. அவனுக்கு எப்படி பதில் கடிதம் அனுப்புவது?" என்று கேட்டேன்.

சாச்சி சிரிக்கத் தொடங்கினாள். "உன்னுடைய பெப்பி சொன்னது சரிதான். அவன் ரொம்ப புத்திசாலி. எப்படி ரகசியத்தைக் கடைப்பிடிக்கிறான் பாரேன். பரவாயில்லை. எங்கிருந்தாலும் அவன் நன்றாக இருக்கட்டும்... இனி நான் சாகப்போவதில்லை".

முன்பு ஒரு காலத்தில் இருந்த அதே கம்பீரத்துடனும் அதிகாரத்துடனும் அவளுடைய வார்த்தைகள் வெளிவந்தன.

பிறகு அவன் கடிதங்கள் விலாசத்துடன் வரத்தொடங்கின. நாங்களும் எங்கள் நலன் பற்றியும் இங்குள்ள சங்கதிகள் பற்றியும் விரிவாக அவனுக்கு பதில் எழுதினோம். இந்தர் கவுருக்கு மணியார்டர் மூலமாகப் பணம் அனுப்ப ஆரம்பித்தான். எப்போதாவது ஊருக்கு வந்து எங்கள் அனைவரையும் சந்தித்து விட்டுப் போனான். அவன் இரவு நேரங்களில் வருவான். விடியற்காலையில் கிளம்பி விடுவான். அந்த வருகைகளின் போது ஒருமுறை கூட அவன் ஹக்கம் சிங் வீட்டுப்பக்கம் போகவில்லை. கடந்த இரண்டு வருடங்களாக அவன் எங்களை சந்திக்க வருவதாக இருந்தான். நாங்களும் அவனை சந்திக்கப் போவதாக இருந்தோம். கல்கத்தா மிகவும் அருகில் இருந்தது என்பதால் அல்ல...

பத்தாண்டுகள் கழிந்தன. புதிய லாரி ஒன்றை ஓட்டிக்கொண்டு அவன் கிராமத்துக்கு வந்தான். இரண்டு இரவுகள் எங்களுடன் தங்கினான். அந்த இருண்ட இரவுகளிலும் நாங்கள் ஒரு நொடிகூடத் தூங்கவில்லை. பேச்சு... பேச்சு.. மேலும் பேச்சாகப் பேசிக்கொண்டிருந்தோம்... எங்கள் பேச்சுக்கு ஒரு முடிவில்லாமல் தொடர்ந்தது போல இருந்தது. அவன் பேசிக்கொண்டிருந்ததைக் கேட்கும் போது அவனை இறுதியாக நாங்கள் பார்த்ததிலிருந்து இப்போது மிகவும் புத்திசாலியாக அவன் மாறிவிட்டது தெரிந்தது. மிகவும் கூர்மையாக இருந்தது அவன் பேச்சு. அவன் மீண்டும் கல்கத்தாவுக்குப் புறப்பட்ட போது ஒரு ரகசியத்தை என்னிடம் உடைத்தான். "எனக்குத் திருமணமாகிவிட்டது. அவள் பெயர் சுஜாதா... படித்த பெங்காலி பெண்...அவளிடம் ஒருநாள் என் தாயி (பெரியம்மா) எப்போதும் என்னை கிருஷ்ணா என்றுதான் கூப்பிடுவாள் என்று சொன்னேன். அவள் சிரிக்கத் தொடங்கினாள். இப்போது அவள் என்னை ஹர்ச்சந்த் என்று கூப்பிடுவதில்லை. ஆனால் அதற்கு பதிலாக 'ஷியாம்' என்று கூப்பிடுகிறாள்" என்றான்.

***

அதற்குப் பிறகு பெரிய விஷயங்கள் நடந்தேறின. எங்கள் இந்தர் கவுர் சாச்சியின் மனதையும் உடலையும் எந்தப் பெரிய கவலை அரித்துத் தின்றது என்பது கடவுளுக்குத்தான் வெளிச்சம். அவள் மெல்ல இறந்து போனாள். பச்சிந்தர் சிங் கண்பார்வையை இழந்தார். பிறகு ஒரு குருத்வாராவில் வசிக்கத் தொடங்கினார். தன்னுடைய மருமகளுடன் பெரிய சண்டை போட்டு என்னுடைய பெப்பி ஹரித்வாரில் வசிக்கத் தொடங்கினாள். எத்தனையோ கெஞ்சிக் கூத்தாடியும் வீட்டுக்குத் திரும்பி வர மறுத்துவிட்டாள். அங்கு அவளுக்குத் தனிஅறையைக் கட்டிக் கொடுக்கத் தீர்மானித்தோம். அங்கு அவள் 'ஹரி நாமத்தை' இடைவிடாமல் தியானித்துக் கொண்டு இருக்கட்டும். ஹக்கம் சிங்கின் மனைவி பச்சன் கவுர் சித்தம் கலங்கி பைத்தியமானாள். ஒவ்வொரு முறை அவள் கிராமத்தைக் கடந்து செல்லும்போதும், "நாங்கள் எடுத்துக் கொள்வோம்... நாங்கள் எடுத்துக் கொள்வோம்..." என்று கூச்சலிடுவாள். அவளுடைய குடும்பத்தினர் அவளை வலுக்கட்டாயமாக வீட்டுக்கு இழுத்து வருவார்கள். ஆனால் ஒவ்வொரு முறையும் அவள் வெளியில் ஓடிப்போகத்தான் முயற்சிப்பாள். ஹக்கம் சிங் முடங்கிப் போனார். அவரால் தானாக

எழுந்து நடக்க முடியவில்லை. அவருக்கு அரசாங்க அலுவலகங்களில் நல்ல தொடர்பு இருந்தது என்னமோ உண்மைதான். அவர் தன்னுடைய மூத்த மகனுக்குப் பேருந்துகளை இயக்குவதற்கான அனுமதியை வாங்கிக் கொடுத்திருந்தார். அவன் ஒருபடி முன்னே சென்று இரண்டு பேருந்துகளை விலைக்கு வாங்கி இயக்கினான். இளையவன் இன்னும் கல்லூரியில் படித்துக் கொண்டிருந்தான். ஹர்ச்சந்துக்கு இரண்டு குழந்தைகள். ஒரு மகள். ஒரு மகன். எனக்கு மூன்று குழந்தைகள். இரண்டு மகள்கள். ஒரு மகன். மகள்கள் வெகுவேமாக வளர்ந்து வந்தார்கள். மகன் சிறியவன்.

***

நினைவலைகளிலிருந்து நான் மீண்டெழுந்தேன்.

ஹர்ச்சந்த் எனக்கு மிகவும் நெருக்கமாக, என்னெதிரே படுத்திருக்கிறான். அவனுடைய தலை சவரம் செய்யப்பட்டிருந்தது. தாடி அடர்ந்து படர்ந்திருந்தது. நடுத்தர வயதுக்காரன். இந்த நிலையில் அவனைப் பார்த்து என் ஆன்மாவுக்கு ஏற்பட்ட காயம் மீண்டும் வெளிக்கிளர்ந்தது.

***

யாரோ கதவை பலமாகத் தட்டினார்கள். என் இதயம் வேகமாகத் துடித்தது. சொல்லப்போனால் மிகவும் சத்தமாக. பல மாதங்களுக்கு முன்பு இப்படிக் கதவு தட்டப்பட்டது. திரும்பத் திரும்ப யார் என்று கேட்டதற்கு யாரும் பதிலளிக்கவில்லை. ஆனால் நீண்ட நேரத்துக்கு வெளியில் சன்னமாக யாரோ கிசுகிசுப்பது கேட்டது. அதற்கு மறுநாள், என் முழுக்குடும்பத்தையும் மூட்டை கட்டி நகரத்துக்கு அனுப்பி விட்டேன். என்ன இருந்தாலும் இது பயங்கரவாதத்தின் காலம். இப்படித்தான் பல நேரங்களில் சம்பவங்கள் நடக்கின்றன. கதவு தட்டப்படும். இலக்கின்றி துப்பாக்கி குண்டுகள் பாயும். மக்கள் உடனடி மரணத்தை சந்திப்பார்கள். அடையாளம் காணமுடியாத கொலைகாரர்கள் எளிதாகத் தப்பிச் சென்று விடுவார்கள். அவர்கள் வந்து போனதும் அங்கு ரத்தம் குளமாகத் தேங்கியிருக்கும். ஈக்கள் கூட்டமாக அதன் மீது மொய்த்துக்கொண்டிருக்கும்.

மீண்டும் ஒருமுறை கதவு தட்டப்பட்டது. “யாரது பாய்ஜி?”

"போலா" வெளியிலிருந்து இளமையும் துடிப்பும் மிக்க ஒரு குரல் கேட்டது.

"என்ன வேண்டும்?" இந்த முறை ஹர்ச்சந்த் அதிகாரத் தொனியில் கேட்டான்.

"சந்த் வீர் (அண்ணன்) உள்ளே இருக்கிறாரா?" சன்னமான குரலில் கேள்வி வந்தது.

ஹர்ச்சந்த் முன்னால் நகர்ந்து கதவைத் திறக்கப் போனான். மிகுந்த எச்சரிக்கையுடன் அந்த இளைஞன் உள்ளே வந்தான். அவனுக்குப் பதினைந்து வயதிருக்கும். வலுவாகவும் திடமாகவும் இருந்தான். பளபளப்பான கற்கள் பதித்த தேசி ஜூத்தி (நாட்டுப்புறக் காலணி) அணிந்திருந்தான். அகன்ற தோள்கள். தலையில் காவிநிற தலைப்பாகை. மது போதையின் தாக்கமற்ற அகன்று விரிந்த கண்கள். கண்களைச் சுற்றி செவ்வளையங்கள். அவனை முதல் பார்வையிலிருந்தே அடையாளம் கண்டு கொண்டேன். அவன் ஹக்கம் சிங்கின் இளைய மகன். ஹர்ச்சந்தின் சாச்சா (சிற்றப்பா) மகன். எங்களைப் பார்த்ததும் எப்போதும் போலப் புன்னகைத்தான். குழந்தைத் தனமான இயல்பான சிரிப்பு. மிகவும் விகல்பமற்ற சிரிப்பு.

"உட்கார் போலா" என்றேன். என் பக்கம் பார்க்காமல் ஹர்ச்சந்த் முகம் பார்த்துச் சொன்னான், "பாப்பு உன்னைப் பார்க்கச் சொல்லி அனுப்பினார்.

"ஏன் என்ன விஷயம்?" ஹர்ச்சந்த் மிகவும் ஆவலுடன் கேட்டான்.

"எனக்குத் தெரியாது. அவர் சொன்னார்.. சும்மா போய் அவரைப் பார்த்து விட்டு வா" என்று. இதைச் சொல்லிவிட்டு அவன் மீண்டும் சிரித்தான்.

"நல்லது. நாளை நான் வருகிறேன். பகல் நேரத்தில். நீ எப்படி இருக்கிறாய்?" திடீரென்று ஏற்பட்ட பாசத்தில் அந்தப் பையனின் தோள்களில் தட்டினான் ஹர்ச்சந்த்.

"நான் நன்றாக இருக்கிறேன் வீர்ஜி. எங்கள் வீட்டுக்கு நீங்கள் சாப்பிட வரலாமே என்று கேட்டான் போலா. அவன் குரலில் எளிமையும் பாசமும் இருந்தது.

"கவலைப் படாதே. அந்த வீடும் என் சொந்த வீடுதான்", ஹர்ச்சந்த் சிரித்துக் கொண்டே சொன்னான்.

"சரி. நாளை நிச்சயம் நான் வருகிறேன்". ஹர்ச்சந்தின் வார்த்தைகளைக் கேட்டு அந்தப் பையன் மெல்ல எழுந்து வெளியில் சென்றான்.

***

"பண்டித்தா... நீ ஏன் இன்று கெட்டியாக உருளைக்கிழங்கு தால் சமைக்க கூடாது. கெட்டியான கிரேவியுடன். கூட சன்னமான, மிருதுவான, உப்பிய சப்பாத்தியுடன்... என்னுடைய தாயி (பெரியம்மா) செய்வதைப் போல. உனக்கு ஞாபகமிருக்கிறதா? இருக்கிறதுதானே? இப்படி சொல்லிக் கொண்டே என் கண்களை உற்றுப் பார்த்தான். நேரடியாக. குழந்தையைப் போன்ற பிடிவாதம் அவன் கண்களில் தெரிந்தது.

"கெட்டியான கிரேவி..." அவனை நான் பகடி செய்தேன். பிறகு அவனுக்கு சொல்ல வேண்டும் என்று தோன்றியது. "அட கேடுகெட்டவனே... நீ சர்தார் ஹக்கம் சிங்காக இருந்தால்... சரி. உனக்கு நல்ல கெட்டியான கிரேவியோடு தான் கிடைக்கும்". என் பெப்பி தயாரித்த து போன்ற கெட்டியான கிரேவியை சுவைக்க வேண்டும் என்ற ஆசை அவனை இன்னும் விடவில்லை. என் உதடுகளை நாவால் தடவிக் கொண்டே சொன்னேன், நீ மாறவே மாட்டாய். இன்னும் அம்மாவின் செல்லப்பிள்ளையாகவே இருக்கிறாய். நாடு முழுக்க சுற்றி விட்டாய். இன்னுமே உருளைக்கிழங்கு சப்ஜியை தால் என்றுதான் சொல்லிக் கொண்டிருக்கிறாய்".

"என்னைத் தூண்டிவிடாமல் இருப்பது நல்லது. அப்புறம் என் மீது பழி சுமத்தாதே, நீ கோழியை சமைக்க வேண்டுமென்றாலும், அது ஒன்றும் தால் சப்ஜியை விட சுமாராக இருக்காது. உனக்கு வேண்டுமானால் வேறு ஏதாவது ஒரு நாளில் முயற்சி செய்து பார்... குறும்பாகச் சிரித்தான். சற்று நிறுத்தி விட்டு மீண்டும் பேசினான். "இப்போதைக்கு "விலங்குகளைக் கொல்வது" பற்றிப் பாடம் எடுக்கத் தொடங்கி என்னுடைய ருசியை நாசப்படுத்தாதே. கிரேவி பற்றியும் அதன் விசேஷமான சுவை பற்றியும் உனக்கு என்ன தெரியும்?" இப்படி சொல்லிக் கொண்டே இருந்தவன் சடாரென்று ஒரு நொடி நிறுத்தி விட்டு மேலே புகை படிந்திருந்த கூரையை உற்றுப் பார்க்கத் தொடங்கினான்.

"ஏன்... என்ன ஆச்சு இப்போது? திடீரென்று அமைதியாகிவிட்டாய்... எதையோ சொல்லிக் கொண்டிருந்தாய்.. இதை சொல்லும்போதே திடீரென்று சுய உணர்வு பெற்று அமைதியானேன். அவனும் அமைதியாகவே இருந்தான்.

"ஹர்ச்சந்த், உனக்கு என்ன ஆனது? சிறிது நேரத்துக்கு முன்பு நீ முற்றிலும் சரியாகத்தானே இருந்தாய்?" அவன் தலையில் தடவிக் கொடுத்து மிகவும் பாசத்துடன் கேட்டேன்.

என்னைப் பார்த்துப் புன்னகைத்தான். என்னுடைய நிலைமையைப் பார்த்து அவனுக்குக் கோபமாக இருக்கிறான் என்பது போல உணர்ந்தேன். அல்லது அதை நினைத்துச் சிரிக்க வேண்டும் என்றும் தோன்றியது. இந்தக் கோபம் அல்லது சிரிப்பின் காரணமாக, ஒரு கிண்டலான புன்னகை பிறந்தது.

என்னுடைய கையாலாகாத்தனத்திலிருந்து வெளிவரவேண்டும் என்று முயற்சித்தேன்.

"இருக்கட்டும். இப்போதைக்கு நல்ல சகோதரனாக இரு. நமக்கு எது நல்லது என்று கடவுளுக்குத்தான் தெரியும். சரியான சந்தர்ப்பம் கிட்டும்போது அவன் முடிவு செய்வான். இறைநீதி என்று ஏதோ ஒன்று இருக்கிறது. அது நடக்குமோ நடக்காதோ என்பது வேறு விஷயம். சில நேரங்களில் மனிதர்கள் அவர்களின் பாவங்களால் எடைபோடப்படுகிறார்கள்.

அவனுக்கு நான் ஆறுதல் சொல்லத் தொடங்கினேன்.

என் வார்த்தைகளைக் கேட்டதும் ஒரு கணம் அவன் செயல் இழந்தது போலானான். பிறகு நெற்றியை சுருக்கிக் கொண்டான். உதட்டைச் சுழித்தான். அந்தக் கணத்தில் அவன் கண்கள் ரத்தமாகச் சிவந்தன. கொழுந்து விட்டெரியும் சுடரைப்போல இருந்தன அவன் கண்கள். கிளம்புவதற்குத் தயாராக எழுந்து கொண்டான். அவனுடைய முழு உடம்பும் நடுங்கிக் கொண்டிருந்தது. அவனைத் தாங்கிப் பிடித்து சமாதானப்படுத்தினேன். என் கைகளை உதறிவிட்டு அவன் சொன்னான்,

"நீ எப்போதும் சொல்வாய். நாம் ஒரு புரட்சியைக் கொண்டு வர முடியும் என்று. நேரம் வரும்போது, விஷயங்கள் எல்லாம் தானாகவே சரியாகி விடும் என்றும் சொல்வாய். ஏதோ ஒரு குருட்டு விதியின் வேலை என்பது போல. தெய்வீக நீதி... எல்லாம் குப்பை.

முட்டாள்தனம். இந்த சொர்க்கம் பற்றிய குப்பை. புரட்சி!!! இந்த நம்பிக்கை ஒன்றுதான் இத்தனை நாள் நம்முடைய வாழ்க்கை முழுவதும் நம்மை உயிருடன் வைத்திருக்கிறது. நாம் பெருத்த அளவில் அடியும் வாங்கியிருக்கிறோம். இந்த அநீதிக்கு எதிராக நாம் போராட வேண்டும் என்று நீ உறுதியாக ஏன் சொல்ல மாட்டேன் என்கிறாய்?..” அவன் ஏறத்தாழ மூச்சற்று இருந்தான்.

நான் கண்களை விரித்து அமைதியாக இருந்தேன். எதையும் யோசிக்க முடியாத நிலையில் இருந்தேன். வெறுமையாக. ஆனாலும் முழுமையாக.

பிறகு மீண்டும் அவன் கூச்சலிட்டான். “இது ஏதோ புரட்சி இல்லை என்பது போல. ஆனால் ஏதோ ஒரு ஒட்டகத்தின் வாயைப் போல. இப்போது இந்தக் கேடுகெட்டவன் சொல்கிறான், நாம் சரியான நேரத்துக்காக க் காத்திருக்க வேண்டும் என்று. என்ன நேரம்? ஏதோ அந்த நேரம் நம்மைத் தானே தேடிவருவது போல. ஏதோ ஒரு சாவி கொடுத்த பொம்மை போல. அதற்குத் தேவையான முயற்சியை ஏன் நாம் எடுக்க க் கூடாது? இல்லை... இல்லை... அது பாவம். ஏதோ உயிருடன் இருக்கும் ஒரு ஜீவனைக் கொல்வது போல.”

முதலில் நான் நினைத்தேன். மெல்ல இவனுடைய கவனத்தை வேறு திசைக்குத் திருப்ப வேண்டும் என்று. ஆனால் அந்தக் கணத்தில் என்னால் வேறு எதையும் சொல்ல முடியவில்லை. இதுபோன்ற திடீர்த் தாக்குதலை எதிர்கொண்டதில், முற்றிலும் செயலிழந்து நின்றேன். கையறு நிலைக்குத் தள்ளப்பட்டேன். பிறகு ஆத்திரத்துடன் நான் இப்படிக் கூறினேன்-“சரிதான். பிறகு நீயே சொல். என்னதான் செய்வது. என்னால் வேறு எதையும் யோசிக்க முடியவில்லை”.

நான் அவனெதிரில் சரணாகதியடைந்தேன். அவன் முகத்திலும் கண்களிலும் கொழுந்து விட்டெரிந்த ஒளியைக் கண்டு, குற்ற உணர்வுடன் தலையைக் குனிந்து கொண்டேன். ஒரு நொடியின் பின்னத்தில், பரிபூரண அமைதி அங்கு நிலவியது.

“என்ன செய்ய வேண்டும்? போய் ஆடுமாடுகளைப் போல நாமே தூக்கு மாட்டிக் கொண்டு சாகவேண்டும். காலங்காலமாக நாம் இதைத்தான்செய்து வருகிறோம்... தாடியை முடிச்சுப்போட்டுக் கொள். உன் வாழ்க்கையை மட்டும் வாழ்ந்து கொள். என்றாவது

ஒருநாள் நல்ல நேரம் வரும்!" என்னைக் கேலி செய்ய முயற்சித்து, திருநங்கையரைப் போல சுற்றிச் சுற்றி வந்து கித்தா (பஞ்சாபில் பெண்கள் ஆடும் கிராமிய நடனம்) நடனமாடினான்.

"இப்படிப் பேசுவதற்கு உனக்கு அவமானமாக இல்லையா?" என்று கேட்டேன். உள்ளுக்குள் பயந்திருந்தாலும், நான் கோபமாகவும் அதே நேரத்தில் மென்மையாகவும் இருப்பதுபோல பாவனை செய்தேன்.

என்னைக் கேட்டால், நேர்மையாக, இது போன்ற விஷயங்களை அவமானமாகவோ குற்ற உணர்ச்சியுடனோ அணுகக்கூடாது. சில விஷயங்கள் இருக்கின்றன. அவற்றை மிகவும் தைரியம் கொண்டவர்கள் மட்டுமே யோசிக்க வேண்டும். இதுதவிர, இந்த நாட்களில் மானம் அவமானம் என்று எதுவுமில்லை. அவர்கள் நிர்வாணமாக நடனமாடிக் கொண்டிருக்கிறார்கள். இருபத்து நான்கு மணிநேரமும். அவர்கள் நம்மைத் தாக்கும் போது நாம் நம்மைப் பாதுகாத்துக் கொள்ள இங்குமங்கும் ஓடிப்போகிறோம். பிறகு நாம் இங்கு அடிபட்டோமென்றால் நம்முடைய தோல் உரிக்கப்பட்டு விடுகிறது.

படுக்கையிலிருந்து இறங்கி, உடம்பை வளைத்துக் கட்டிலில் உட்கார்ந்தான். கண்களை இமைக்காது என்னையே நேரடியாக உற்றுப் பார்க்கத் தொடங்கினான். என்னுடைய சாச்சா (சித்தப்பா), போதைக்கு அடிமையாக இருந்தவர், குனிந்து உட்கார்ந்து ஒருகையில் சிலும் (புகை குடிக்கும் குழாய்) மற்றொரு கையில் சிம்ப்டா (சிமிட்டி) பிடித்துக் கொண்டு சிலும் குழாயில் மேலாகத் தங்கியிருக்கும் ஆறிப்போன சாம்பலை ஒதுக்கி விட்டுப் பிறகு வாயால் ஊதி கங்குகளைத் தூண்டி விடுவார். அப்போது சொல்வார், "இந்த பாழாகிப் போன நெருப்புக்கு இன்று என்ன ஆனதென்று தெரியவில்லை. ஒரு எரிகின்ற கரியைக் கூடக் காணோம். இந்த வேசிக்குப் பிறந்தவன்கள் சரியாக மரத்தை வெட்டுவதில்லை. பிறகு அது எப்படி சரியான விறகாகும். இது வீட்டில் வெறுமனே புகையைத் தான் கிளப்பி விடுகிறது.தேவையில்லாமல்...

எனக்கு ஹர்ச்சந்தின் கோபம் புரிந்தது. ஓரிரு அடிகளை எடுத்து வைத்து விட்டு, நான் அங்கேயே உட்கார்ந்து கொண்டேன்.

"பிறகு இங்கிருந்து ஏன் ஓடிப்போனாய்? அப்போது நீ தைரியமாக எதையும் எதிர்கொண்டிருக்க வேண்டும்". இந்த வார்த்தைகள் என் வாயிலிருந்து தப்பித்து வெளியில் வந்தன. இதைச் சொல்லக் கூடாது என்று நான் எத்தனையோ முயற்சித்தும். ஆனால் என்னுள் ஆழமாக, ஒரு வருத்தம் இருந்தது. நான் ஏன் இதையெல்லாம் சொல்ல வேண்டும்? அவனைக் குத்திக் காட்ட வேண்டும் என்ற எண்ணம் ஏதுமில்லை எனக்கு.

இந்த வார்த்தைகளைக் கேட்டதும் யாரோ அவன் நெஞ்சில் ஈட்டியை நேராகச் சொருகியதுபோலத் துடித்தான். என்னை விநோதமாகப் பார்த்தான். அது யாரோ ஒரு அந்நியன் என்னைப் பார்ப்பதுபோல இருந்தது. நான் ஏதோ மிகப் பெரிய குற்றம் இழைத்து விட்டது போல அவன் பார்வை இருந்தது.

"அடேய்... மேலும் என்னை அதிகமாகத் தூண்டி விடாதே... நீ ஏதோ என்னை அங்கே காப்பாற்றுவதற்காகப் பெரிய படையை அனுப்பியது போலப் பேசுகிறாய். அந்த வேசிமகன்கள் என்னை நோக்கிப் பாய்ந்து வந்தபோது அவர்கள் எண்ணிக்கை யாரையும் வீழ்த்திவிடும் அளவில் இருந்தது. கும்பல் கும்பலாகப் பயிற்சி அளிக்கப்பட்ட முரடர்கள். ஏதோ புயலைப் போல அவர்கள் வந்தார்கள். எங்களிடம் ஆயுதங்கள் ஏதுமில்லாமல் நாங்கள் வெறுமனே பார்த்துக் கொண்டிருந்தோம். எங்கள் கண்களின் முன்னே.. வீடுகளை எரித்தார்கள். மனிதர்களை உயிரோடு கொளுத்தினார்கள். கொன்றொழித்தார்கள்... அவர்களுக்கு வேண்டியிருந்த தெல்லாம் தங்கள் தலைவர்களின் தலையசைப்பு மட்டுமே. ஏதோ இந்த நாட்டில் பெரும் பசியும் வறுமையும் இருந்தது போல. அவன் தொண்டைக்குள் குமிழிட்டு ஏதோ அடைத்தது. ஏற்கனவே அவன் கண்ணீர் விட்டு அழும் நிலையில் இருந்தான்.

நான் அவன் பைத்தியம் பிடித்த மனிதனின் முகத்தைப் பார்ப்பது போல அவனை வெறித்துக் கொண்டிருந்தேன்.

"இப்போது நீ ஏன் என்னை இத்தனை கடுமையாக முறைத்துக் கொண்டிருக்கிறாய்?". ஏதோ முயல் ஒன்று வலையில் மாட்டிக் கொண்டதைப் பார்ப்பதுபோலப் பார்க்கிறாயே. பதில் சொல்ல முடியுமா? எல்லாவற்றுக்கும் மேலாக அவனால் அதைச் சொல்ல முடிந்தது. நான் ஓடிப்போனேன். இல்லை. இல்லை. நான் ஏதோ என் வீட்டுக்குத் திரும்பி வருவதற்கு அவனிடம் அனுமதி

வாங்கியிருக்க வேண்டும் போல இருக்கிறதே. இந்த மனிதன், தனக்குத் தானே ஏதோ பட்டியலாவின் மகாராஜா என்று நினைத்துக் கொண்டிருக்கிறான். இந்த அத்தனை வசதியுடன் உட்கார்ந்து கொண்டு எல்லா பிரகடனங்களையும் அவனால் செய்ய முடிகிறது. அவன் பெரிய நவாப் போல. சரி. நீ என்ன தைரியத்தைக் காண்பித்தாய்? உன் குடும்பத்தை மூட்டை கட்டி எல்லோரையும் நகரத்துக்கு அனுப்பி விட்டாயே. குறைந்த பட்சம் நீ செய்ய வேண்டியிருந்த து என்னவென்றால், எதிர்த்து நின்றிருக்க வேண்டும். பிறகு எல்லா உபதேசத்தையும் செய்திருக்கலாம். அல்லது வெறும் கோஷத்தைப் போட்டிருக்கலாம். தன்னைத் தானே ஏழைகளின் ஆபத்பாந்தவனாக அறிவித்துக் கொள்ளும் தேவதூதர்கள்.. தங்களையே அப்படி ஒன்றாக நியமித்துக் கொண்டவர்கள்... அவர்களுடைய வெற்று ஜம்பங்களை... இவை எல்லாவற்றுக்கும் யாரும் அரை வீசம் கூட மதிப்பு அளிப்பதில்லை. தண்டப்பிறவிகள்... இதுபோலப் பேசி... அவன் ஒரு கணம் நிறுத்தினான்... சிறிது இருமிக் கொண்டான். பிறகு எதையோ நினைத்துக் கொதிப்பது போல, மீண்டும் மிகுந்த கோபத்துடன் ஆரம்பித்தான், “நான் இந்தப் பெரிய கங்காணிகளின் அழைப்பை ஏற்கவில்லை. அவர்கள் ஏதோ நுரையீரலே பிளப்பது போலக் கூச்சலிட்டார்கள். “திரும்பி வா. திரும்பி வா... ஏதோ நமக்காக அவர்கள் காத்திருப்பது போல, கையில் இனிப்பை வைத்துக் காத்திருந்தார்கள். அவர்களால் தங்களைக் கூடப் பார்த்துக் கொள்ள முடியவில்லை. அவர்கள் நம்மைக் கூப்பிடுகிறார்கள். இது எப்படி இருக்கிறதென்றால் வௌவால்கள் இப்படித்தான் செய்யும்... நாம் எங்கே தொங்குகிறோமோ..அங்கேதான் நீயும் அங்கேதான் தொங்க வேண்டும்... எப்படியிருந்தாலும், அவர்களின் அறிவுரையைக் கேட்டுச் சிலர் திரும்பினார்கள். அவர்களுக்கு என்ன கிடைத்தது? அவர்களின் பூட்டிவைத்திருந்த மாளிகைகளா? அவர்கள் மீண்டும் நரகத்தில் தள்ளப்பட்டார்கள். இன்னும் சொல்லப்போனால்... அவர்களால் குழப்பத்தை மட்டுமே உருவாக்க முடியும்.அதனால் அதையேதான் எல்லா நேரமும் அவர்கள் செய்து வருகிறார்கள்”.

மீண்டும் அவன் கண்களில் கண்ணீர் குளமாகத் தேங்கியது.

“நண்பா... எனக்கு நிச்சயமாகத் தெரியும். அங்கே... அங்கே, உன்னைப் போலவும் என்னைப் போலவும் இருக்கும் ஆட்கள் இருக்கிறார்கள். குறைந்த பட்சம் அவர்கள் தங்களின் எதிர்ப்பைக் காட்டுகிறார்கள். உறுதியாக, சிலபேர் இருக்கிறார்கள், குறைந்தது,

லட்சியத்துடன் அவர்கள் வாழ்கிறார்கள். ஏதோ முழு சமூகமும் அழுகிவிட்டதா என்றால் நிச்சயமாக இல்லை. கொஞ்சம் நேர்மறை நம்பிக்கையுடன் அவனுக்குப் புரிய வைக்க முயற்சித்தேன்.

"மறந்து விடு. மற்ற இடங்களில் இருப்பவர்களைப் போலத்தான் இவர்களும்... ஆயுதங்களின்றி... அச்சத்துடன்..." என்றான்.

"உடைப்பு... பிளவு... உடைபட்டு நிற்பது... அது ஒன்றுதான் உண்மையான சாபம். என்றான்.

"நான் என்ன நினைக்கிறேன் என்றால், மக்கள் இறுதியில் எதிர்த்து நின்று, புரட்சியில் இணைய வேண்டும்... ஒருமுறை அல்லது பலமுறை... ஒரு வழியில், விஷயங்கள் ஏற்கனவே முடிவைத் தொட்டு விட்டது. நீயே உன் கண்களால் பார்த்தாய்.. இதை விட மோசமாக வேறு என்ன இருக்க முடியும்? விசித்திரமான விரக்தித் தன்மை என் குரலில் இருந்தது.

"ஆமாம். தலைவர்கள் சோம்பேறிகளாக உட்கார்ந்திருக்க மக்கள் புரட்சியில் இறங்க வேண்டுமா? ஏன் எப்போதுமில்லை? அங்கேயும், உன்னை மாதிரி பல பேர் இருக்கிறார்கள். கண்களில் போர்வைகளை இழுத்து விட்டுக் கொண்டு இருக்கிறார்கள். பெரிய அறிவுஜீவிகள். எப்போதும் வெறுப்பை உமிழத் தயாராக இருக்கிறார்கள். அல்லது செய்தித்தாள்களில் கட்டுரைகள் எழுதுவார்கள். அல்லது எப்போதும் ஏதாவது ஒரு மாநாட்டைக் கூட்டுவதில் மும்முரமாக இருப்பார்கள். அவர்கள் எப்போதும் இப்படித் தான் பேசுவார்கள்... "பெரும்பான்மையாக அமைதியாக இருப்பவர்கள் ஒருநாள் பெரிய அற்புதத்தை நிகழ்த்தப் போகிறார்கள். வருடங்கள் மேலும் பல வருடங்களைக் கூட்டியது. ஆனால் அந்த 'ஆசீர்வதிக்கப்பட்ட நாள்' உண்மையில் விடியவேயில்லை. இந்த உலகை மாற்றுவேன் என்று பீற்றிக் கொண்டிருந்தவர்களெல்லாம் இப்போது தங்கள் கைகளைக் கூப்பிக் கொண்டு உட்கார்ந்திருக்கிறார்கள். நம்முடைய நாடு உண்மையிலேயே மிகவும் விசித்திரமான இடமாக இருக்கிறது. அவனுடைய வார்த்தைகளில் விரக்தி வெளிப்படையாக இருந்தது.

"நீ இங்கே வந்தாய்... நான் என்ன சொல்ல வருகிறேன் என்றால்..." பேசும்போது நான் மிகவும் ஜாக்கிரதையாக இருக்க விரும்பினேன், ஆனால் தேவைக்கு அதிகமாகவே அப்படி

இருந்திருக்கிறேன். இதனால் என் வார்த்தைகளைக் கூட என்னால் முடிக்க முடிக்க முடியவில்லை.

"மீண்டும் அதே. நீ எதன் மீது இப்படி முழங்கிக் கொண்டிருக்கிறாய்?... இங்கேயா அல்லது அங்கேயா?" திடீரென்று பொங்கி எழுந்து, ஒருமுறை பதிலளிக்க முயற்சித்தான். ஆனால் அடுத்த நொடியே அமைதியாகிவிட்டான். தன் மீது தொடுக்கப்பட்ட தாக்குதலிலேயே அவன் மனம் உழன்று கொண்டிருந்தது. சிறிது நேரம் அமைதியாக இருந்து விட்டு, ஏதோ பெருமூச்சு விடுவது போல தொண்டையை செருமிக்கொண்டான். பிறகு சோகமான ஒரு புன்னகை முகத்தில் தோன்ற மிகவும் மென்மையாகப் பேசினான்.

"ஆத்மா... விளக்கைப் போடு. உள்ளே ஒரே இருட்டாக இருக்கிறது".

இருக்கையிலிருந்து எழுந்து நின்று சுவிட்சைப் போட்டேன். ஒளி எங்கும் படர்ந்தது. இப்போது நாங்கள் முகத்தைப் பார்க்கவும் படிக்கவும் முகத்தின் வெளிப்பாடுகளைக் காணவும் முடிந்தது. எங்களுக்கு இடையிலிருந்த சந்தேகச் சுவரும் அவநம்பிக்கையும் எப்போதும் அழிக்க முடியாத வகையில் வலுவாக இருந்தது. பிளவுக்கான நடைமுறை ஏற்கனவே தொடங்கி விட்டது. எனக்குள் ஆழமாக எங்கோ அந்த உணர்வு துளிர்விடத் தொடங்கிவிட்டதை என்னால் உணர முடிந்தது. ஒருவேளை ஹர்ச்சந்த் கூட இதே போன்ற உணர்வில் இருக்கலாம். என்ன இருந்தாலும் நாங்கள்தான் எங்களுக்குள் இதுபோன்ற சாதகமாகவும் இணக்கமாகவும் உள்ள சூழலை உருவாக்கிக் கொள்ள வேண்டும்".

"அடேய் முட்டாளே... உன்னைப் பற்றி விசாரிப்பதற்காக வந்தேன். உன் மொத்தக் குடும்பத்தையும் மூட்டை கட்டி நீ நகரத்துக்கு அனுப்பி விட்டாய் என்பதை அறிந்து கொண்டேன். அதனால் நீ எப்படி இருக்கிறாய் என்று ஏன் பார்க்கக் கூடாது என்று நினைத்து இங்கே வந்தேன். நீ இங்கே உன் பொழுதை எப்படித் தனியாகக் கழிக்கிறாய் என்பது பற்றி கடவுளுக்கு மட்டுமே தெரியும். ஆத்மா, உண்மையிலேயே நீ நிறைய எடையை இழந்திருக்கிறாய். உன் ஆரோக்கியம் குறித்து நீ இன்னும் அதிகமாக க் கவனம் செலுத்த வேண்டும். இது வாழ்வதற்கான வழியில்லை. எல்லாவற்றையும் விட்டுவிடு. சும்மா என்னைப் பார்... என் கண்ணெதிரிலேயே என்னுடைய லாரியைத் தீயிட்டுக்

கொளுத்தினார்கள்... என் வாழ்நாள் சேமிப்பு முழுவதும் காலியாகிவிட்டது. ஆனாலும் நான் நம்பிக்கையை விடவில்லை. அதற்கான இழப்பீட்டைக் கோரினேன். மீண்டும் ஒரு லாரி வாங்கப் போகிறேன்... எப்படி இருந்தாலும் இதே நிலை எப்போதும் நீடிக்காது. இந்த சோதனையான கட்டத்திலும் சுஜாதா என்னுடன் நின்றாள். அவள் சொன்னாள், "மனதைத் தளரவிடாதே... நான் உன்னுடன் இருக்கிறேன்... லாரியை அவர்கள் எரித்தால் என்ன? என் உயிர் இன்னும் இருக்கிறது. என்னைப் பார்த்து அவள் கண்களில் கண்ணீர் வழிந்தது. "ஷியாம், உன்னுடைய பட்டுப்போன்ற கேசம் போய்விட்டதா? அதை ஏன் நீ கத்தரித்துக் கொண்டாய்? இதை விவரித்த போது அவன் கண்களும் பனித்தன. "நண்பா, நீ உன்னுடைய குடும்பத்தை மூட்டை கட்டி நகரத்துக்கு அனுப்பியிருக்கத் தேவையே இல்லை. போயும் போயும் ஒரு உண்மையான பிராமணனாக இருக்க முயற்சித்திருக்கிறாய். நான் போய் உன் குழந்தைகளை மீண்டும் கிராமத்துக்கே அழைத்து வருகிறேன். நான் சொன்னது கேட்டதா?"... இதை அவன் சொன்னபோது அவன் தொண்டைக்குழியில் ஏதோ அடைத்துக் கொண்டது போல இருந்தது. பிறகு அவன் என்னைத் தனக்குள் இறுக்க அணைத்துக் கொண்டான். குழந்தையைப் போலத் தேம்பித் தேம்பி அழுதான். என்னாலும் அழுகையைக் கட்டுப்படுத்த முடியவில்லை.

***

அவன் எப்போதும் யாரும் ஊகிக்க முடியாத வகையில் நடந்து கொள்வான். ஆனால் இந்த முறை, அவன் என்னை மூச்சடைக்க செய்துவிட்டான். எங்கள் உணவை முடித்ததும் சற்று ஓய்வு எடுக்கலாம் என்று நினைத்தோம். அவன் திடீரென்று சொன்னான். "அப்போ, பண்டிதா! வா போகலாம். கிளம்பத் தயாராகு"

"எங்கே?" என்று ஆச்சரியத்துடன் கேட்டேன்.

"நாம் சிறிது தூரம் நடந்து விட்டு வருவோம். பாலம் வரை போய்வருவோம்" என்று இயல்பாகச் சொன்னான்.

"இந்த நேரம். வெளியில் எத்தனை இருட்டாக இருக்கிறது பார்... எங்கும் மயான அமைதியாக இருக்கிறது".

இந்த நேரத்தில் வெளியில் போகலாம் என்ற அவனுடைய வேண்டுகோள் எனக்கு ஏனோ சற்று அச்சத்தை ஏற்படுத்தியது.

“உன்னை என்ன இருட்டு முழுங்கி விடுமா? இந்தப் பாழாய்போன அமைதியைத் தான் உடைக்க வேண்டுமென்கிறேன்”.

அவன் சிரித்துக் கொண்டே இதைக் கூறினான். அவனுடைய வார்த்தைகளில் மிகவும் விநோதமான உறுதி படிந்திருந்தது.

தயக்கத்துடன் ஒரு காவித் தலைப்பாகையை தலையில் சுற்றிக் கொண்டேன். அவன் தலையில் எதையும் அணியவில்லை. இருவரும் வெளியில் காலடி வைத்தோம். உண்மையிலேயே நடுநிசியாக இருந்தது. இந்த அமைதியானது ஒருவகையில் ஏதோ ஒரு சகுனமாகவும் தெரிந்தது. இந்த வேளையில் மக்களனைவரும் தங்கள் வீடுகளுக்குள்ளேயே தங்கியிருந்தனர்.

ஒருவகையில், நானும் உள்ளுக்குள்தான் அடைபட்டு இருந்திருக்கிறேன். வெளியில் என் உடல் மட்டுமே இருந்தது. அதை இப்போது ஹர்ச்சந்த் தன்னுடன் இழுத்துச் சென்று கொண்டிருக்கிறான். அவன் என்ன பேசுகிறான் என்பதைப் பற்றி என்னால் முழுதும் அறிந்து கொள்ள முடியவில்லை. அவன் பேச்சில் நான் கேட்டதெல்லாம் ‘பண்டிதா’, ‘பஹ்மணா’ போன்ற பிரத்தியேகமான வார்த்தைகள் தான். இவற்றை அவன் மிகவும் பிரியத்துடன் கூறினான். பிறகு எப்போதாவது தொடரும் அவன் சிரிப்பு, அவனுடைய சிரிப்பு மிகவும் அச்சுறுத்துவதாக இருந்தது. இதுபோன்ற நடுநிசியின் மயான அமைதியில் இப்படி சிரிப்பது அத்தனை நல்லதாகத் தோன்றவில்லை. எத்தனை பயந்திருந்தேன் என்றால் என்னுடைய எண்ணங்கள் எவையும் மேலெழவேயில்லை. ஏதோ நித்தியமான அமைதி எல்லாவற்றையும் தனக்குள் அடக்கிக் கொண்டது போல இருந்தது.

நாங்கள் எப்போது பாலத்தை அடைந்தோம் என்பது எனக்குத் தெரியவில்லை. எப்படியோ என்னுடைய மனம் சற்று அமைதியானது. அப்போது பாலத்தின் விளிம்பில் பெரிய பாறை ஒன்று கிடந்ததைப் பார்த்தேன். நாங்கள் அதன் மீது உட்கார்ந்திருந்தோம். எங்கள் கால்கள் நீரில் அளைந்து கொண்டிந்தன. அவன் பேசிக்கொண்டிருந்தான்.

“இதோ பார் ஆத்மா, இப்போது நாம் இந்தப் பாலத்தின் மீது உட்கார்ந்திருக்கிறோம். நம் விருப்பத்தின்படி நாம் எங்கு

வேண்டுமானாலும் உட்கார்ந்திருக்கலாம். அது நம்முடைய விருப்பம். இந்தப் பாலம், இந்த நதி, இந்தக் கிராமம், இந்த நகரம்,... இவை எல்லாமே நம்முடையதுதான்... வயல்களும் நம்முடையதுதான்... இல்லையா?" இதைச் சொல்லி விட்டு சிறிது நேரம் யோசித்தவாறு இருந்தான்.

ஒருமுறை இந்த நதி முழுவதிலும் உடைப்பு நடந்துள்ளது" நான் மென்மையாகப் பேசினேன்.

"யாரால்?"

என் குரல் நடுங்கியது.

"சரி. விடு. யாரோ செய்தார்கள். அதனால் என்ன இப்போது? நம் நதியை உடைப்பெடுக்கச் செய்தார்கள். சொல்லப்போனால் இந்த நதி நம்முடையது. நான் என்ன சொல்கிறேன் என்றால் பாலத்தின் விளிம்பில் கிடக்கும் இந்தப் பாறை கூட... கைப்பிடியளவு மண்ணை விட அதிகமானது எதுவுமில்லை... அவன் உணர்ச்சியின் வேகத்தால் உந்தப்பட்டிருந்தான்.

"அது பெரிய அத்துமீறலாக இருந்தது" நான் இதைச் சொன்ன போது அந்த அத்துமீறலின் உருவம் படமாக என் மனதில் படர்ந்தது.'

"ஹூம்... பிறகு?" அவன் ஆர்வத்தில் பின்னணியில் இருந்த பதட்டத்தை என்னால் உணர முடிந்த து".

"பிறகு என்ன? கிராமத்தில் பெரும் ஆரவாரமாக இருந்தது. குருத்வாராவில் நகாடா ஒலித்தது. இரவுக்குள் மக்கள் நதியில் உடைப்பை அடைத்து விட்டார்கள்" என்றேன்.

"இதுதான் உண்மையான விஷயம்". அவன் என் தோள்களைத் தன்கையால் மகிழ்ச்சியுடன் வளைத்துக் கொண்டான். பிறகு எழுந்து நின்றான். பாதி வெட்டப்பட்டிருந்த கருங்காலி மரத்தை நோக்கிப் போனான். அவனுக்குப் பக்கத்தில் நானும் உடன் அந்த மரத்தைப் பார்த்தவாறு நின்றேன். அந்த மரம் ஒரு குடையைப் போல சுற்றிலும் படர்ந்திருந்தது. அந்தக் கருங்காலி மரத்தின் வெட்டப்பட்ட பகுதியைக் கையால் தடவினான். நீண்ட நேரம் அந்த இடத்தில் தடவிக் கொண்டே இருந்தான். பிறகு அவனுக்கு உள்ளே எங்கிருந்தோ ஆழத்தில் ஒரு குரல் எழுந்தது.

“அம்மாவின் உடல் எங்கே விழுந்திருந்தது?” நான் அவனுடைய கையைப் பிடித்துக் கொண்டேன். என் நினைவின் அடிப்படையில், என் அனுமானத்தின் படி தோராயமாக அவனுடைய தாயின் உடல் கிடந்திருந்த இடத்துக்கு அவனை இட்டுச் சென்றேன். ஒருகணம் அங்கு நின்று, ஆழமான சிந்தனையில் அமிழ்ந்து போனான். பிறகு, உணர்ச்சி தோய்ந்த குரலில் பேசத் தொடங்கினான். “அப்போது எத்தனை பேர் இறந்திருப்பார்கள்?”

“எண்ணிக்கையற்று” என் இதயம் மிகவும் கனமானது.

“ஒருவேளை என்னுடைய பாப்பு பிழைத்திருக்கலாம்... இன்னும் கூட அவர் உயிரோடு இருக்கலாம். இந்த நகரத்தில்... அல்லது பாகிஸ்தானில்”. ஒரு வகையான விரக்தி கலந்த குரலில் சொன்னான். மெலிதான நம்பிக்கையை வெளிப்படுத்தினான்.

“எனக்கும் தெரியாது, ஒருவேளை இருக்கலாம்” என்று கூறிக்கொண்டே அவனை இறுகத் தழுவிக் கொண்டு நாங்கள் முன்பு உட்கார்ந்திருந்த இடத்துக்கு அழைத்துச் சென்றேன்.

சிறிது நேரம் ஆழ்ந்த அமைதி அங்கு நிலவியது.

“நாம் விசித்திரமான மனிதர்கள். நாம் எறும்புப் புற்றுக்கள் மீது கால்வைத்துக் கலைப்பதைத் தவிர்க்க முயற்சி செய்கிறோம். ஆனால் மனிதர்களைக் கொல்வது பற்றி எவ்விதமான தயக்கமும் கொள்வது இல்லை” என்றான்.

“போகலாம். இரவு தேய்ந்து கொண்டிருக்கிறது.. எதற்குத் தேவையில்லாமல் சிக்கலை வரவழைத்துக் கொள்ள வேண்டும்?” என் அச்சத்தை வெளிப்படுத்தினேன்.

“பரவாயில்லை... போகலாம் வா... பயந்து விட்டாயா?” என்று கேட்டான்.

இந்த வார்த்தையைக் கேட்டதும் எனக்கு இந்தர் கவுர் சாச்சி சொன்னது நினைவுக்கு வந்தது. இதே பாலத்தின் மீது நின்றுகொண்டு அவள் என்னைக் கேட்டாள், “பயந்து விட்டாயா? அவளுக்கு நான் மிகவும் தைரியமாகப் பதில் சொன்னேன், “சாச்சி, இப்போது பயமில்லை. “உனக்கு பயமாக இல்லையா?” என்று ஹர்ச்சரணை திருப்பிக் கேட்டேன்.

முதலில் சிரித்துவிட்டு சொல்லப்போனால், உரக்கவே சிரித்து விட்டு பிறகு சொன்னான், “இப்போது யாராவது நம்மைக் கொன்றால், அது நாளை காலையில், செய்தித்தாள்களில் வரும். பயங்கரவாதிகள் இருவரைக் கொன்று விட்டார்கள் என்று” அவன் மீண்டும் உரக்கச் சிரித்தான்.

இந்த நாட்டின் ஒருமைப்பாடும் ஒற்றுமையும் ஆபத்தில் இருக்கிறது என்றும் இந்த செய்தித்தாள் செய்திகளை வெளியிடுகின்றன...” என் வார்த்தைகளில் நிச்சயம் பதட்டம் தோய்ந்திருந்தது.

நான் சொன்னதைக் கேட்டு அவன் அமைதியானான். சிறிது நேரம் எதுவும் பேசவில்லை. பிறகு, முகம் சுருங்கிப் போனது. எதையோ முணுமுணுத்தான். முகத்தை என் பக்கம் திருப்பினான். என்னைக் கோபமாகப் பார்க்கிறானோ என்று நினைத்தேன். உதட்டைச் சுழித்துக் கொண்டு அவன் கண்கள் ரத்த சிகப்பில் இருந்தன. எரியும் சுடரைப் போல ஒளிர்ந்தன. எழுந்து நின்று மிகவும் உரத்த குரலில், “அவர்கள் என்ன இந்த ஹிந்துஸ்தானின் ஏகபோக உரிமையாளர்கள் என்று நினைத்துக் கொண்டிருக்கிறார்களா? இந்த நாடு நம்முடையதும் கூடத்தானே?”

அவன் உடம்பு முழுவதும் நடுங்கிக் கொண்டிருப்பதாக உணர்ந்தேன். அவனை அமைதிப்படுத்த முயன்றேன். அவன் என் கைகளை உதறித்தள்ளினான். பிறகு தன் முழு சக்தியைத் திரட்டி அங்கு கிடந்த ஒரு பாறாங்கல்லை, நதி நீரில் புரட்டித் தள்ளினான். அந்தப் பாறை நீரில் விழுந்த தும் அங்கு ஒரு திடீர் உடைப்பு ஏற்பட்டது. பிறகு அது தானாகவே மெல்ல அடர்த்தியான நீரை தனக்குள்ளே செருகிக் கொண்டது

நதி நீர் அடங்கிப் போனது. பிறகு அதன் ஓட்டத்தில் வேகமாகப் பாயத் தொடங்கியது.

***

என்கிற...

பெரிய குரலில் சத்தம் போட்டு அழுதுகொண்டிருந்த ருக்மணி, திடீரென்று தன்னுடைய முகத்தை மூடியிருந்த சீலையின் மூலையை எடுத்துக் கண்களைத் துடைத்துக் கொண்டாள். ஆழமாக, நீளமாக மூச்சை உள்ளே இழுத்துக் கொண்டாள். பிறகு துயரம் தோய்ந்த குரலில் "பிரபு இறந்து விட்டான்" என்றாள். அவள் எந்த அளவு துக்கம் அடைந்திருக்கிறாள் என்பது கடவுளுக்குத் தான் வெளிச்சம். அவள் அழுகுரலில் இருந்த துக்கமும் வலியும் வேதனையும் யாராலும் அனுமானிக்க முடியாது. பக்கத்து வீட்டுக்காரி சுமித்ரா கூட தவிர்க்க முடியாமல் ஆழமான பெருமூச்சு விட்டாள். தனது அன்புக்கு உரியவர்களாக இருந்து, பிறகு, தன்னை விட்டுப் பிரிந்தவர்களை நினைத்து அவளுக்கும் அப்போது துக்கம் துக்கமாக வந்தது. அவளும் வாய்விட்டு அழத்தொடங்கினாள். ருக்மணி துக்கத்தில் கிட்டத்தட்ட பைத்தியமாகி விட்டாள். விட்டு விட்டு மார்பின் மீது வேகமாக அறைந்து கொண்டாள். இரண்டு கைகளாலும், ஆலங்கட்டி மழை பொழிவது போல., மார்பகங்களிலும் தொடைகளிலும் நெற்றியிலும் மாறி மாறி அறைந்து கொண்டாள். கூந்தல் அலங்கோலமாக விரிந்து கிடந்தது. முகத்திரையும் எங்கோ வீசி எறியப்பட்டிருந்தது.

அப்போது, நான் ஒரு வார்த்தை பேசவில்லை. வேகமாக மார்பகங்களில் அறைந்து அழுது கொண்டிருந்த அவள் கைகளைப் பிடித்து நிறுத்தவும் முயற்சிக்கவில்லை. ஏதோ அந்நியனைப் போல, ஒரு மூலையில் பதுங்கியபடி உட்கார்ந்து எல்லாவற்றையும் கவனித்துக் கொண்டிருந்தேன். உடனே எழுந்து நின்று, அவர்களுக்கு அடியில் விரித்திருந்த கம்பளத்தை இழுத்து அப்பால் எறிய வேண்டும் என்று தோன்றியது. எறிந்து வீசிவிட்டு அவர்களிடம் கடிந்து கொள்ள வேண்டும், "என்ன மாதிரியான பைத்தியக்காரத் தனம் இது? போதும் இந்த வேஷம். எல்லோரும் அழுகையை நிறுத்துங்கள்!!! என்று கத்தவேண்டும் போல இருந்தது. ஆனால் மனத்தை அடக்கிக் கொண்டேன். அந்த நேரத்தில் உத்தமமான காரியம் என்னவென்றால், அமைதியாக இருப்பதுதான். என்ன இருந்தாலும் துக்கத்தை அனுஷ்டிக்க வேண்டிய நேரம். துஷ்டி அனுசரிக்கும் முதல் நாள். வெளியாட்களும் வீட்டில் உட்கார்ந்திருந்தார்கள். அவர்களில் இரண்டு பேர். எங்கள் பக்கத்து வீட்டுக்காரர்கள்.

பிரபுவின் மரணம் ஏதோ எங்கள் அனைவரையும் பைத்தியம் பிடிக்க வைத்துவிட்டது போல இருந்தது. நம்பிக்கை, தர்க்கம், உறுதிப்பாடு, கோட்பாடுகள், உள்ளும் புறமும் என்று அனைத்தும் விசித்திரமாகத் தோன்றத் தொடங்கின. அந்நியத்தன்மையுடனும் விந்தையாகவும் பொருளற்றும் இருந்தன. கொடூரமான மரணம் என்று சொல்வார்களே? அதுதானா இது? சுவையற்றுப் போவது. அன்றாடம் நடைபெறும் சடங்கு போல. வழக்கமாக. எப்போதும் ருக்மணி தூக்கம் கலைந்து எழுந்து, கழிப்பறைக்குப் போய், குளித்து விட்டுப் பூஜைகள் செய்வது போல. சரியாக இரவு பத்து மணிக்கு, தூங்குவதற்கு முன்பு அவள் கேட்பாள், "மாத்திரை இருக்கிறதா?" என்னுடையது எப்போதும் ஓட்டை வாய்தான். சும்மா இருக்காது. நல்ல செய்கைகளுக்குக் கூட ஏதாவது நோக்கம் கற்பிக்கும் காலம் இது. மிகுந்த கசப்புள்ள குமட்டிக் காயைக் கூட பழம் என்று கொண்டாடுவார்கள். 'மாத்திரை இருக்கா'... ஹூம்... இதை விட ஒருவரைத் துப்பாக்கியால் சுட்டு விடலாம். அந்த ஆட்களும் அதை செய்கிறார்கள். அதற்கு ஒரு நொடிக்கும் குறைவாகத்தான் பிடிக்கும்.

"ஓ ருக்மணி! நெஞ்சு வெடிக்கிற மாதிரி அழுகிற காலமெல்லாம் போயாச்சு. உன் பிரபு எப்படிப் போனான் என்று பார். வெறுமனே அப்படியே போயிருக்கிறான். ஒற்றை விக்கல் கூட எடுத்திருக்காது. அப்படியே இருந்திருந்தாலும், அதனால் என்ன ஆகப்போகிறது... அது இருக்கட்டும். விக்கல் எடுக்கும் நேரத்தில் எதுவும் விநோதமாக இருக்காது. இங்கே சமூகம் முழுவதும் விக்கலில்தான் இருக்கிறது... உன் பிரபுவுக்காக ஏங்கி ஏங்கி அழுகிறது. அது சூழ்நிலையின் விளைவு என்றோ உட்பிரிவினை சார்ந்த விஷயம் என்றோ மூளைக்காய்ச்சல் கொண்ட மண்டைக்கு எப்படித் தெரியும்? வெகுசமீபத்தில் தான் ருக்மணி "இந்த உலகமே நடுங்கும் மரணமே..." என்று பாடிக்கொண்டிருந்தாள். அதே ருக்மணி இப்போது, பெருந்துயரத்தில் ஆழ்ந்து துக்கத்தைக் கடைப்பிடிக்கிறாள். இந்த ஆனந்த் எங்கே? என்ன ஒரு அசிங்கமான நிலைமை இது? குற்றவாளிகளின் நீதிமன்றத்தில் ஒரு குற்றவாளியைப் போல நிற்பது. ஏதோ இந்தக் குற்றத்தில் நானும் பங்கேற்றதைப் போல, குற்றவுணர்வை எதிர்கொள்ளவும் வேண்டியிருக்கிறது. அதாவது நான் குற்றவாளி என்று. இருப்பதிலேயே சோகமான விஷயம் என்னவென்றால், ருக்மணி இசையற்ற ஒரு தன்மையில் துக்கத்தைக் கடைப்பிடிக்கிறாள். துயரத்தில் அவள் பைத்தியமாகிப் போவதைப் பார்க்கும் போது,

எனக்கு உண்மையிலேயே சிரிக்க வேண்டும் போலத் தோன்றுகிறது. ஏனோ திடீரென்று எனக்கு இலாம்தீன் நினைவு வந்தது. அவன் எப்போதும் தன்மையாகத் தான் பேசுவான். அல்லாஹ் அவனுக்கு எல்லாவகையான ஈகையையும் வழங்கட்டும். அவன் சந்தோஷமாக இருக்கும் போதெல்லாம் அடிக்கடி சிரிப்பான். சிரித்துக் கொண்டே சொல்வான், இந்த மிராஸிகள் (நாட்டுப்புறப்பாடல்கள் பாடுகிறவர்கள்) பாகிஸ்தானுக்குப் போனதிலிருந்து துக்கத்தை ஒழுங்காகக் கடைப்பிடிப்பது கூட நமக்கு மறந்து விட்டது. நண்பர்களே... என்ன மாதிரியான தாளக்கட்டுமானங்கள் அவர்களிடம் இருந்தன! என்ன ஒரு இசை! ஓய்வற்ற இரவில், நாய்கள் ஓலமிடத் தொடங்கும்போது எனக்கு அந்த மிராஸிகளின் நினைவு வரும். அதுபோன்ற இணக்கமற்ற, சோகமான தருணங்களில் இறப்பு என்பது மிகப்பெரிய அளவில் சலிப்பான விஷயம் என்று நினைத்துக் கொள்வேன். உண்மையிலேயே திராபையானதுதான். வழக்கம் போலத்தான்.

“சஞ்ஜெய்! சஞ்ஜெய் மிஷ்ரா!” என் தோளை இறுகப் பற்றிக் கொண்டு யாரோ என்னை உலுக்கி விட்டார்கள். மிகவும் மெதுவாக. கண்ணீர் தளும்பிய என் கண்கள் திறந்து கொண்டதும், என் எதிரில் இருந்த மனிதர் மிகவும் அக்கறையான தொனியில் என்னைக் கேட்டார், “புரொபசர், உங்கள் உடல்நிலை சரியாக உள்ளதா?” “இல்லை, கவலைப்பட ஒன்றுமில்லை” என்னுடைய புன்னகையைப் பார்த்துஅவர் அப்படித்தான் ஊகித்திருக்க வேண்டும். தன் கையை என் தோள்களின் மேல் வைத்து, ஆசுவாசப்படுத்திக் கொண்டு, ‘ஹே ராம்’ என்றார். அது ஏதோ பிரபுவை மனதில் வைத்துக் கொண்டு சொன்னது போல இருந்தது. “துயரம் என்பது வாழ்க்கை முழுவதுமானது! ருக்மணியைப் பத்திரமாகப் பார்த்துக் கொள்ளுங்கள். என்ன இருந்தாலும் பிரபுவின் தாய் அவள்... மாற்றாந்தாய்... சரி... இப்போதைக்கு எளிதாக எடுத்துக் கொள்ளுங்கள்... என்று மீண்டும் கூறினார்.

நான் வெறுமனே பார்த்துக் கொண்டிருந்தேன். கண்களில் கண்ணீர்ப் பெருக்கெடுத்து ஓடியது. முதலில் பக்கத்து வீட்டுக்காரரைப் பார்த்து. பிறகு அவருடைய மனைவி சுமித்ராவைப் பார்த்து. இருவரும் கிளம்புவதற்கு இருந்தார்கள்.

பிரதானக் கதவுக்கு அருகிலிருந்து, சற்று அடக்கி வாசித்த குரலில் கண்டனம் கேட்டது. “நீங்கள் ஏன் இத்தனை ஆர்ப்பாட்டமாக

இருக்க வேண்டும்? உங்கள் தோல் முழுவதும் நீலநிறத்துக்கு மாறிவிட்டது இல்லையா? நீங்கள் ஏன் அந்த முரட்டுப் பெண்மணியுடன் சேரவேண்டும்? அவள் முதலில் அவனை வீட்டை விட்டுத் துரத்தினாள். இப்போது அதே பல்லவியை முணுமுணுத்துக் கொண்டிருக்கிறாள், பிரபு! பிரபு! பிரபு!... அவள் எப்படி நடிக்கிறாள் என்று பாருங்கள். அப்பேற்பட்ட தந்திரமான பெண் அவள். நான் கேட்கிறேன், பிரபு அவளுக்கு எந்தவகையில் சொந்தம்? அவனைப் பெற்றிருந்தால் எப்படி நடத்தியிருப்பாள் என்று நினைத்துப் பார்க்கிறேன்! தூ!!!... பக்கத்து வீட்டுக்காரர் ஒருவேளை மாடிப்படிகளில் காறி உமிழ்ந்து கொண்டே சென்றிருக்கலாம். கொஞ்சம் மெதுவாகப் பேசுங்கள்... எப்படி இருந்தாலும் பண்பாடு என்று ஒன்று இருக்கிறது. நீ வெட்கம், மானம் எல்லாம் விட்டு விட்ட மாதிரி இருக்கிறது. இதிலிருந்து எனக்கு என்ன கிடைக்கப்போகிறது? என் கவலையெல்லாம் மிஷ்ரா பற்றி மட்டும்தான். மூப்பு... எல்லாவற்றுக்கும் மேலாக வாழ்நாளெல்லாம் தொடரும் காயம்... அவர் எந்த அளவுக்குத் தொலைந்து போனமாதிரி இருக்கிறார் என்பதை நீ கவனிக்கவில்லையா? உனக்கு எதுவும் தெரியாது... இதற்கும் அப்பால், என்னால் இன்னொரு வார்த்தையைக் கேட்க முடியவில்லை. ஒருவேளை சுமித்ராவின் தொண்டையில் ஏதாவது அடைத்துக் கொண்டிருக்கலாம். அவள் கொஞ்சம் கிறுக்காக இருந்தாள். என் பெயரைச் சொன்னாலோ அல்லது யாராவது என் பெயரை எடுத்தாலோ அவள் மிகவும் உணர்ச்சிவசப்பட்டு விடுவாள். உண்மையில் அவள் என்னை மிகவும் மதிக்கிறாள், அவளைப் பற்றி நான் நினைக்கும் போதெல்லாம் பிரபுவைக் கூட மறந்து விடுகிறேன். பைத்தியக்காரப் பெண்!...! அவள் திடீரென்று உஷார் படுத்தப்பட்டிருந்தாள். எல்லாம் ஒரே நேரத்தில். என் பார்வை திரும்பியது. ருக்மணியை நோக்கி. திடீரென்று! திடீரென்று!! என் இதயத்தில் ஆழமான வலியொன்று கத்தியாக இறங்கியது. அவளுடைய நிலையைப் பார்த்து. மார்பில் அறைந்து கொண்ட வலியின் தாக்கம் அவளுடைய வீங்கிய கண்களில் தெரிந்தது. சோகமும் இழப்பும் கலந்த நிழலானது அவள் முகத்திலும் கலைந்த கேசத்திலும் படிந்திருந்தது.

அவள் முகங்களில் எந்த முகம் இது? அவள் அதே பெண்மணி கிடையாது. முந்தைய ருக்மணி. பிரபு இங்கே இருக்கவே கூடாது என்று பிடிவாதமாக நின்றவள். அப்போதும் அவள் இதே போலத்தான் மார்பில் அறைந்து அழுதாள். அப்படி அழுதபோது,

அவள் கூந்தல் தானாகவே அவிழ்ந்து விழுந்தது. அவள் வார்த்தைகளை உதிர்க்கவில்லை. மாறாக நெருப்பை உமிழ்ந்தாள். சுவாலையாக க் குதித்தாடும் தீப்பிழம்புகள். “நீ நாசமாகத்தான் போவாய்... என் வாழ்க்கையில் உன்னுடைய செத்துப்போன முகத்தை இனி எனக்குப் பார்க்கவே வேண்டாம். வீட்டை விட்டு வெளியே போ. இந்தக் கணமே. துரோகி... அது எனக்கு உண்மையிலேயே கவலையளித்தது.

இன்னும் காரிருளாக இருந்தது. பொழுது விடியவில்லை. நாங்கள், ருக்மணியும் நானும், எங்கள் படுக்கையிறையில் படுத்திருக்கிறோம்.

அரைகுறையாக உடுத்திக் கொண்டு அறைகுறையாகத் தூங்கிக் கொண்டு. அரைகுறை விழிப்பு நிலையில். ஒருவன் தூங்கியும் தூங்காத நிலை. ஒருவன் தன் முதல் கொட்டாவியை விடும் நேரம். இன்னும் சோம்பேறித்தனத்தின் போதையில் உழன்று, இரவில் செய்த காரியங்களை அசைபோட்டுக் கொண்டு, தான் கண்ட கனவை நினைவுக்குக் கொண்டுவரக் கடுமையாக முயற்சித்தவாறு, படுக்கையை விட்டு எழாமல் இருக்க வைக்கும் நேரம்.

பிறகு! பிறகு!எங்கள் படுக்கைக்கு மிக அருகாமையில், நிழல் ஒன்று அசைந்தது. ஏதோ பயங்கர ஆபத்து ஏற்பட்டுள்ளதோ என்ற உணர்வில், நான் திடுக்கிட்டுப் போனேன். படுக்கையின் பக்கம் இருந்த ஸ்விட்சை அழுத்தினேன். வெளிச்சத்தின் போர்வையில் அவன் நின்றிருந்தான். கையில் ஒரு துப்பாக்கியோடு.

“ஐயோ... பிரபு நீயா?!” பயத்தில் அலறிக்கொண்டே துள்ளி எழுந்து அவனுடைய கையை எட்டிப் பிடித்தேன். இல்லை... அவனுடைய கணுக்காலைப் பிடித்திருந்தேன். அவன் வியர்வையில் நனைந்திருந்தான். கண்கள் வெற்றுப் பார்வையைப் பார்த்தவாறு இருந்தன. நிலைகுத்தியிருந்தன. அவன் பார்வை மூலையில் கிடந்த ஒரு பெண்ணின் பளிங்குச் சிலை மீது படிந்திருந்தது. அந்தப் பெண்ணின் தொடை வரை கால்கள் துணியேதுமின்றி திறந்தே கிடந்தது. மெலிதான மஸ்லின் துணி ஒன்று அவள் இடது காலைப் போர்த்தியிருந்தது. கொண்டை தளர்வாகக் கட்டப்பட்டிருந்தது. நீண்ட பெருமூச்சுடன் என் வாயிலிருந்து ‘ருக்மணி’ என்ற வார்த்தை தப்பித்ததும் அது நடந்தது. அவள் உடனே விழித்துக் கொண்டாள். கண்களை சிமிட்டிக் கொண்டே, சுற்றி வந்து உட்கார்ந்து

கொண்டாள். அந்த நாட்களில், தீஜ் பண்டிகை கொண்டாடப்பட்டு வந்தது. இரவில், படுக்கைக்குப் போகும் முன்பு அவள் கைகளில் மருதாணி இட்டுக் கொள்வாள். பிந்தி (பொட்டு), மலர்கள், டிக்காக்கள் (திலகங்கள்). தூக்கத்திலிருந்து விழித்து முழு உணர்வை அடைந்ததும், அங்கு நடப்பவை குறித்து முழுதாக அறிந்து கொண்டதும், திகைப்பில் வாயைப் பெரிதாகத் திறந்து கொண்டாள்.

அவனுடைய மணிக்கட்டை முறுக்கியதும், பிரபு பிடியைத் தளரவிட்டான். துப்பாக்கி நழுவித் தரையில் விழுந்தது. எனக்கு சிறிதளவு உற்சாகம் பிறந்தது. "என்ன செய்வதாக இருந்தாய்? அடேய்... ஏன் பேசாமல் நிற்கிறாய்... பன்றிப்பயலே...!" அவனைக் கடுமையாகத் திட்டினேன் என்றாலும் உள்ளுக்குள் ஏதோ பயம் இருந்துகொண்டுதான் இருந்தது. அவன் பேசுவதற்கு எதுவும் இல்லை. அதனால் எதுவும் பேசவில்லை. இறுதியில் ருக்மணிதான்பேசினாள். ஒருவர் கையும் களவுமாக மாட்டிக் கொள்ளும்போது பெண்கள் வழக்கமாகப் பேசும் அதே தொனியில் அவள் பேசினாள். அவளுடைய மருதாணிக் கறை படிந்த கைகள், சற்று வீங்கினாற்போல இருந்தாலும் பிரகாசமாக இருந்தது. ஏறத்தாழ சுடர் விட்டு எரியும் விளக்கின் திரியைப்போல. ஆனால் ஒவ்வொரு முறையும் அவள் ஒற்றை வார்த்தையில் தான் புலம்பினாள். "ஹாய்.. ஹாய்..!!"

எப்போது, அறையில் நுழைந்து, அலமாரியைத் திறந்து எப்படி அவன் துப்பாக்கியை வெளியில் எடுத்தான்... உண்மையில்... இதுதான் எல்லை!. அந்தப் பையனின் துணிச்சலைப் பார்த்து எனக்குப் பொறாமையாக இருந்தது. ஒருவாரத்துக்கு முன்பு அவன் என்னைக் கேட்டான். இந்தக் குண்டைத்தான் நீங்கள் உங்கள் துப்பாக்கியில் பயன்படுத்துவீர்களா? உண்மையிலே வேலை செய்யும் குண்டுதானா? இதை முதன்முதலில் கண்டுபிடித்தது யார்?". "மகனே, இது பற்றி எனக்குத் தெரியாது. எனக்குத் தெரிந்ததெல்லாம் இது யாரையும் விட்டு வைக்காது". என் பதிலைக் கேட்டதும் அவன் உதடுகள் நடுங்கத் தொடங்கின, 'விட்டு வைப்பது' விட்டு வைப்பது'.

"சரிதான். எதற்கு இந்த ஆவேசம்? ஏதாவது ஒருவிதமான உணர்ச்சியா? என்று கேட்டு அவனைக் கடிந்து கொண்டேன். நீ இப்படி நிறைய சினிமாக்களைப் பார்க்கக் கூடாது.

"சரி. நான் பார்க்க மாட்டேன்" என்றான். சொன்ன பேச்சைக் கேட்கும் குழந்தையைப் போல பவ்யமாகத் தலையாட்டினான். பிறகு கண்களை உருட்டிக் கொண்டே சொன்னான், "நீங்கள் எனக்குக் கற்றுக் கொடுப்பீர்களா?", "உனக்கு என்ன கற்றுக் கொள்ள வேண்டும்? என் வார்த்தைகளில் பொறுமையின்மையும் கொதிப்பும் வெளிப்படையாகத் தெரிந்தது. அவன் வழக்கமான இயல்புடன், "துப்பாக்கி சுடுவதற்கு" என்றான். "உன் மனதுக்குள் என்ன இருக்கிறது? யாரிடமாவது பழிதீர்த்துக் கொள்ளவேண்டுமா? வெளிப்படையாகச் சொல்". என் குரல் சற்றுத் தணிந்திருந்தது. "என் மனதிலா? பழியா? அப்படி எல்லாம் எதுவுமில்லை... அப்புறம் என்ன பழிதீர்ப்பது? எனக்கு வெறுமனே இந்தத் துப்பாக்கியிலிருந்து கொஞ்சம் சுட்டுப் பார்க்க வேண்டுமென்று தோன்றியது. அதற்குக் காரணம் என்றெல்லாம் எதுவும் கிடையாது. எனக்கு எல்லோருடைய தலையையும் சுட்டு சிதறடிக்க வேண்டும் தான்... ஒவ்வொரு வீட்டிலும் குவியல் குவியலாகப் பிணங்களைக் குவிக்க வேண்டும்". "ஏன்?" "எனக்குத் தெரியாது". எனக்கு உண்மையிலேயே மயிர் குத்திட்டு நின்றது. அவன் நிறுத்தவில்லை. என்னைப் பார்த்து ஒரு கேள்வியை எறிந்தான். "இன்றைய செய்தித்தாளை நீங்கள் படிக்கவில்லையா? "ஏன்?" என்ன பிரச்சினை?". எனக்கு சற்றுத் தடுமாற்றம் ஏற்பட்டது. அவன் சொன்னான், "எனக்கு அது எந்த சுவாரசியமும் தரவில்லை. கொலை பற்றி ஒரு செய்தி கூடக்கிடையாது. மிகவும் மந்தமாக இருக்கிறது..." ஏனோ என்னைப் பிடித்து யாரோ உலுக்கி விட்டது போன்ற உணர்ச்சி எனக்கு ஏற்பட்டது. நான் காயமடைந்து அதன் வலி மேலெழுந்தது போலிருந்தது. சரியாக பத்து ஆண்டுகள் கழித்து. பத்து ஆண்டுகளுக்கு முன்பு, அவர்கள் பிரபுவின் ஒட்டுமொத்தக் குடும்பத்தையும் ஒரேயடியாக ஒழித்து விட்டார்கள். அவன் புதைக்கப்பட்ட பிணக்குவியல்களுக்கு எதிரில் அதீதமான பயத்தில் பயந்து நடுங்கியவாறு குனிந்து நின்றிருந்தான். ஐந்து வயதுக் குழந்தை. கிராமத்தின் பெயர் பஞ்ஜ்கோஹா. அங்கு அரசு அதிகாரிகள் இவனுடைய குடும்பத்தை சேர்ந்தவர்களைக் கொல்வதற்காக வாடகைக்கு குண்டர்களை நியமித்திருந்தார்கள். அங்கு நிலமே தரிசாக மாறிவிட்டது. வானம் வெறித்துப் போய் கிடந்தது. அங்கு ஒரு பறவை பயந்திருந்தது. எப்போதும் அது உற்சாகமாக இருந்த தில்லை. கரம் சந்த் மட்டுமே அந்த கிராமத்தின் நல்ல செயல்களின் பலன்களை அனுபவித்துக் கொண்டிருந்தார். கைகளைக் கூப்பியவாறு அவர் சொன்னார், "புரொபசர் ஜி, இவன்

ஒருவன்தான் கொல்லன் பீருவின் ஒரே நம்பிக்கை- அனாதை. அங்கு அவன் மற்றவர்களின் புறக்கணிப்பினால் இறந்து விடுவான். உங்களுடன் இருந்தால், நீங்கள் அவன் மீது அக்கறை காட்டி வளர்ப்பீர்கள்". இறைவன் எங்கள் மீது அருளைப் பொழிவான் என்று சொல்லிவிட்டு அவர் போய்விட்டார். "அவனுக்கு நாங்கள் முறையான கல்வியைத் தரவில்லை. அவனுக்கு எந்தவகையான திறமையையோ, கலையையோ நாங்கள் கற்றுக் கொடுக்கவில்லை. டிவி, டேப்-ரிக்கார்டர்கள், மின்விசிறிகள் போன்றவற்றைப் பழுது பார்க்கும் கலையை அவனே எங்கிருந்தோ கற்றிருந்தான். "ஆனால் எப்போதும் அவனை குப்பையைக் கூட்டவும், பாத்திரங்களைக் கழுவுவதற்கும், தரையை மெழுகுவதற்கும் மட்டுமே பயன்படுத்தினாய். வேலைக்காரன் ராம் பரோசேவைத் துரத்தி விட்டாய். அவனும் போய்விட்டான். அவன் இடத்துக்கு இவன் வந்தான். இப்போது அவன் எந்த மாதிரி வெறுப்பை உமிழுகிறான் என்று நீயே பார். "நான் ருக்மணியிடம் எடுத்துச் சொன்னேன். அவள் அதைப் பற்றி அதிகம் கவனம் செலுத்தவில்லை. அவள் அதையே மீண்டும் மீண்டும் செய்து வந்தாள். அதே, பழைய, ஒத்திகை பார்க்கப்பட்ட வார்த்தைகள்- "அவன் செல்லம் கொடுத்துக் கொஞ்சம் கெட்டுப் போய்விட்டான். வேறு என்ன?".

இந்த மாறிப்போன மனநிலையின் பின்னால் உள்ள காரியத்தை அவளால் கிரகிக்க முடியவில்லை என்கிற விஷயம் எனக்கு வருத்தமளித்தது. இந்த அணுகுமுறை மிகவும் ஆபத்தானது.

நான் யோசனையில் மூழ்கிப் போனதைப் பார்த்து, அவள் தன் தலையை என் தோளின் மீது வைத்து, ஆறுதல் அளிக்கும் வகையில் சொன்னாள், "ஏன் கவலைப்படுகிறீர்கள்? யாராவது புத்திசாலியான ஒருவன் அவனைத் துரத்த ஆரம்பித்தால் அவன் சரியாகி விடுவான்". சிறிது மௌனத்துக்குப் பிறகு, "அவனுக்கு நாம் மீத்தோவை ஏன் கல்யாணம் செய்து வைக்கக் கூடாது? "அவளுடைய பெற்றோர் என்ன சொல்வார்கள்?" என்னுடைய ஆட்சேபணையைக் கூறினேன். அவளைப் பெண் கேட்டுப் பார்ப்போம். ஒன்றுமற்ற அந்த ஏழை பிராமணர்கள் குடும்பம் தன்னுடைய பெண்ணுக்கு ஒரு புரொபசரின் குடும்பத்தில் கல்யாணம் நடந்திருக்கிறது என்று மகிழ்ச்சியடைவார்கள். ஒரு குழந்தையைப் பெற்றவன் மட்டுமல்ல. அந்தக் குழந்தைக்கு எல்லாவற்றையும் கொடுத்தவனும் தந்தை என்று சொல்லிக் கொள்ளலாம். இதை

நானே சமாளிக்கிறேன். நான் அந்த ‘சகோதரியிடம்’ பேசுகிறேன். அதுதவிர, அவள் எப்போதும் என்னிடம் நினைவுபடுத்திக் கொண்டே இருப்பாள். “நல்ல வரன் ஒன்றைப் பாருங்கள்” என்று. எனக்கு ஆச்சரியமாக இருந்தது. இவள் அந்த ருக்மணிதானா? அந்தப் பெண் மீத்தோ எங்கள் வீட்டுக்கு சென்ற வருஷம் வந்திருந்தபோது, வலுக்கட்டாயமாக அவளைத் திருப்பி அனுப்பியிருக்கிறாள். வலுக்கட்டாயமாகத் திருப்பி அனுப்பியதாகத் தான் என்னிடம் அப்போது சொன்னாள். இப்போது, “இந்த வீட்டுக்கு லட்சுமி வருவாள். உனக்கு எல்லா சேவையும் செய்வாள்” என்கிறாள்.

***

அவன் வீட்டை விட்டு ஓடிப்போய் இப்போது ஐந்து வருடங்களாகின்றன. இந்த காலகட்டத்தில், மீத்தோவும் பிரபுவும் திருமணம் செய்து கொண்டார்கள். இப்போது அவர்கள் மடியில் ஒருவயதுக்குழந்தை தவழுகிறது. பிரபு ஒரு தொழிற்சாலையில் வேலை செய்கிறான். ஜலந்தரில் ஏதோ ஒரு குப்பத்தில் வசிக்கிறான். இத்தனை வருடங்களாக நாங்கள் ஒருவரை ஒருவர் தொடர்பு கொள்ளவில்லை.

***

வேறு யாரும் துக்கம் விசாரிக்க வரவில்லை. கம்பளத்தின் மீது காலை நீட்டிப் படுத்துக் கொண்டு ருக்மணி தூங்கத் தொடங்கினாள். இறுதியாக நான் சொன்னேன். பாக்வான், எனக்கு ஒரு கப் தேநீராவது கொண்டு வா”. அவள் கொட்டாவி விட்டுக் கொண்டும் சோம்பல் முறித்துக் கொண்டும் சென்றாள். தேநீருடன் திரும்பி வந்தாள். தேநீரை உறிஞ்சத் தொடகியதும், அவள் கண்கள் பனித்தன. சிறிது பருகிய பிறகு, அவன் சிறிது தெம்பான பிறகு சொன்னாள், “நான் எல்லாச் சடங்குகளையும் மேற்கொள்வேன். “அக்கண்ட் பாத், கீர்த்தன், போக், என்று எல்லாம். அந்த சடங்கின் போது பேசுபவர்கள் எல்லோரும் உன்னைப் பாராட்டுவார்கள். இது தவிர, நமக்கு இதில் புண்ணியமும் கிடைக்கும்”.

நான் என் டீயைக் குடித்துக் கொண்டிருந்தேன். கூடவே சற்று ஆச்சரியமும் அடைந்தேன். போயும் போயும் எனக்கு இவன் யார்? எங்களிருவருக்கும் இடையில் என்ன உறவு? சில ஆண்டுகள் நாங்கள் இருவரும் ஒன்றாக இருந்தோம். பிறகு பிரிந்து விட்டோம். இருந்தாலும்... இருந்தாலும் ஏன் இப்படி என் தொண்டையில் ஏதோ அடைத்துக கொள்கிறது?”.

மூன்றாவது நாள் விடியற்காலையில், வீட்டு வாசற்கதவில் யாரோ தட்டும் சத்தம் கேட்டது. வெகு பலமாகத் தட்டப்பட்டது. ருக்மணி எடுத்ததும் கத்தினாள். "யார் அந்த வீணாகப் போனவன்? கதவையே உடைத்து விடுவான் போலிருக்கிறதே. இந்த விடியற்காலையில்... கேட்கிறதா? யார் என்றுதான் போய்ப் பாருங்களேன்" நான் எழுந்து சென்று கதவைத் திறந்து பார்த்தேன். பெரிய பட்டாளமாக போலீஸ்காரர்கள் உள்ளே நுழைந்தார்கள், வீட்டில் எல்லா இடங்களிலும் எதையோ தேடினார்கள். ருக்மணி தன்னுடைய மந்திரங்களை முணுமுணுத்துக் கொண்டிருந்தாள். அவளுக்கு மட்டுமே கேட்கிற மாதிரி. இன்ஸ்பெக்டர் ஒரு போட்டோவை என்னிடம் காண்பித்துக் கேட்டார், "உமக்கு அடையாளம் தெரிகிறதா? இருவரும் தீவிரவாதிகள்". நான் அடையாளம் கண்டு கொண்டேன். அந்தப் படத்தில் பிரபுவின் படமும் எங்கள் வேலைக்காரனின் படமும். வேலைக்காரன் ராம் பரோசே. அவர்கள் இருவரும் ஒருவர் தோள் மீது ஒருவர் கைபோட்டுப் படம் எடுத்துக் கொண்டிருந்தார்கள். இருவரும் சிரித்துக் கொண்டிருந்தார்கள். படத்தில் பிரபுவைக் காண்பித்து, "சரி சொல்லுங்கள். இவன்.. சரி. ஏதோ ஒன்று... ஆனால் இந்த மற்றொருவன் எங்கே? இவர்களெல்லாம் மிகவும் ஆபத்தான தீவிரவாதிகள்... படுபயங்கரமானவர்கள். நான் பதில் சொல்வதற்குள் ருக்மணி அங்கு எனக்கும் இன்ஸ்பெக்டருக்கும் நடுவில் நின்றாள். "ஓஹோ.. இந்தப் பையன்களா? இரண்டு பேரும் சிறுவயதில் எங்கள் வீட்டில் வேலைக்காரர்கள். படாஜி,,இவர்கள் இருவரும் எங்கள் வீட்டில் வேலையை விட்டுப்போய் பல வருடங்களாகி விட்டன. இரண்டு பேரும் வேலையை விட்டுப் போனதால் எங்களுக்கு அவர்களைப் பற்றி என்ன தெரியும்? இங்கே எல்லா வகையான எதற்கும் லாயக்கற்றவர்கள் வந்து போய்க் கொண்டிருக்கிறார்கள். இல்லை... இல்லை.. என்ன இருந்தாலும் ஒரு நாள் நாம் அனைவரும் நம்முடைய உயிரைக் கடவுளிடம் விட்டுத்தான் ஆகவேண்டும்... எங்களுக்கும் இவர்களுக்கும் எந்தத் தொடர்பும் கிடையாது...இந்த வேலைக்காரர்களை நம்பவே முடியாது." என்றாள். நானும் கூடவே, "ஆமாம்" என்று அவளுக்கு ஒத்துப் பாடினேன். போகும் போது இன்ஸ்பெக்டர் கேட்டார், தேவைப்பட்டால் நாங்கள் மீண்டும் இங்கு வருவோம். அல்லது உங்களைக் கூப்பிடுவோம். நீங்கள் எங்களுடன் ஒத்துழைப்பீர்கள் என்று நம்புகிறோம் புரொபசர் மிஷ்ரா." "ஏன் ஒத்துழைக்காமல்?" நிச்சயம் ஒத்துழைப்போம். நீங்கள் ஆணையை மட்டும்

பிறப்பியுங்கள். நாங்கள் அங்கு வந்து நிற்கிறோம்". என்றேன். போலீஸ்காரர்கள் சென்ற பிறகு, ருக்மணி சொன்னாள், "நாம் போக் சடங்கை இப்போதைக்கு மறந்து விடுவோம்.

...

நான் செய்தித்தாளை எடுத்து மீண்டும் அந்தச் செய்தியை வாசிக்கத் தொடங்கினேன்."நேற்று காலை, ஏழெட்டு தீவிரவாதிகள் ஜலந்தர் அருகில் ரயில்வே தண்டவாளத்தை குண்டு வைத்துத் தகர்க்க முயற்சி செய்தார்கள்.போலீசார் சம்பவ இடத்துக்கு வந்தபோது, அவர்களை தடுத்து நிறுத்தும் வகையில் தீவிரவாதிகள் போலீசாரை நோக்கிச் சுட்டார்கள். அப்போது போலீசார் திருப்பிச் சுட்டபோது, அத்துப்பாக்கிச் சூட்டில், பயங்கரமான தீவிரவாதி ஒருவன், பிரபுதயாள் சிங் என்கிற தயாலா என்கிற சோட்டா பிரபு படுகாயமடைந்து பின்னர் மருத்துவ மனைக்கு எடுத்துச் செல்லப்பட்டு அங்கு சிகிச்சை பலனின்றி இறந்து போனான். இருட்டை சாதகமாக்கிக் கொண்டு மற்ற தீவிரவாதிகள் தப்பித்து ஓடிவிட்டனர்".

"ஹும்.. என்கிற... அலையாஸ்... யார் உள்ளுக்குள் பேசியது? அந்த நேரத்தில்.

அந்தப் பெண் மீத் குமார் ஒரு கார்டு அனுப்பியிருந்தாள். பிரபுவின் போக் சடங்கு ஜலந்தரில் நடப்பதாக. நாங்கள் போகவேண்டும். அப்படியே போனோம். அது மிகவும் எளிய முறையில் நடைபெற்றது. அங்கு சுமார் பதினைந்து அல்லது இருபது பேர் இருந்திருக்கலாம். எந்த ஒலிபெருக்கியும் கிடையாது. பந்தல் கிடையாது. கீர்த்தன் நடைபெற்றது. போக் சடங்கை நடத்தினார்கள். எல்லோரும் போனபிறகு குடும்ப உறுப்பினர்கள் மட்டுமே இருந்தார்கள். ருக்மணி சற்று முன்னே நகர்ந்து, மீத்தோவை பாசத்துடன் அணைத்துக் கொண்டாள். பிறகு அழத்தொடங்கினாள். அவளை லேசாக உதறிவிட்டு, மீத்தோ சொன்னாள், "இல்லை மாஸி (அத்தை) நீங்கள் அழக்கூடாது. அவளுடைய குரலில் இருந்த உறுதியின் காரணமாக ருக்மணி உடனே அமைதியானாள். முகத்தைத் திருப்பிக் கண்களைத் துடைத்துக் கொண்டாள் மீத்தோ. அங்கிருந்த சூழ்நிலை இன்னுமே பதட்டமாக இருந்தாலும், அவள் மிகவும் சாதாரணமாகப் பேசிக் கொண்டிருந்தாள். நான் அவளைக் கேட்டேன், "மீத்தோ, என் மகளே, உண்மையில் என்ன ஆனது?... நீ அவனுடன் இருந்தும் கூட, பிரபு ஏன் அந்தப் பாதையைத்

தேர்ந்தெடுத்தான்?''. மாஸ்ஸர்ஜி, என்னதான் இருந்தாலும் மனிதன் ஏதாவது ஒரு பாதையைக் கடைப்பிடித்துத்தான் ஆகவேண்டும். அவன் மிகவும் சுத்தமான இதயம் கொண்டவனாக இருந்தான். அவன் எதையும் யாரையும் பார்த்து எப்போதும் பயப்பட்டதில்லை. அவன் தினமும் காலையில் நடைப்பயிற்சிக்குப் போவான். தினமும் விடியற்காலையில். அன்றும் அப்படித்தான் போனான். அன்று அழகான ஆடைகள் உடுத்தி அவன் மிகவும் அழகாக இருந்தான். ரயில்வே தண்டவாளத்தை ஒட்டி நடந்து சென்று கொண்டிருந்தான். திடீரென்று அவன் நடப்பதை நிறுத்தினான். அங்கு சிலர் தண்டவாளத்தின் ஃபிஷ் பிளேட்டுகளை அகற்றிக் கொண்டிருப்பதைப் பார்த்தான். அவனைப் பார்த்து அவர்கள் ஓடிவிட்டார்கள். ஒரு சில பிளேட்டுகள் அகற்றப்பட்டிக்கலாம். தண்டவாளமும் ஒருவகையில் சற்று சாய்ந்திருந்தது. அவன் சில செங்கற்களைக் கொண்டு வந்து அவற்றை சரிப்படுத்த முயன்றான்.

“எனக்குத் தெரியாது. ஒருவேளை அந்த சதிகாரர்கள் திரும்பி வந்தார்களா இல்லையா என்று. அல்லது அவனுக்கு என்ன நேர்ந்தது என்றும் தெரியாது. திடீரென்று இருபுறமும் துப்பாக்கிச் சூடு தொடங்கியது. பிரபுவின் முதுகும் மார்பும் துப்பாக்கி குண்டுகளால் துளைக்கப்பட்டது. யாருக்குத் தெரியும், அவற்றில் எந்த குண்டு தீவிரவாதிகளுடையது என்றும் எந்த குண்டு போலீஸ்காரர்களுடையது என்றும் யாருக்குத் தெரியும்?'' “பிரபு உனக்காவது எதையாவது சொல்லியிருக்க வேண்டும்''. நான் ஒருவகையான உந்துதலில் கேட்டேன். சற்று நேரம் மீத்தோ ஒன்றும் பேசாமல் என்னைப் பார்த்தாள். பிறகு சொன்னாள், “நீண்ட நேரம் அவன் நினைவில்லாமல் கிடந்தான். நான் அவன் தலையணை அருகில் உட்கார்ந்தேன். காத்துக் கொண்டிருந்தேன். அவனுக்கு ஒரு நிமிடமோ என்னமோ சற்று நினைவு வந்தது. என்னையும் குக்குவையும் பார்த்துப் புன்முறுவலித்து, மெதுவாக என்னைக் கேட்டான், “ரயில் போய்விட்டதா?'' என்று. “ஆமாம்'' என்று சொல்வதற்காகத் தலையசைத்தேன். அதற்குப் பிறகு அவன் பேசவேயில்லை''.

***

காயம்

இந்த வார்த்தைகளை அவன் சொன்ன அந்தக் கணம் என்னை ஹிஸ்டீரியா தாக்கியது. நினைவு திரும்பியபோது, படுக்கையில் வீழ்ந்திருந்தேன். மிகவும் சோர்வுடன். என்னுடைய தலை டாக்டர் கமால் தொடையின் மேல் சாய்ந்திருந்தது. தலை, முகம், கழுத்து, குர்த்திக்குக் கீழ் அணியும் உள்ளாடை என அனைத்தும் வியர்வையால் நனைந்திருந்தது. ஈரம் சொட்டிக் கொண்டிருந்தது. உடல் நடுங்கியது. என் ஆன்மாவும்தான். உதடுகள் துடித்தன... கண்களில் நீர் பொழிந்தவாறு இருந்தது. லேசாக எழுந்து உட்கார முயற்சித்தேன். ரேஷம் நின்றிருந்த பக்கம் ஆக்ரோஷமாகப் பாய்ந்தேன். அவனைப் பிடித்துக் கொண்டு, வெறி பிடித்தது போல முத்தங்களைப் பொழிந்தேன். 'ரேஷம்! ரேஷம்! அவனைக் கூப்பிட்டேன். எனக்குக் கிட்டத்தட்ட மூச்சு நின்று விடும்போல இருந்தது. பிறகு... பிறகு ஏதோ மடைவெள்ளம் திறந்தது போல... உடைந்து அழுதேன். அழுது கொண்டே இருந்தேன். அழுகையும் விசும்பலும் கலந்த நிலையில் என் வாயிலிருந்து ஒரு வசவு நழுவி விழுந்தது. " நீ ஒரு விபச்சாரிக்கு நிகரான ஆண்... கணவனைப் பறிக்கிறவன்... சூனியக்காரன். என் முழுக்குடும்பத்தையும் விழுங்கி விட்டாய்!!! இப்போது உனக்குத் திருப்திதானே?"

"ஐயோ... ஐயோ" என்று இரு மார்பகங்கள் மீதும் ஓங்கி ஓங்கி அறைந்து கொண்டேன். அடித்துக் கொண்டேன்! அடித்துக் கொண்டேன்! என் மார்பிலும் தொடைகளிலும் வரிவரியாக சிவந்து போகும் வரை அடித்துக் கொண்டேன்.

மிகுந்த மனச்சோர்வுடன், ஏற்கனவே என் செயல்களால் பாதிப்புற்ற டாக்டர் கமால் இருகைகளாலும் தன் முகத்தை மூடிக் கொண்டான். பிறகு நெற்றியில் படிந்த வியர்வைத் துளிகளைத் துடைத்துக் கொண்டான். அவனுடைய பெரிய, வட்டமான, ஈரமான கண்கள் சுற்றிலும் வெறித்துப் பார்த்தன. என்ன சொல்வது என்று தெரியவில்லை. ஏதோ புதிய சிக்கலில் மாட்டிக் கொண்டது போல உணர்ந்தான். இறுதியில், நீண்ட பெருமூச்சு ஒன்றை விட்டு, முணுமுணுக்கும் குரலில் உருதுவில் மிகவும் மிருதுவாகப் பேசினான். "மீத், டெல்லியை நீ காரணமின்றிக் கடிந்து கொள்கிறாய். தனக்குத்தானே வேண்டிய பாதிப்பை அது ஏற்படுத்திக் கொண்டு விட்டது. யாரோ வருகிறார்கள், வென்றெடுக்கிறார்கள்...

மற்றவர்களின் உயிர்களைப் பறிக்கிறார்கள்.. கொடூரமாக அடக்கியாள்கிறார்கள்... ஆட்சியாளர்கள். மிகவும் கவனமாக அது பற்றி யோசனை செய்...". பேசிக்கொண்டிருந்தபோதே திடீரென்று இடையில் பேச்சை நிறுத்தினான். பிறகு தஸீர் மன்ஜில் ஸ்தூபிகளையும் மாடங்களையும் தியானம் செய்வது போன்ற பாவனையுடன் உற்று நோக்கத் தொடங்கினான். அவற்றைப் பார்த்துக் கொண்டே தன் நினைவுகளில் தொலைந்து போனான்.

ஆமாம். இப்படித்தான் எப்போதும் அவன் செய்கிறான். மிக க் குறைவாகப் பேசுவான். ஆனால் மிகவும் அதிகமாக சிந்திப்பான்.

***

முற்றத்தில் படுத்துக் கொண்டு, பாய்ஜி மலைத்துப் போய் எல்லாவற்றையும் பார்த்துக் கொண்டிருந்தார். பிறகு அவரால் தன்னை அடக்கிக் கொள்ள முடியவில்லை. என்னை ஆறுதல் படுத்தும் வகையில் சொன்னார், "ஹர்மீத் கௌரெ... பச்சு... (குழந்தே) ... தேவையான அளவு துயரத்தை அனுபவித்து விட்டாய்... இப்போது நீ கொண்டாட வேண்டும். போய் எல்லோருக்கும் இனிப்பு வழங்கிக் கொண்டாடு... வாஹே குரு அருளால், நம்முடைய ரேஷம் சரியாக ஒரு வருஷம் கழித்து வாய் திறந்திருக்கிறான்... அவர்கள் எல்லாம் எப்படி இருக்கிறார்கள் என்று பார்... ஒட்டகத்தைப் போல... எல்லோருக்கும் சுவையான தேநீரைத் தயாரித்துக் கொடு..." மூச்சை உள்வாங்கிக் கொண்டு, சட்டைப் பையில் கை விட்டு வேலைக்காரனைக் கூப்பிட்டார், "அடேய்... சங்கரா! கெட்டிக்காரப் பையன் நீ... ஓடிப்போய் கடையிலிருந்து ஒரு டப்பா மோத்திசூர் லட்டு வாங்கி..." இதைச் சொன்ன போது அவர் முகமே பிரகாசமாக இருந்தது.

தேநீரைக் குடித்து விட்டு அந்த மூன்று கலைஞர்களும் கிளம்பினார்கள். மகிழ்ச்சியுடன் ஆடிக்கொண்டே சென்றார்கள். அவர்களில் இவருவர் என்னுடைய மூத்த மைத்துனர், அவருடைய மனைவியின் கதாபாத்திரங்களில் நடித்தார்கள். மற்றொருவன் என் கணவனாக. டாக்டர் கமால் அவர்களை வைத்து நீண்ட காலம் ஒத்திகை பார்த்திருக்க வேண்டும். ஏனென்றால் அவர்களின் நடிப்பு, நிஜவாழ்க்கையை விடத் தத்ரூபமாக இருந்தது. யாரையும் மயிர்க்கூச்செறியச் செய்யும் அளவு அவர்களுடைய நடிப்பு

அமைந்திருந்தது. சமையலறையில் வலைக்கதவைக் கொண்ட அலமாரியின் மிக அருகில் நின்றுகொண்டு முழு நாடகத்தையும் நான் கவனித்துக் கொண்டிருந்தேன். மவுனமாக அழுது கொண்டும் இருந்தேன்.

பாய்ஜி, தானே பாய்ஜி வேடத்தில் நடித்தார். தன்னியல்பாக, அவரைப் போலவே. முற்றத்தில் படுக்கையில் படுத்துக்கொண்டு. இவர்களில் ஒரு கதாபாத்திரம், ரேஷமின் தகப்பனாக, அதாவது என் கணவனாக, மூச்சிரைத்துக் கொண்டும், இருமிக் கொண்டும் வெளியிலிருந்து வந்தான். அவன் அங்கு உட்கார்ந்திருந்த மற்ற நடிகர்களை முறைத்துப் பார்த்தான். பிறகு, “உங்களுக்கெல்லாம் கொஞ்சமாவது வெட்கம் மீதமிருக்கிறதா?” என்று கூச்சலிட்டுக் கொண்டே வரவேற்பறையை நோக்கி ஓடினான். ஒரு நொடிக்குள் உள்ளிருந்து திரும்பி வந்தான். கையில் உறையிலிருந்து உருவிய பெரிய வாளொன்று இருந்தது. என்னுடைய மூத்த மைத்துனனாகவும் அவனுடைய மனைவியாகவும் நடித்த நடிகர்கள், சமையலறையின் மிக அருகில் அமர்ந்திருந்தவர்கள் இதைப் பார்த்து நடுங்கினார்கள். மிகுந்த அச்சத்துடன் காணப்பட்டார்கள். பிறகு ஒருவாறு சமாளித்துக் கொண்டு என்னுடைய மைத்துனன் சொன்னான், “என்ன செய்கிறாய் நீ? உன்னுடைய சுயபுத்திக்குத் திரும்பி வா... கெஞ்சலின் சாயலில் இருந்த மிரட்டலும் திட்டலும் என் கணவனிடத்தில் எந்த விளைவையும் ஏற்படுத்தவில்லை.

பிறகு இருவரும் குஸ்தி சண்டையில் இறங்கினார்கள். அவர்கள் இருவரின் தலைப்பாகை தரையில் அவிழ்ந்து விழுந்தது. “எங்களைக் கொல்கிறார்கள்... ஐயோ... மக்களே... இந்த வேசிமகன்... காப்பாற்றுங்கள்... காப்பாற்றுங்கள்” என்று கூவிக்கொண்டே என்னுடைய நாத்தனார் இருவருக்கும் இடையில் மறித்து நின்று கொண்டாள். படுக்கையில் படுத்துக் கொண்டே பாய்ஜி கெஞ்சிக் கேட்டுக் கொண்டார்... “குர்முக்கா... குர்முக்கா... அவர் எழுந்து செயல்படுவதற்கு முன்பே இது நடந்து விட்டது. வாள் நேராக என் மைத்துனன் மனைவியின் வயிற்றுக்குள் நேராகப் பாய்ந்து மைத்துனன் உத்தம் சிங்கின் இடுப்பைத் துளைத்து வெளியில் வந்து நின்றது . தூரமாக ஒரு மூலையில் நின்றிருந்த ரேஷம் பயத்தில் அலறினான்... “அ...ப்...பா...”.

ரேஷம் பேசத் தொடங்கினான். பாய்ஜி படுக்கையிலிருந்து துள்ளியெழுந்தார். "பார்... பாரேன்... அவன் வாய் அகலமாகத் திறந்திருந்தது... என்ன இது?

நான் முற்றிலும் ஆச்சரியத்தில் ஆழ்ந்து போனேன். குழப்பத்திலும்தான். என்னுடைய தாடை அகல விரிந்தது. எப்போது அது தானாக மூடிக்கொண்டது என்று எனக்குத் தெரியவில்லை.

என்னைப் பொறுத்த அளவில் அது ஒரு மாயாஜாலத்துக்கு எந்த வகையிலும் குறைந்ததாக இல்லை. ஏதோ அரூபமான சக்தி ஒன்று "ததாஸ்து" என்று முணுமுணுக்க முழு பிரபஞ்சமே உயிர்த்து எழுந்தது போல இருந்தது.

ரேஷம் முகத்தை நான் தடவிக் கொடுத்து, சுயக்கட்டுப்பாட்டுக்குத் திரும்ப வர எத்தனித்தபோது, ஆயிரம் எண்ணங்கள் என் நினைவில மின்னலாக வெடித்தது. அவனுடைய வெகுளியான, அப்பாவித்தனமான "அப்பா" என்ற குரலின் பின்னால் எத்தனையோ விஷயங்கள் ஒளிந்திருந்தன. ஆனால் உண்மையிலேயே உள்ளிருந்து எழுந்தது என்ன? சோகம், வலி, அச்சம், பயங்கரம், ஆதங்கம்...? அந்தக் கணத்தில் ரேஷம் ஆன்மா உள்ளிருந்து கிறீச்சிட்டுக் கத்தியிருக்கிறது. எத்தனை பயங்கரமாக, எத்தனை அச்சமூட்டுவதாக அந்த நாடகம்... இந்தச் சோதனை அமைந்திருந்தது!! அந்த அச்சத்தையும் பயங்கரத்தையும் உணராமல் அவனால் அப்படியொரு குரலை எழுப்பியிருக்க முடியாது. பிறகு... நான்... நான்... மரணத்தை விடக் கொடிய அனுபவத்தைக் கடந்து வந்திருக்கிறேன்.

***

இந்தச் சம்பவம் நிகழ்ந்தபோது, ரேஷம் மனதில் என்னவெல்லாம் ஓடியிருக்க வேண்டும்? நான் வீட்டில் இல்லை. பக்கத்து வீட்டு ஜெயின் குடும்பத்தினரைப் பார்க்கப் போயிருந்தேன். இந்தக் கூச்சலையும் கதறலையும் கேட்டு நான் உடனே வீட்டுக்கு ஓடி வந்தேன். நகரத்தில் கலவரம் வெடித்து விட்டது. எங்கும் தீப்பிழம்புகள். ஆட்கள் வெட்டுப்பட்டனர். கொல்லப்பட்டனர். எல்லாவற்றுக்கும் மேலாக, இந்தப் பாழாய்ப்போன வீடுகள் மகாமட்டரகமான கட்டிடக் கலையைக் கொண்டு கட்டப்பட்டுள்ளன. உள்ளே எழும் சத்தம் வெளியில் வராது உள்ளேயே அடங்கிப்

போகின்றது. அடக்கப்பட்ட பெருமூச்சுகள் அந்த வீடுகளின் கூரை வளைவுகளுக்குள்ளேயே முடங்கிப் போகின்றன. முகலாயக் கட்டுமானக் கலையைப் பின்பற்றி இப்படிக் கட்டியிருக்கிறார்கள். ஆரம்பத்தில், நான் இந்த வீட்டில் மணமகளாக வந்தபோது, அடிக்கடி இதுபோன்ற விஷயங்கள் குறித்து யோசித்துக் கொண்டிருப்பேன். என் உதடுகள் வளைவாகக் குவிந்து விடும்.

நான் வீட்டுக்குள் அடியெடுத்து வைத்தபோது, ஏழு அடிக்குள், என் பார்வை நீளமான குறுகலான அந்த வீதியில் பாய்ந்தது. கலவரக்காரர்கள் அங்கே கூட்டமாகத் தென்படலாம். கும்பல் கும்பலாக அவர்களே... எங்கும் அமளியாக இருந்தது. சில வீடுகளின் கூரைகளிலிருந்து தீப்பிழம்புகள் கொழுந்து விட்டு எரிந்தன. புகை ஏறத்தாழ விண்ணை முட்டுமளவு இருந்தது. பொங்கியெழுந்து ஆர்ப்பர்த்துக் கொண்டிருந்த கலவரக்காரர்களிடையில் ஒருசிலர் ஆவேசமாக நடனமாடுவதில் தீவிரமாக இருந்தது போலப் பட்டது எனக்கு. அவர்களின் கைகளில் என்ன இருந் தது? மண்ணெண்ணெய் கேன்களும் எறிகுண்டுகளுமா? இல்லை எனக்கு அப்படிப்பட்டதா?

இங்கு வீதியின் நட்டநடுவில், ஒருவன் கூட்டத்தை நோக்கிச் சுட்டுக் கொண்டிருந்தான். அம்பினைப் போல. அவனுடைய அவிழ்த்து விடப்பட்ட கூந்தல் மேலும் கீழுமாக அசைந்தாடியது. உறையிலிருந்து உருவப்பட்ட நீளமான வாள் ஒன்றைக் கையிலேந்தியிருந்தான். வெறும் வாள்... பளபளவென்று... எங்கள் வீட்டின் வாயிற்படியிலிருந்து ரத்தக்கறைகள் அவனைத் தொடர்ந்து பின்னால் தொடர்ந்து போய்க்கொண்டிருந்தது.

'நாற்றம்! நாற்றம்! என்று கத்திக் கொண்டே உள்ளே வந்தேன். அந்தக் காட்சியை நான் பார்த்த அந்தக் கணமே இதயம் வாய்வழியாக வெளியில் தெறித்து விழுந்து விடும்போலிருந்தது. என்னுடைய மைத்துனனும் அவனுடைய மனைவியும், வலியால் துடித்துக் கொண்டே தரையில் புரண்டு கொண்டிருந்தார்கள். அவர்களைச் சுற்றி ரத்தம் குளமாகத் தேங்கியிருந்தது. ரத்தம் ஊற்றாக வழிந்து கழிப்பறையை நோக்கிச் சென்று கொண்டிருந்தது. ஓரிரு ரத்தத்துளிகள் தொலைக்காட்சிப் பெட்டி வைத்திருந்த மேஜைக்கு அடியிலும் தேங்கியிருந்தது. அடித்து நொறுக்கப்பட்ட தொலைக்காட்சிப் பெட்டி தூள்தூளாக நொறுங்கிப் போய்

குப்பையாகத் தரையில் குவிந்திருந்தது. மடிப்புக் கலையாத தலைப்பாகைகள் சுருண்டு ஒன்றுக்கொன்று பிணைந்து தரையில் விழுந்திருந்தது. அவற்றின் நுனிகள் ரத்தத்தால் முற்றாக நனைக்கப்பட்டிருந்தன.

பாரிசவாயுவால் பாதிக்கப்பட்டு நடக்க முடியாத நிலையில் இருந்த பாய்ஜி மெல்ல நகர்ந்து வரவேற்பறையில் இருந்த தொலைபேசியை நோக்கி எப்படிப் போக முடிந்தது என்பது கடவுளுக்குத் தான் தெரியும். என்னைப் பார்த்ததும் அவர் விரக்தியுடன் தலையை ஆட்டினார். பிறகு இருகைகளாலும் நெற்றியில் ஓங்கி அறைந்து கொண்டு அழத்தொடங்கினார். "ஐயோ... குர்முக்?" அவருடைய அச்சம் தோய்ந்த குரல் பயங்கரமாக நடுங்கிக் கொண்டிருந்தது. முகத்தை வேறு பக்கம் திருப்பிக் கொண்டு பொறுமையின்றி தொலைபேசியில் எண்களை வேகமாக அழுத்தத் தொடங்கினார்... மறுமுனையில் யாருடைய குரலும் கேட்காத நிலையில், மிகவும் விரக்தியுடன் தலையை ஆட்டி, கேட்கவே முடியாத அளவு மெதுவான குரலில், "வேலை செய்யவில்லை" என்றார்.

இதற்கிடையில், அண்டை வீடுகளிலிருந்து ஐந்திலிருந்து ஏழு ஆண்களும் பெண்களும் வந்தனர். சாச்சா ஃபஸலுத்தீன், ஸத் பால் ஜெயின்... பூனி தேவி இன்னும் சிலரும் இருந்தனர்- "அவருக்கு மிகவும் அதிகமாக ரத்தம் வெளியேறுகிறதே!. நீங்கள் வெறுமனே நின்று அமைதியாக வேடிக்கை பார்த்துக் கொண்டிருக்கிறீர்கள். உண்மையிலேயே இதுதான் எல்லை" என்று சாச்சா ஏறத்தாழ அலறினார். என்னுடைய மைத்துனரைத் தூக்கித் தன் மடியில் வைத்துக் கொள்வதற்கு ஆயத்தமாக கீழ்நோக்கிக் குனிந்தார். அவர் ஆயத்தமானதைப் பார்த்து மற்றவர்களும் அவருக்கு உதவி செய்வதற்கு முன்வந்தனர். கைகளில் கிடைத்த பருத்தி, துணிகளைக் கொண்டு அடிபட்டவர்களுக்குக் கட்டுப் போடத் தொடங்கினார்கள்.

பாய்ஜியின் தோளைத் தாங்கியவாறு அவரைப் படுக்கையை நோக்கி மிகவும் கவனமாக நடத்தி அழைத்துச் சென்றேன். திடீரென்று நாங்கள் இருவரும் தடுக்கி டிவி பெட்டி மீது விழுந்திருப்போம். ஆனால் அதிருஷ்டவசமாக விழாமல் தப்பினோம். டிவியைப் பார்த்து அவர் அலறினார். "அய்யோ... கடவுளே... இங்கே பார்.. என் மொத்தக் குடும்பத்தையும் வெட்டிச் சாய்த்து விட்டார்கள்.

அவர்கள் என்ன பாவம் செய்தார்கள்? வெறுமனே உட்கார்ந்து டிவியைப் பார்த்துக் கொண்டுதானே இருந்தார்கள். எங்களுக்கு எதிரிகள் யாருமில்லை. அது ஏற்கனவே சுக்குநூறாக உடைக்கப்பட்டுள்ளது... அந்தக் கண்றாவியை இவர்கள் ஏன் பார்க்க வேண்டும்?

“உண்மையில் அவருக்கு என்ன ஆனது? அவர் முற்றிலும் கண்ணியமான மனிதர். ஒரு குருமுக்.” ஸத் பால் ஜெயின் தனது வாய்க்குள் இந்தியில் முணுமுணுத்துக் கொண்டார். அவரைப் பொருட்படுத்தாது, ஃபஸலுத்தீன் எல்லோரையும் அவசரப்படுத்தினார், “சீக்கிரம் தூக்குங்கள்... இவர்களை நாம் தூக்கிச் செல்லலாம்.. வாங்க... சீக்கிரம்”...

அடிபட்டவர்களைக் காரில் அடைத்துக் கொண்டு கிளம்பினார்கள். தெருவெங்கும் சுமார் அரைமணி நேரம் சுற்றிவிட்டு மீண்டும் வீடு திரும்பினார்கள். படபடப்புடனும் சோகமாகவும், “அடச்சீ...” ஃபஸலுத்துன் தொண்டையில் எதுவோ அடைத்தது. “ரொம்பவும் கஷ்டம்தான்” என்றார். இதைக் கேட்டு நான் வாயடைத்துப் போனேன். அங்கு நின்றிருந்தவர்கள் முகங்களெல்லாம் தொங்கிப் போனதைப் பார்த்தேன். பைத்தியம் பிடித்தது போல. இவர்கள் எதைப் பற்றிப் பேசுகிறார்கள்? “இந்த சூழ்நிலையில், நம்மால் என்னதான் செய்ய முடியும்?... தெருவெங்கும் கட்டுப்பாடில்லாமல் ஓடிக் கொண்டிருக்கிறார்கள்... இந்த குண்டர்கள்!”. ஸத் பால் ஏன் ஏதோ குற்றம் புரிந்தவரைப் போலப் பேசுகிறார்? “நாம் அழிந்து விட்டோம். முற்றாக அழிந்து போனோம்!”. பாய்ஜி தான் முதலில் உரத்த குரலில் கூச்சலிட்டார். விதவை பூனி தேவி இரண்டு கைகளாலும் மார்பில் அறைந்து கதறிக் கொண்டிருந்தாள். “அழு மருமகளே... அழு!”. யாரோ என்னை உலுக்கினார்கள். என் தோளைப் பிடித்து உலுக்கினார்கள்.

***

அவர்கள் வீட்டிலிருந்து தூக்கிச் செல்லப்பட்டபோது, உயிருடன் இருந்தார்கள். ஆனால் இப்போது பிணங்களாகத் திரும்பியிருக்கிறார்கள்.

உண்மையிலேயே இறந்து விட்டார்களா? அதை என்னால் நம்பவே முடியவில்லை.

***

குர்முக் அவர்களைக் கொல்லும் நோக்கில் தாக்கியிருக்க மாட்டார். ஒவ்வொரு வீட்டிலும் சண்டை என்பது சகஜம்தான். இதுபோன்ற சண்டைகளில், மக்கள் காயப்படவும் செய்கிறார்கள். பார்த்தேன். நான் பார்த்தேன். காயம் அத்தனை ஆழமானதாக இல்லை. கத்தியின் முனை மட்டும் பட்டு, என் மைத்துனனின் இடுப்புப் பகுதியைத் துளைத்துச் சென்றது. அவனுடைய மனைவி இன்னும் ஆபத்தான முறையில் காயப்பட்டிருந்தாள். இரு சகோதரர்களும் தங்களுக்குள் சண்டையிட்டுக் கொண்டிருந்த போது அவள் அவர்களிடையில் வந்து நின்றாள்... யாருக்குத் தெரியும், அவளையும் அந்தக் கத்திதான் துளைத்ததா என்று... திடீரென்று... நாம் என்ன சொல்வது? இதற்கு பாய்ஜி மட்டும்தான் நேரடி சாட்சி. இப்போது அவர் கிறுக்குப் பிடித்தது போல எதையோ பேசிக்கொண்டிருந்தார். அர்த்தமே இல்லாமல் உளறிக் கொண்டிருந்தார். மீண்டும் மீண்டும் அவர் செய்ததையே செய்து கொண்டிருந்தார். சொன்னதையே சொல்லிக் கொண்டிருந்தார். "குர்முக் அவர்களைக் கொன்று விட்டான்". இதைக்கேட்டு எனக்குக் குற்ற உணர்வு ஏற்பட்டது. எதிலோ ஏறக்குறைய முழுகிப் போயிருந்தார். பிறகு நான் சொல்லி முடிக்க வேண்டியதாகிப் போனது, "அவர்களைக் கொன்று விட்டார்களா? அதனால் என்ன? அது எப்படி முக்கியமானதாகிப் போனது? வேறு என்னதான் என்னால் செய்ய முடியும்? போயும் போயும் அந்த நேரத்தில் எதற்கு நான் ஜெயின் குடும்பத்தினரைப் பார்க்கப் போயிருக்க வேண்டுமோ தெரியவில்லை.

வேறு யாருடனும் என்னால் எந்தக் கருத்தையும் பரிமாறிக் கொள்ளக்கூட முடியவில்லை. என்னுடைய மைத்துனனின் மனைவி மயங்கி விழுந்திருந்தாள். அவள் இன்னும் மூச்சு விட்டுக் கொண்டிருந்தாள். என் மைத்துனன் முழுக்கத் தன் சுய நினைவில் இருந்தான். அவன் இறந்த அன்று மிகவும் அதிகமாக காயப்பட்டிருந்தாலும் என் முகத்தைப் பார்த்து சிரித்துக் கொண்டுதான் இருந்தான். தன்னுடைய ஒரு கையைக் கூடக் காற்றில் ஆட்டினான். நேராக இல்லை. லேசாக- இல்லை. சிறிதளவு மட்டுமே அசைத்தான். பிறகு, கையை மார்பில் மெதுவாகத் தாங்கிக் கொண்டான். ஒருவேளை தன் கையை என் தலைமீது வைக்க

முயற்சித்திருக்கலாம். என் கண்களில் கண்ணீர் முட்டி நின்றது. பிறகு அவனுடைய உதடுகள் நடுங்கின. என்னிடம் ஏதோ சொல்ல வந்தது போல இருந்தது. அவனை நோக்கிக் குனிந்து சற்று முன்னால் சென்றேன். மிகுந்த சிரமத்துடன் இந்த வார்த்தைகளை மிகுந்த சிரமத்துடன் முணுமுணுக்க முயற்சித்தான். ஏதோ மிகவும் சிரமப்பட்டு ஸ்வரப்பிரஸ்தாரம் செய்தது போல இருந்தது. "அது- --குர்---முக்...அவன்--- எந்தப் பாவமும் அறியாதவன்.காப்பாற்று---காப்பாற்று... அவனை...அவனை... "பாப்பாஜி", நான் கிட்டத்தட்ட அலறினேன். என் தலை என் மைத்துனன் மார்பில் தானாகவே சாய்ந்தது. அழுது கொண்டே கேட்டேன். "அவன் ஏன் கொன்றான்? ஏன்?". கைகளை மீண்டும் ஒருமுறை தூக்கி, என் கண்ணீரைத் துடைத்து, "இல்லை இல்லை." அதற்குப் பிறகு அவர் சுத்தமாக அடங்கிப் போனார். கண்கள் தாமாகவே மூடிக் கொண்டன. ஏதோ தூக்கத்தில் ஆழ்ந்து போவதைப் போல. இதற்கிடையில், 'அவரைத் தூக்குங்கள்... தூக்குங்கள்... என்ற குரல் எங்கோ அடியாழத்தில் கேட்டது.

அவர்களைக் காப்பாற்ற முடியும். குறைந்தது, அவர்கள் மருத்துவமனையில் சேர்த்திருக்க வேண்டும். ஒருமுறையாவது. அந்த நேரத்தில், இந்த யோசனையை நான் மிகவும் எதிர்மறையாக எடுத்துக் கொண்டு ஆதரித்தேன். ஆனால் எனக்கென்ன தெரியும் அவர்களின் எலும்புகள் டெல்லியின் மண்ணோடு மண்ணாகக் கரைந்து போகும் என்று. அவர்கள் இறந்து போனார்கள். மருத்துவ உதவி இன்றி செத்துப்போனார்கள்... அவர்களைக் காப்பாற்றியிருக்கலாம்... காப்பாற்றியிருக்கலாம்தான். அவர்களைக் காப்பாற்றுவது சாத்தியம்தான் என்பதை நான் விடாமல் சாதித்துக் கொண்டே இருந்தேன்... அளவுக்கு அதிகமாக ரத்தம் சிந்தியதுதான் அவர்களின் மரணத்துக்குக் காரணமாகும்... ரத்தம் கொட்டிக் கொண்டே இருந்தது. கவனிக்க யாருமின்றி.

***

என் மைத்துனனைத் தூக்கிக் கொண்டு போனதும், ஏதோ வீடே பாலைவனமாகிப் போனதுபோலக் காட்சியளித்தது. வெறுமையாக.. காலியாக... அதுபற்றி நான் நினைத்தபோதெல்லாம்... என் இதயம் அச்சத்தால் நடுங்கியது. ரேஷம்! ரேஷம்! எனக்கு உள்ளிலிருந்து நெடிய பெருமூச்சு எழுந்தது. எங்கே ரேஷம்?

பாய்ஜியை நோக்கி நான் நகர்ந்தபோது வீறிட்டேன். இந்த நிலையில் என்னைப் பார்த்ததும் அவருடைய முகம் முற்றிலும் வெளிறிப்போனது. பாதி உடல் நடுங்கியவாறு இருந்தது. அவருடைய தோற்றம், குரல், விநோதமாகக் கையை ஆட்டியது ஆகியவற்றிலிருந்து வெளிப்படையாகத் தெரிந்தது. அவர் ஏதோ, "நான்தான் உண்மையான குற்றவாளி. எல்லாம் என்னால்தான் நடந்தது " என்று சொல்லிக் கொள்வது போல இருந்தது. அவருடைய முழு உருவமும் ஏதோ தன்னைத் தானே சுயபலியிட்டுக் கொண்டது போலவும், மிகுந்த விரக்தியில் இருந்தது போலவும் தோன்றியது. என் இதயம் பந்தாகச் சுருட்டிக் கொண்டது. குழப்பத்திலும் அச்சத்திலும், நான் ஒவ்வொரு அறையிலும் ரேஷம் எங்கிருக்கிறான் என்று தேடிப் பார்த்தேன். என்னை நானே சாபமிட்டுக் கொண்டும் கடிந்து கொண்டும் தேடினேன்.

***

இறுதியில் அவனைத் தேடிக் கண்டுபிடித்து விட்டேன். ஸ்டோர் ரூமில் இருந்தான். பெரிய பெட்டிக்குப் பின்புறமாக ஒளிந்து கொண்டிருந்தான். பயத்தில் நடுங்கிக் கொண்டிருந்தான். அவனை என் கைகளால் தூக்கினேன். உணர்ச்சி மிகுதியால் முத்தமழையாகப் பொழிந்தேன். பிறகு அவனை வெளியில் இழுத்து வந்தேன். அவன் எதுவும் பேசாமல் மௌனமாக இருந்தான். சொல்லப்போனால் அவன் விசித்திரமாக அனைவரின் மீதும் பார்வையை வீசினான். சிலநேரம் என்மீதும் சில நேரம் பாய்ஜி மீதும். தன் படுக்கைக்கு அடியில் குனிந்து பார்த்தான். சமையலறை, வரவேற்பறையைப் பார்த்தவாறு இருந்தான். பிறகு அடித்து நொறுக்கப்பட்ட தொலைக்காட்சிப் பெட்டி, ஆகியவற்றை நீண்ட நேரம் பார்த்துக் கொண்டிருந்தான். அவனுக்கு ஒரு டம்ளர் தண்ணீர் கொடுத்தேன். அவனை அன்பாகத் தடவிக் கொடுத்தேன். ஆனாலும் அவன் எதுவும் பேசவில்லை. பின்னர், மருத்துவர்கள், அவன் மிகவும் அதிர்ச்சிக்குள்ளாகியிருக்கிறான் என்று கூறினார்கள். அதனால் தான் அவன் பேசும் திறனை இழந்திருக்கிறான்.

ரேஷம் சிகிச்சைக்காக எல்லா இடத்திலும் நான் தேடித் தேடி அலைந்து கொண்டிருந்தேன். ஆயுர்வேத வைத்தியர்கள், யுனானி மருத்துவர்களான ஹக்கிம்கள் என்று அங்கங்கு அலைந்து கொண்டிருந்தேன். குருத்வாராக்களையும் கோயில்களையும்

கணக்கின்றி சுற்றியலைந்தேன். யார் எங்கே போக வேண்டுமென்று சொன்னாலும் அங்கெல்லாம் போயிருக்கிறேன். ரேஷம் குணமடைய வேண்டி நான் செய்யாதது எதுவும் இல்லை. சாயி கோயிலுக்கும் போனேன். சாயி கரும்பச்சை வண்ண உடைகளை அணிகிறார். அவர் இறைவனின் தூதர். எப்போதெல்லாம் அவர் வெவ்வேறு வீடுகளில் உணவைச் சேகரிக்க வந்தாலும் அவர் யார் வீட்டு வாசலிலும் நிற்பதில்லை. நடந்து போய்க்கொண்டிருக்கும் போது திடீரென்று பார்வையிலிருந்து மறைந்து விடுவார். வெறுங்காலில் அலைவார். தனக்குள் முற்றாக ஆழ்ந்துபோன யோகி. ஒவ்வொரு முறையும் அவர் ஒரே மாதிரி குரல் கொடுப்பார், "அல்லாஹ் உங்களுக்கு நற்புத்தி கொடுக்கட்டும்". நான் அவருடைய மடத்துக்குப் போனபோது, அவருடைய காலடியில் ரேஷமை படுக்க வைத்தேன். எந்த எதிர்வினையும் இன்றி அவர் வெறுமனே உட்கார்ந்திருந்தார். பார்ப்பதற்கு அப்பாவி போல முகத்தை வைத்திருந்தார். சொல்லப்போனால் மிகவும் அமைதியாக உட்கார்ந்திருந்தார். மற்றபடி அவர் எப்போதும் முற்றிலும் அமைதியிழந்து காணப்படுவார். அவர் உள்ளில் அமைதியற்றவர் போல இருந்தார். சிறிது நேரத்துக்கு ரேஷம் கண்களையே உற்றுப் பார்த்தார் சாயி. ஏதோ கேட்காத ஒரு குரலுக்கு பதிலளிப்பது போல, அவருடைய உதடுகள் நடுங்கின. எதையோ முணுமுணுத்தார். பின்னர் தன்னிச்சையாக அவர் கைகள் மேல்நோக்கி எழும்பின. ஏதோ அமானுஷ்யமான சக்தியிடமிருந்து ஆசிகளைப் பெறுவது போல இருந்தது. சிறிது நேரம் கழித்து, சிறிய காகிதம் ஒன்றில் செவ்வகம் ஒன்றை வரைந்து அதன் சிறிய சதுரமூலைகளில் எதையோ எழுதினார். அந்தக் காகிதத்தை இரண்டாக மடித்து என் கையில் கொடுத்தார். பிறகு சொன்னார், "அல்லாஹ் உனக்கு நற்புத்தியைக் கொடுக்கட்டும்". நான் வெள்ளியில் ஒரு தாயத்து வாங்கி, அதில் அந்தக் காகிதத்தை அடைத்து வைத்து, அதை ரேஷம் கழுத்தில் கட்டிவிட்டேன்.

பாய்ஜி, மிகுந்த முகவாட்டத்துடன் பெருமூச்சுக்கிடையில் எதையோ மெல்ல முணுமுணுத்தார். உண்மையில் அது எனக்குப் பிடிக்கவில்லை. அவரை யாராவது ஆசீர்வதித்து இருக்கலாம். யாருக்குத் தெரியும். உங்களுக்கு நம்பிக்கையிருந்தால், ஒரு சாதுவின் ஓமகுண்டத்தில் இருக்கும் ஒரு சிட்டிகை சாம்பல் கூட ஏதாவது அற்புதத்தை நிகழ்த்தலாம்.

இல்லை, இல்லை. அது தெய்வீகமான விதிமுறையை மீறும் செயலாகும். பிறகு எப்படி வேறுமாதிரி இருந்திருக்க முடியும்? "சொல்லப்போனால், நம்பிக்கையின்மையே நம்முடைய துயரங்கள் அனைத்துக்கும் காரணமாகும். எப்போதாவது இதுபோன்ற எண்ணங்கள் எனக்குள் எழும். இதுதவிர, எனக்குள்ளிருந்து ஒரு குரல் எப்படி விரல் நகத்தைப் போல சிறிதாக இருக்கும் ஒரு குழந்தைக்கு, நம்பிக்கை பற்றி ஏதாவது தெரிந்திருக்கும் என்று கூறமுடியும்? பிறகு ஏன் அத்தனை துயரங்களை அவன் அனுபவிக்க வேண்டும்?

ரேஷம், டெல்லியின் மெடிகல் இன்ஸ்டிட்யூட்டில் சிகிச்சை அளிக்கப்பட்டான். பல்வேறு மருந்துகள் அவன் மீது பரிசோதிக்கப்பட்டன. மின்சார அதிர்ச்சி கூட அவனுக்குத் தரப்பட்டது. அவன் பேசுவது இருக்கட்டும். பொதுவான அவனுடைய உடல்நிலையே நாளுக்கு நாள் மோசமாகி வந்தது. பெரும்பாலான நேரங்களில் மயக்கமாகவும் போதையில் இருப்பது போலவும் இருந்தான். வாழ்க்கை முழுக்க ஏதோ தூக்கத்தில் நடப்பது போல இருந்துவந்தான். சாம்பல் நிறத்தில் வெளிறிக் காணப்பட்டான். இதுபோன்ற விஷயங்கள் எல்லாம் எனக்கு அளவற்ற களைப்பை உண்டாக்கின. விரக்தியிலும் சோகத்திலும் ஆழ்ந்துபோனேன்.

ஏறத்தாழ இந்த நேரத்தில் தான் டாக்டர் கமால் தொடர்பு எனக்குக் கிட்டியது. அவனுடைய முழுப்பெயர், டாக்டர் அப்துல் ஹஸ்ஸன் ரிஜ்வி 'கமால்'. அப்போது தான் மெடிக்கல் இன்ஸ்டிட்யூட்டில் மருத்துவராகப் பணியில் சேர்ந்திருந்தான். நரம்பியல் துறையில். மிகவும் மெலிந்தும் கெச்சலாகவும் காணப்பட்டான். எப்போதும் சிந்தனையில் ஆழ்ந்திருப்பது போன்ற கண்களை உடைய இளைஞன். சந்திக்கும் யாருக்கும் உடனடியாக ஒருவகை ஆறுதலும் நம்பிக்கையும் பிறக்கும்.

முதல் சந்திப்பிலேயே பேசும் போதே அவன் உற்றுப் பார்த்தும் சிந்தனையை வேறுபுறம் செலுத்துவதையும் பார்க்க முடிந்தது. "நீங்களா!" எனக்கு ஒருவகையில் மிகவும் கூச்சமாக இருந்தது. எதன் மீதும் அதீதமான உரிமையைக் கொண்டாடும் இந்த மனிதன் வேறு எங்கோ தவறாக வழிநடத்தப்பட்டிருக்க வேண்டும் என்று நினைத்தேன். "தவறாக நினைக்கவில்லை

யென்றால், உங்கள் பெயர்... பிறகு தன்னுடைய இடது காதின் மடலைத் தேய்த்தவாறே அவன் சுத்தமான உருதுவில் பேசத் தொடங்கினான், இதோ பாருங்கள்... நான் உண்மையிலேயே மறந்து விட்டேன்... கல்லூரியில்... நீங்கள் விவாதமேடைகளில் பங்கேற்றிருக்கிறீகள்... நாமிருவரும் ஒருமுறை 'மாதிரி நாடாளுமன்ற' விவாதத்தில் ஒன்றாகப் பங்கேற்றோம். நினைவிருக்கிறதா..." பிறகு மிகவும் சோர்வுடன் சொன்னான், "நான் கமால்-அபுல் ஹஸ்ஸன்".

இதைக்கேட்டதும், முதலில் மெல்லிய புன்சிரிப்பு என் இதழில் தோன்றி மறைந்தது. அதே ஆள்தான். கமால். அதே குறும்பான விளையாட்டுத்தனமான, மற்றவர்களைக் கேலி செய்யும் குழுவின் தலைவனாக இருந்தவன். எப்போதும் பெண்களைக் கிண்டல் செய்து கொண்டிருப்பார்கள். அவர்களைப் பார்த்து எப்போதும் விசிலடித்தவாறும், அவர்கள் மீது எதையாவது எறிந்தவாறும் இருப்பார்கள். அவன் ஓடிக்கொண்டே இருப்பான். ஓடிக்கொண்டே... அப்படி அவன் ஓடும்போது அவன் எப்போதும் அணிந்திருக்கும் துருக்கிய தொப்பி தலைமீது அப்படியும் இப்படியும் நீண்ட நேரத்துக்கு ஆடியவாறே இருக்கும்.

"என் பெயர் ஹர்மீத், ஹர்மீத் கவுர். எல்லோரும் என்னை "மீத்" என்று கூப்பிடுவார்கள். மாணவப்பருவத்தைப் பற்றிய நினைப்பில் ஆழ்ந்ததும் என்னுடைய நினைவுகளில் தொலைந்து போனேன்.

ஹர்ரே... ஹான்... ஆனால் உனக்கு நீயே என்ன செய்து கொண்டாய்? என்ன ஆச்சு?" ஏதோ ஆழமான வார்த்தைகள் அவன் கண்களில் வெளிப்பட்டது. துயரத்தில் தோய்ந்தவாறு.

இதைக் கேட்டதும், எனக்குத் திடீரென்று ஒருவகையான வலிப்பு போல வந்தது. கீழ் உதடு பற்களுக்குள் இடையில் கிட்டித்துப் போனது. முதன் முறையாக, எத்தனையோ அந்நியர்களுக்கு இடையில் எனக்கான ஒருவன் இருக்கிறான் என்ற உணர்வு முதன்முறையாக ஏற்பட்டது. அந்த நல்ல நினைப்பும் நம்பிக்கையும் நம்முடைய உலகத்தை விட்டு எங்கும் போகவில்லை. சொல்லப்போனால், அதை நினைத்துத்தான் எனக்குக் கண்ணீர் உடைப்பெடுத்துப் பெருகியது.

கவலையுடன் அவன் திரும்பிப் பார்த்தான். நெற்றியைத் துடைத்தவாறு, "பரவாயில்லை. தைரியத்தை இழக்கக் கூடாது... தனக்கானது என்ற உரிமையும், பாசமும், துயரமும் அவன் குரலில் பொங்கி வழிந்தது. நீண்ட நேரம் அங்கேயே நிற்பதற்கு என்னால் முடியாமல் போனது. "வீட்டுக்கு வாயேன்" என்பதுதான் என்னால் சொல்ல முடிந்த தெல்லாம். அப்படிச் சொல்லியவாறே என் கண்ணீரைத் துடைத்துக் கொண்டே அங்கிருந்து நகர்ந்தேன்.

***

கமால் வீட்டுக்கு வந்தான். ஒரு வாரம் கழித்து அவனை பாய்ஜிக்கு அறிமுகப்படுத்தினேன். "எனக்கு உங்கள் பெயர் தெரியும். குரந்தித பெத்தி 'தர்வேஷ்'. உங்களை சந்தித்த தில் எனக்கு மிக்க மகிழ்ச்சி என்று சிரித்துக் கொண்டே சொன்னான். பாய்ஜி, ரேஷம், நான் ஆகிய மூவரும் வரவேற்பறையில் உட்கார்ந்திருந்தோம். எங்கள் ஒவ்வொருவர் மீதும் அவன் பார்வை பதிந்தது. பிறகு பார்வையை வேறு பக்கம் திருப்பிக் கொண்டான். தஸீர் மன்ஜிலின் சுவர்களையும் கூரையையும் வேடிக்கை பார்க்க ஆரம்பித்தான். சுவர்களில் வளைவுகள் இருந்தன. கூரையின் மாடங்களில் இறந்தகாலம் உறைந்திருந்தது. பாய்ஜி உரையாடலைத் தொடங்கினார். அவனுடைய குடும்பம், வீடு பற்றி ஆரம்பித்தார். சம்சார பந்தத்தில் மூழ்கி இருக்கும் எல்லோரும் பொதுவாகச் செய்வதைத் தான் அவர் செய்தார். உதராணத்துக்கு, "உன் குடும்பத்தில் யாரெல்லாம் இருக்கிறார்கள்? உனக்குக் கல்யாணம் ஆகிவிட்டதா? உன் மனைவி எப்படிப்பட்ட பெண்? உங்களுக்கு எத்தனை குழந்தைகள்?" போன்ற கேள்விகள். நான் தனியாகத்தான் இருக்கிறேன். ஆமாம் எனக்குத் திருமணமாகிவிட்டது" என்றான் சிரித்தபடி. "ஆனால் இப்போது இல்லை". ஒருவகையான கூச்சத்துடன் சங்கடமான முறையில் பதிலளித்துக் கொண்டிருந்தான். நான் எழுந்து சமையலறைப் பக்கம் சென்றேன். தேனீரும் உண்பதற்கு ஏதாவது எடுத்து வருவதற்காக. வரவேற்பறையின் பக்கமிருந்து எப்போதாவது ஓரிரு வார்த்தைகள் எனக்குக் கேட்டன. பாய்ஜி மட்டுமே எதையோ பேசிக் கொண்டிருந்தார். அல்லது கேள்வி கேட்டுக் கொண்டிருந்தார். அவன் அவர் சொல்வதை ஏற்றுக் கொள்வது போல வெறுமனே தலையை மட்டும் ஆட்டிக் கொண்டிருந்தான். நடுநடுவில் "ஆமாம்... இல்லை"

என்ற வார்த்தைகள் மட்டுமே அவனிடமிருந்து உதிர்ந்து கொண்டிருந்தன. அவர்களின் உரையாடல் செல்லும் போக்கில் இருந்து இதைத்தான் என்னால் அனுமானிக்க முடிந்தது. பாய்ஜி தன்னைப் பற்றிப் பேசிக்கொண்டிருந்தார். அவருக்குத் தான் சொல்வதையெல்லாம் நன்றாகக் கேட்கக் கூடிய யாராவது கிடைத்தால் போதும். குழந்தைப் பருவத்திலிருந்தே அவர் எதிர்கொண்ட சொந்தப் போராட்டங்கள் பற்றியெல்லாம் விரிவாகப் பேசிக்கொண்டே இருப்பார்.

அவர் பட்டியாலா மாகாணத்தில் ஒரு சிறுகிராமத்தில் பிறந்தவர். அங்கு சாமானியர்கள் நசுக்கப் பட்டிருக்கின்றனர். ஒடுக்குமுறையின் சுழற்சி அங்கு சென்று கொண்டுதான் இருந்தது. ராஜா பூப்பா மிகவும் கொடூரமானவராக இருந்தார். ஊரிலிருந்த அழகிய பெண்களையெல்லாம் அவர் கடத்திச் சென்றுவிடுவார்... அங்கு மக்களின் மரியாதையும் கவுரவமும் மண்ணோடு மண்ணாகப் புதைக்கப்பட்டது. சுதந்திரப்போராட்டம் அதன் உச்சகட்டத்தில் இருந்தது... அந்த வேளையில் பாய்ஜி அப்போராட்டத்தில் குதித்தார். மிக விரைவில் புரட்சியாளர்களுடன் இணைந்து கொண்டார். வீடு, சொத்துக்கள், நிலங்கள் என்று எல்லாமே ஒன்றுவிடாமல் பறிமுதல் செய்யப்பட்டது. அவர் தலைமறைவானார். பல வருடங்களாகத் தலைமறைவு வாழ்க்கை வாழ்ந்து கொண்டிருந்தார். சட்டத்துக்குத் தப்பியோடும் தேடப்படும் குற்றவாளியாக அலைந்து கொண்டிருந்தார். இப்படித்தான் அவர் வாழ்க்கை சென்று கொண்டிருந்தது. சில காலம் அவர் ஹஸன் அப்துல் என்ற பெயரில், பிண்டியிலும் லாகூரிலும் கழித்து வந்தார். நாடு சுதந்திரம் பெற்றபோது, டெல்லிக்குக் குடிபெயர்ந்தார். சில மாதங்கள் கழித்து அவருக்கு இந்த வீடு அரசாங்கத்தால் ஒதுக்கப்பட்டது... இந்த தஸீர் மன்ஜில்...

“இங்கு வந்த பிறகு என் மகனுக்குத் திருமணம் செய்துவைத்தேன். குலாப் சந்த். அவனுக்கு இரண்டு ஆண் குழந்தைகள். உத்தம், குருமுக். குருமுக் மகன்தான் இந்த ரேஷம். இப்போது அவன் ஒருவன்தான் மிஞ்சியிருக்கிறான்... இதைக் கேட்டுக் கொண்டே சமையலறையிலிருந்து வெளியில் வந்தேன். என் காலடியோசையைக் கேட்டு அவர் அமைதியானார். திடீரென்று. அடுத்து அவர் என்ன சொல்வார் என்று எனக்குத் தெரிந்திருந்தது.

கேட்கும்போதெல்லாம் என் இதயத்தை அறுக்கும் விஷயம் இது என்று ஏன் சொல்கிறார் என்று புரியவில்லை. எனக்கு உள்ளுக்குள் நடுக்கம் ஏற்பட்டது. 'தவறு! தவறு!'. மனசாட்சி என்னைக் கட்டிப்போட்டு விட்டது. உணர்ச்சி மிகுதி அடையும் போதெல்லாம் தன் மார்பில் ஓங்கி அறைந்து கொண்டு, "சாப்ரா தான் முழு சங்கத் முன்பு வீண் பழிச்சொல் பேசினான்... அவன் சொன்னான், "இந்த இந்து நம்பிக்கைத் துரோகிகள்! பொய்யர்கள்! என்ன சொன்னார்கள்? ஒரு குடும்பத்திலிருந்து ஒரு மகனையாவது, அமிருத் தாரி சீக்கியானாக்குவோம் என்று அறிவித்தார்களா இல்லையா? அந்த சத்தியத்தை அவர்கள் நிறைவேற்றினார்களா?... இந்த... இந்த...". நான் சொன்னேன், "ஓய் ஹமாம் சிங்கா! நீ யார் வழிவந்தவன்? என்ன இருந்தாலும் நாம் பெத்திகள்... முழு உலகத்துக்கும் இது தெரியும். நான் என்றும் குருவின் பெயரைத் தவறாகப் பயன்படுத்தி யாரையும் கொள்ளையடிப்பதில்லை... அதனால் மறுநாளே நாம் உத்தம் சிங்கை சீக்கியப் பாதைக்கு மாற்றினோம். ஆனால் இந்தப் பெண்ணுடன் அந்நியோன்னியமான உறவுச் சுழலில் சிக்கிய பிறகுதான் குருமுக் சீக்கியனாக மாறினான்...

ஒவ்வொரு முறையும் இந்தச் 'சுழல்' என்ற வார்த்தை திரும்பத் திரும்ப உச்சரித்த போது என் இருக்கையில் நெளிந்து கொண்டிருந்தேன்... அந்த வார்த்தையை நான் மனதார வெறுக்கிறேன். உண்மையில், இதுதான் எல்லை. எதற்காக இவர் எப்போதும், காதல், அன்பு, பாசம், எழுச்சி, ஆன்மாவின் உள்ளார்ந்த குரல் ஆகியவற்றைக் குறிப்பதற்காக இந்தச் 'சுழல்' என்ற வார்த்தையை ஏன் எப்போதும் பயன்படுத்துகிறார்? இதுபோன்ற சொல்லாடல்கள் எல்லாம் மிகவும் மட்டரகமான ஆட்கள்தான் பயன்படுத்துவார்கள்... நாத்திகர்கள் மட்டுமே!

தேநீர்க்கோப்பைகள் வைத்த தட்டை ஏந்தி நான் வரவேற்பறைக்குள் பிரவேசித்த போது, டாக்டர் கமால் மடி மீது ரேஷம் உட்கார்ந்திருந்தான். அவன் தலையை மிகவும் மிருதுவாகத் தடவிக் கொண்டிருந்தான் டாக்டர் கமால். ரேஷம் தலைகுனிந்து உட்கார்ந்திருந்தான். தட்டை நான் மேஜையின் மீது வைத்த போது அவன் திடுக்கிட்டான். பிறகு முகத்தை பாய்ஜி பக்கமாகத் திருப்பிக் கொண்டு சொன்னான், "உங்கள் சேவையை அங்கீகரிக்கும் விதமாக

அரசாங்கம் உங்களுக்கு ஏதாவது மிகப்பெரிய அளவில் சன்மானம் அளித்திருக்கும்... தாமிரப் பத்திரம் அல்லது அது போல ஏதாவது... பாய்ஜி படுக்கையில் மிகவும் அவஸ்தையுடன் நெளிந்தார். சிவந்த விழிகளில் கண்ணீர் வழிந்தோடத் தொடங்கியது. அவருக்காக, அந்தக் கணத்தின் சில தருமசங்கடத்தைத் தவிர்க்கும் பொருட்டு நான் முன்வந்து, “நீ அப்புறமாகப் பேசிக் கொள். முதலில் தேநீர் அருந்து. ஆறிப்போகிறது” என்றேன். கோப்பைகளை உயர்த்தி நாங்கள் தேநீர் அருந்தத் தொடங்கினோம். அமானுஷ்யமான மவுனம் ஒன்று எங்களிருவருக்கிடையில் உறைந்திருந்தது. ஆனால் தேநீரை உறிஞ்சும் அதே நேரத்தில் எங்களுக்கிடையில் மீண்டும் ஏதாவது உரையாடலைத் துவக்க வேண்டும் என்று தீர்மானித்தேன். புன்னகைத்தவாறு சொன்னேன், “பாய்ஜி யால் அரசாங்கத்துடன் ஒத்துப் போகமுடியவில்லை.” இதை வேறு வகையில் எளிமையாகச் சொல்ல விரும்பினேன். அவருடைய சுயமரியாதையை எந்த வகையிலும் குலைக்காத வகையில் என்னுடைய கருத்து அமைய வேண்டும் என்று முயற்சித்தேன். ஆனால் அவர் உண்மையிலேயே கிளர்ச்சியடைந்தார். என்னைக் கடிந்து கொள்ளும் தொனியில், “ஏன் இருக்கக் கூடாது? நாங்கள் அகிம்சையின் ஆபத்தான ஆதரவாளர்களாக இருந்த தில்லையா? அவர்கள் காந்தி போன்றவர்களைக் கூட விட்டுவைக்கவில்லை... அமைதியின் தூதுவராக இருந்தவர் காந்தி... வரவேற்பறையில் திடீரென்று அடர்ந்த மவுனம் படர்ந்தது. யாருக்கும் அடுத்து என்ன சொல்வது என்று யோசிக்க க் கூட முடியவில்லை. மற்றபடி, பாய்ஜி மிகவும் எளிமையானவர். மிகவும் நாகரிகமாக நடந்து கொள்பவர். சில நேரங்களில் எனக்குத் தோன்றும்- நாங்களெல்லாம் எங்கள் வாழ்நாள் முழுக்க அவருடைய பாதங்களைக் கழுவி அந்த நீரைக் குடித்தால் கூட அவருக்கு நாங்கள் பட்ட கடனை அடைக்க முடியாது என்று தோன்றும். தன் சகாக்களுடன் அவர் தொடர்பை இழந்திருந்தார்... அவர்களில் பலர் இறந்து போயிருந்தனர். எல்லா நேரமும் ஒன்று அவர் படுக்கையிலேயே படுத்துக் காலம் கழித்துக் கொண்டிருப்பார் அல்லது சில நேரங்களில் தன் குடும்ப உறுப்பினர்களைத் திட்டிக் கொண்டிருப்பார். தோல்வி அவரை மிகவும் கசப்பான மனிதராக மாற்றியிருந்தது. மிகவும் கூர்மையான நாக்கு கொண்டவராகவும் மாற்றியிருந்தது. உள்ளுக்குள் அவர் உடைந்து நொறுங்கியிருந்தார். ஆனால் தன் தோல்விக்குப்

பொறுப்பேற்க மறுத்துக் கொண்டிருந்தார். எல்லாவற்றுக்கும் மேலாக, அவர் இப்படி எதையும் வெளிப்படையாகப் பேசும் வழக்கத்தைக் கொண்டிருந்தார்... விந்தையானதுதான்... உண்மையிலேயே மிகவும் விந்தையானதுதான்... "சுழல்!"

கமால் வீட்டுக்கு வந்தது இதுதான் முதல் முறை. அவன் எங்களைப் பற்றி என்ன நினைத்திருப்பான்? சுமுகமான சூழலைக் கடைப்பிடிக்க முயற்சிக்க வேண்டும். இப்படித் திடீரென்று எனக்குள் தோன்றியது. ஏன் அப்படித் தோன்றியதென்று தெரியவில்லை. ஆனாலும் எப்போதும் நான் அவனுடைய மவுனத்தினால் நான் கவரப்பட்டிருக்கிறேன். எப்போது திடீரென்று அது வெடிக்கும் என்று யாருக்கும் தெரியாது. யாருக்கும் எதையும் அறிவிக்காமலும் வெடிக்கலாம். நான் பயந்து போனேன். அதிலிருந்து எப்படி வெளியேறுவது?

"நாம் எங்கே விட்டோம்?" என்று புன்முறுவலித்துக் கொண்டே கேட்டேன்.

"அதுவா?... ஆமாம்... இல்லை. அப்படி விசேஷமாக எதுவுமில்லை", அவன் லேசாகப் புன்னகைக்க முயற்சித்தான்.

"அப்புறம் வேறு என்ன?" நான் வற்புறுத்தினேன்.

"டெல்லி பற்றிப் பெருமை கொள்வதற்கு எதுவும் இல்லை" என்று குரலில் சோகம் வட்டமிடச் சொன்னான்.

"உண்மையில் நீ என்ன பேசுகிறாய்?" என் குரலுக்குப் பின்னால் பதுங்கியிருந்த உணர்ச்சிகள் உச்ச நிலையில் இருந்தன.

"இங்கு அவர்கள் சிலைகளின் மீது அதிகமாகவும் ஆடம்பரமான முறையிலும் தங்கள் கவனத்தைச் செலுத்துகிறார்கள்... ஆனால் மனிதர்களை இரக்கமின்றிக் கொல்லுகிறார்கள்... நாம் உண்மையிலேயே அதிபயங்கரமாக முன்னேறியிருக்கிறோம்... இந்த குதுப்மினாரையே பாருங்கள்.., கல்லறைகள்... நினைவகங்கள்... அவனால் வார்த்தைகளை முடிக்க முடியவில்லை.

பாய்ஜி தன்னைக் கட்டுப்படுத்திக் கொள்ள மிகவும் பிரயத்தனம் செய்தார். தனக்கே நியாயம் கற்பித்துக் கொள்வதைப்

போல, "நேர்மையாகச் சொல்ல வேண்டுமென்றால், இந்த வீட்டில் நாங்கள் ஏதோ அந்நியர்களைப் போலத்தான் வசித்து வருகிறோம்". இப்போதும், இந்த வீட்டின் பிரதான சுவரில் தஸீர் மன்ஜில் என்றுதான் பொறிக்கப்பட்டுள்ளது. உருது எழுத்தில். நாங்கள் இந்த வீட்டின் ஒற்றை செங்கல்லைக் கூட மாற்றவில்லை. தஸீர் சாஹிப் அவர்களின் பிள்ளைகள் எப்போதாவது பாகிஸ்தானிலிருந்து வந்தால், அவர்களே இதைப் பார்த்துக் கொள்ளட்டும்... முன்னர் இருந்தது போலவே... எப்படி இருந்ததோ அதே போன்ற வடிவத்திலும் நிலையிலும்... ஒரு செங்கல்லைக் கூட நாங்கள் நகர்த்தவில்லை... ஆனால், பிரதான வாயிலில் "பெத்தி நிவாஸ்' என்று பொறித்த பெயர்ப்பலகையை மட்டும் வைத்திருக்கிறோம். இதன் மூலம் எங்கள் அடையாளத்தை நிறுவ வேண்டும் என்பதற்காகத்தான் இதுவும்.

"மீண்டும் அதேதான். ஜனாப், இந்த செங்கற்களில் என்ன இருக்கின்றன? என்னைப் பொறுத்த அளவில், இந்த ஸ்தூபிகளும், மாளிகைகளும் நம் மீது படையெடுத்து வந்தவர்களின் குரூரத்தைத்தான் காட்டுகின்றன. கடவுளுக்குத்தான் வெளிச்சம்... ஒரு கலைப்படைப்புக்கு அடியில் எத்தனை கலைப்படைப்புக்கள் புதைந்து கிடக்கின்றன என்று... யாருக்குத் தெரியும் எத்தனை பேர் உயிருடன் புதைக்கப்பட்டிருக்கிறார்கள் என்று... நீங்கள் கலாச்சாரம் என்று விவரிப்பதெல்லாம்... அவர்கள் மேம்பட்ட மனிதர்களை உருவாக்கியிருந்தால் எத்தனையோ நன்றாக இருந்திருக்கும்... அவன் பேசுவதை சற்று நிறுத்தி ரேஷம் மீது மீண்டும் மீண்டும் தன் பார்வையைப் பதித்தான். பிறகு சுத்தமான உருதுவில் தொடர்ந்தான், "இந்தக் குழந்தைகளெல்லாம் வளர்ந்த பிறகு என்ன நினைப்பார்கள்? என்ன சொல்வார்கள்? வன்முறை, குரூரம் ஆகியவற்றின் காலம் இன்னும் முடியவில்லை என்று கூறமாட்டார்களா? எல்லோரும் எதிர்பார்த்திருக்கும் விடியல் இன்னும் விடியவில்லை என்றும் நினைக்க மாட்டார்களா?".

வாயை அகலத் திறந்து. அவனையே உற்றுப் பார்த்துக் கொண்டு, அவன் பேசுவதையெல்லாம் கேட்டுக் கொண்டிருந்தார் பாய்ஜி. கண்ணை இமைக்காது அவனையே பார்த்துக்கொண்டிருந்தார். மார்புப்பகுதியில், இதயத்துக்கு மிக அருகாமையில் ஏதோ ஒருவகையான உணர்ச்சி ஏற்படுவதை

உணர்ந்தார். இதயம்!! அதிவேகமாகத் துடித்துக் கொண்டிருந்தது. "மகனே, இத்தனை நாட்கள் நீ எங்கிருந்தாய்?" என்று கேட்பது போலத் துடித்தது. என்னுடைய இதயத்திலும் ஒருவகையில் கொந்தளிப்பு ஏற்பட்டிருந்தது. இதுபோன்ற உணர்ச்சியால்தான் அவன் ரேஷம் உடல்நிலையில் என்ன கோளாறு என்பதைக் கண்டறிய முடிந்ததோ என்று தோன்றியது. பிறகு இப்போது இவன் இந்த வீட்டின் அறுபட்ட தொடர்புகளைக் கண்டறிய முயற்சிக்கிறான்".

"எனக்கு விடை கொடுக்க வேண்டும். மீண்டும் வருகிறேன்", என்று கூறிக்கொண்டே அவன் புறப்படுவதற்குத் தயாராக எழுந்து நின்றான். நான் அவனுடன் கதவு வரை சென்று வழியனுப்பினேன். அவனுக்கு விடைகொடுக்கும் வகையில், "குதாஃபிஸ், நீ அஜ்மீரி கேட்டிலிருந்து பேருந்தைப் பிடிக்க வேண்டும்" என்றேன்.

அவன் சென்று வட்டான். தஸீர் மன்ஜில் எனக்குப் பெரிய இடுகாடாகக் காட்சியளித்தது. பாழாகி... வெறுமையுடன்... கைவிடப்பட்டு... ஒருவகையான விந்தையான, பயங்கரமான ஓசையை எழுப்பிக் கொண்டு... ஏறத்தாழ என்னுடைய மனோபாவம் போல. யார் அந்தப் படையெடுப்பாளன்? ஏதோ படையெடுத்து வந்து தன்னுடைய ஆணியடித்த காலணிகளின் அடியில் எங்களை நசுக்கிவிட்டுப் போனவன்? சூரியவன்ஷி, ஆரிய வம்சத்தைச் சேர்ந்தவனா? மங்கோலியனா? துருக்கியனா? பட்டாணியனா அல்லது ஆங்கிலேயனா? இவர்கள் எல்லாம் எங்கே போனார்கள்? அபூ பின் காசிம், கவுரி, அப்தாலி? எல்லாம் எங்கே? இவர்களின் ரத்த வாரிசுகள் எங்கே? அஜ்மீரி கேட்டில் யாருடைய வம்சாவளி வசித்து வருகிறது? எங்கள் நரம்புகளில் யாருடைய ரத்தம் ஓடுகிறது? நான் யார்?

நான் இந்த வரிகளை, தஸீர் மன்ஜில் மாளிகையின் வரவேற்பறையில் உட்கார்ந்து இந்த வரிகளைக் கிறுக்கிக் கொண்டிருக்கிறேன். என்னுடைய மனது அலைபாய்ந்து கொண்டிருக்கிறது. என் இதயமும் கொந்தளிப்பில் உள்ளதுபோல இருக்கிறது. குர்முக் எங்கே இருப்பான்? டெல்லியின் கலவரக்கார ர்கள் இந்த ஆளைக் கொன்றுவிட்டார்களா அல்லது அவன் பஞ்சாப் பக்கம் எங்காவது நழுவி ஓடிவிட்டானா? பஞ்சாபில் இருந்தால் அவன் ஏதாவது ஒரு பயங்கரவாத இயக்கத்தின்

தலைவனாக இருக்க வேண்டும். ஏதாவது போலி அல்லது உண்மையான என்கவுண்டரில் அவன் கொல்லப்பட்டதும் அவனைத் தியாகியாக சித்தரிப்பார்கள். இன்னும் சொல்லப்போனால் அவனுக்கு ஏதாவது குருத்வாராவில் ஸரோப்பா கூட வழங்கலாம். எத்தனை பேரைக் கொன்றதற்கு அல்லது எதுபோன்ற ஆட்களைக் கொன்றதற்கு இந்த சன்மானம் என்று இறைவனுக்குத் தான் தெரியும். அவனுடைய உண்மையான அண்ணன், உத்தம் சிங் பெயரும் அவர்களுடன் சேர்க்கப்படுமா? ஏதோ பாம்பினால் தீண்டப்பட்டது போல இதுபோன்ற கேள்விகள் என்னைத் தீண்டிக் கொண்டே இருந்தன. இவையெல்லாவற்றுக்கும் யார் பொறுப்பேற்பது? குருமுக், உத்தம் சிங், சுக்ஜீத், பாய்ஜி அல்லது நான்? வேறு எந்தக் குழுகூட இதற்குப் பொறுப்பேற்கலாம். யாரோ ஒருவர்... யாரோ ஒருவர்... ஏதோ ஒருவகையான மெய்நிகர் குரல்கள் என் காதுகளை நிறைத்து கொண்டிருந்தன. “அல்லாஹ் உங்களுக்கு நற்புத்தியை வழங்கட்டும்” வேகமான நடையில், சாய் கதவுப் பக்கம் விரைந்து சென்றார்.

***

என் மனதில் ஒரு பாரம் இருக்கிறது. குற்ற உணர்வு என்னை வருத்திக் கொண்டிருக்கிறது. உள்ளிருந்தே என்னைக் கொல்கிறது”. ஒரு நாள் மெடிக்கல் இன்ஸ்டிட்யூட்டுக்கு ரேஷமை நான் அழைத்துச் சென்றபோது, டாக்டர் கமால் முன்பு என் மனதை வெளிப் படையாகத் திறந்து காட்ட வேண்டும் என்று தீர்மானித்திருந்தேன். இதைக் கேட்டதும், அவன் சிந்தனையிலாழ்ந்தான். பிறகு என்பக்கம் திரும்பி தீவிரமான குரலில், “நீ நல்ல மனம் கொண்டவள். தீய ஆன்மா கிடையாது. அதனால்தான், அதனால் தான் நீ யோசித்துக் கொண்டேயிருக்கிறாய். உண்மையான குற்றவாளி யாரென்றால் ஒரு சரியான சந்தர்ப்பத்தைத் தன்னுடைய குற்றத்துக்காக உருவாக்குகிறவர்கள்தான்”.

***

எனக்கு மனநிறைவு அடையவில்லை. நான் ஒரு பதட்டம் கொண்ட அமைதியற்ற ஆத்மா. ஒவ்வொரு சிறு சிறு விவரத்தையும் டாக்டர் கமாலிடம் சொல்ல வேண்டும் என்று நினைத்தேன். எல்லாவற்றையும் எப்படி நீ சொல்ல முடியும். சின்னஞ்சிறிய

தகவல்களைக் கூட, வரிசைப்படி என்னால் நினைவு வைத்துக்கொள்ள முடியாத விஷயங்களைக் கூட. பல்வேறு கனவுகள், பல்வேறு நினைவுகள், பல்வேறு எண்ணங்களையும் கூட!!

நான் வோரா குடும்பத்தில் பிறந்தவள். என் தகப்பனார் சாந்தினி சவுக் அருகில் மளிகைக்கடை வைத்திருந்தார். எனக்கு ஒரு சகோதரன் மட்டுமே. சிறியவன். அவன் பள்ளி சென்று கொண்டிருந்த வயதிலும் கடையிலும் உட்காரத் தொடங்கினான். இப்போது அவன் அதன் தொடர்பான சகல நுணுக்கங்களையும் கற்று முழுமையான வியாபாரியாக மாறிவிட்டான். நாங்கள் மூன்று சகோதரிகள். சுக்ஜீத் என்பவள் மூத்தவள். இரண்டாமவள் பெயரைச் சொன்னால் நாக்கைக் கடித்துக கொள்வேன். என் பெற்றோர் வீட்டில், யாரும் அவள் பெயரைச் சொல்லுவதில்லை. "அவள் எங்கள் குடும்பத்தின் நற்பெயரைப் பாழாக்கிவிட்டாள்." என்று என்னுடைய பாப்பு சொன்னார். அவள் பிராங்க்மேன் என்ற அமெரிக்கனுடன் ஓடிப்போனபோது இப்படி அறிவித்தார், "அவளுடன் யாரும் எவ்விதத் தொடர்பை வைத்துக் கொண்டாலும் அவர்கள் சத்தியமாக எங்களுக்கு எதிரிகளாவர். அந்தக் கீழ்ஜாதிக்காரி சமூகத்தின் முன்பு எங்கள் முகத்தில் கரியைப் பூசிவிட்டாள்".

"ஹரே ராமா, ஹரே கிருஷ்ணா" இயக்கத்தின் போது பிராங்க்மேன் டெல்லிக்கு ஒரு அமெரிக்கர்களின் பட்டாளத்துடன் வந்தான். நெற்றியில் நீளமான சந்தன திலகங்களைத் தங்களின் அகலமான நெற்றியில் தரித்த இந்த உயரமான அமெரிக்கர்கள் தலைகளை மொட்டையடித்துக் கொண்டு டெல்லியின் தெருக்களில் நடனமாடிக் கொண்டு வந்தனர். நடனமாடியபோது அவர்கள் வளர்த்து வைத்த நீளமான குடுமி காற்றில் இங்குமங்குமாக ஆடிக்கொண்டிருந்தது. இடுப்பில் காவி வேஷ்டி சுற்றியிருந்தார்கள். அடிக்கடி உரத்த தொனியில், 'ஹரே ராமா, ஹரே கிருஷ்ணா' என்று பாடிக்கொண்டிருப்பார்கள். இவற்றுக்கிடையில் ஒரு மாலைவேளையில், தல்ஜீத் நடைபாதையில் நின்று இவர்களை வேடிக்கை பார்த்துக் கொண்டிருந்தபோது அந்த பிராங்க்மேனுடைய மயக்கும் கண்களை சந்தித்து இருக்கிறாள். ஒருவர் மீதிருந்து ஒருவர் கண்களை அகற்ற முடியாமல் பார்த்துக் கொண்டிருந்தனர்.

தல்ஜீத் வீட்டிலிருந்து காணாமல் போனாள். மூன்றாவது நாள், விமானநிலையத்திலிருந்து தொலைபேசியில் கூப்பிட்டு, “நான் லாஸ் ஏஞ்செல்ஸ் போகிறேன்” என்று அறிவித்தாள். திருமணமும் இல்லை, எதுவும் இல்லை. வெறுமனே போய்விட்டாள்.

சுக்ஜீத் ஒருத்தி மட்டுமே திருமணம் செய்து கொண்டாள். மிகவும் ஆடம்பரமான திருமணம். மிகவும் ஆடம்பரமாக. வழக்கமாக ஏற்பாடு செய்யும் பேண்டுசெட்டு வாத்தியம் இத்தியாதிகளுடன். மண்டபமெங்கும் வண்ணவிளக்குகளால் அலங்கரிக்கப்பட்டிருந்தது. அங்கங்கு நீரூற்றுகள். குர்முக் என்னுடைய ஜீஜாவின் (அத்தான்) சர்பலா (மாப்பிள்ளைத் தோழன்) ஆனான். உயரமாகவும் அடுத்தவர்களின் கண்களைக் கவருபவனாகவும் இருந்தான். வெண்பனியைப் போல வெளுத்து இருந்தான். தலைமுடியை மிகவும் அலங்காரமாக வாரியிருந்தான். நாங்கள் பெண்கள் எல்லோரும் அவனுக்கு இனிப்பை ஊட்டி விடும் சாக்கில் அவனைக் குதிரையிலிருந்து இறங்க வைத்தோம். இந்த குருமுக் உண்மையில் கிறுக்கனாக இருந்தான். காரணமே இல்லாமல் சிரித்துக் கொண்டிருந்தான். பல சந்தர்ப்பங்களில் அவன் என் ஜீஜாவுடன் எங்கள் வீட்டுக்கு வந்தான். அதே போல நானும் பல நேரங்களில் என் சகோதரியுடன் அவன் வீட்டுக்குப் போயிருக்கிறேன். எங்கள் இரு குடும்பங்களுக்கு இடையில் நிகழ்ந்த தொடர்பு குறித்து எல்லோரும் மகிழ்ச்சியடைந்தனர். பாப்புஜி எப்போதும் புகழ்ந்து கொண்டிருப்பார், “அது மிகவும் மதிப்புக்குரிய பெத்தி குடும்பம். செருப்புத் தொழிற்சாலை முதலாளிகள் அவர்கள். ஒரு மனிதனுக்கு இதை விட வேறு என்ன வேண்டும்? நீண்ட நாட்களுக்குப் பிறகுதான் அவர்கள் மட்டுமே அத்தொழிற்சாலையின் ஏகபோக முதலாளிகள் இல்லை என்பதைக் கண்டுபிடித்தோம். அவர்களுக்கு மற்றொரு கூட்டாளியும் இருந்தார். அவர் ஹர்னாம் சிங் சாப்ரா அவர்களின் மகன். சாப்ரா!! என் மாமனாருக்கு அரசாங்கத்திடமிருந்து கடன் பெற்றுத் தருவதற்காகத் தன் செல்வாக்கைப் பயன்படுத்தியவர். தொழிலில் அவருடைய பங்கு ஐம்பது சதவிகிதம். முதலீடு ஏதுமில்லாத பங்கு. அவர் தொழிற்சாலைக்கு வாரம் ஒருமுறை வருவார். இங்கு வந்த பிறகு அவர் மிகவும் செழிப்பான வியாபாரியாக மாறினார். அகதிகள் மறுவாழ்வுக் குழுவின் தலைவராக, ஒவ்வொரு வாரமும் சங்கத்துக்குத் (கூட்டம்) தலைமை வகிப்பார். “போயும் போயும்

இந்த பிராமண-பனியா அரசாங்கம் நமக்கு என்ன கொடுத்திருக்கிறது? தியாகங்கள் செய்தது நாம். பலனை அனுபவிப்பர்கள் அவர்கள். இந்த வீணாகிப் போன பதர்கள்... தீப்பொறி பறக்கும் அவருடைய பேச்சைக் கேட்டு மக்கள் எளிதில் தூண்டப்படுவார்கள். அவர்களின் கோஷம் வானைப் பிளக்கும். மாலை வேளைகளில் அவர் ஏதாவது ஒரு மந்திரியுடன் அமர்ந்து விஸ்கி அருந்துவார்.

***

குர்முக் ஆளுமையில் அப்படி என்ன காந்தக்கவர்ச்சி இருந்தது என்று எனக்குத் தெரியவில்லை. ஆனால் அவனால் தவிர்க்க முடியாத வகையில் ஈர்க்கப்பட்டேன். எங்களுக்கு பூங்காக்களுக்கும் கடைவீதிகளுக்கும் செல்வதற்குத் தேவையான நேரம் எப்போதும் இருந்து வந்தது. சில நேரங்களில் நாங்கள் திரைப்படங்களுக்கும் ஒன்றாகச் சென்று வந்தோம். சிரித்துக் கொண்டும் அனுபவித்துக் கொண்டும், நீண்ட நேரம் ஒன்றாக இருந்து பிறகு எங்கள் வீடுகளுக்குத் திரும்புவோம்.

அவன் தன்னுடைய பி.ஏ. படிப்பை முடித்த பிறகு வெறுமனே சுற்றிக் கொண்டிருந்தான். வீட்டில் உட்கார்ந்து உடல் ஆரோக்கியம் பற்றிய நூல்களைப் படித்துக் கொண்டிருப்பான். என்னுடைய அறிவுரையின் படி அவன் எம்.ஏ.பஞ்சாபி படிப்புக்கு சேருவதென்று தீர்மானித்தான். பிறகு நாங்கள் ஒருவரை ஒருவர் சந்திக்க நிறைய வாய்ப்புகள் கிடைத்தன. இலக்கியம் பற்றி நாங்கள் உரையாடும் போது எங்களுக்குள் சண்டை முட்டிக்கொள்ளும். அந்தக் காலகட்டத்தில் எங்கள் வீட்டில் யாருக்கும் பாய் வீர் சிங் அல்லது நானக் சிங் போன்ற நாவல் ஆசிரியர்களைத் தவிர வேறு யாரைப்பற்றியும் அவர்களுக்குத் தெரிந்திருக்கவில்லை. ஷிவ்குமார் பதல்வி போன்ற ஆசிரியர்களையும் அவன் எங்களுக்குப் பரிச்சயப்படுத்தினான். ஆனால் குர்பானி என்பது வேறு. அதன் மீது நாங்கள் அளவற்ற நம்பிக்கை வைத்திருந்தோம். அவன் எப்போதெல்லாம் நல்ல மனநிலையில் இருந்தானோ அப்போதெல்லாம் குர்பானி பற்றி எங்களுக்குப் பல விஷயங்களைச் சொல்வான். நானும் அவனை மிகவும் பாராட்டுவேன். "இந்தப் பையன் ஒரு சீக்கியனாக இருந்திருந்தால் எத்தனை நன்றாக இருக்கும்" என்று பீஜி அடிக்கடி கூறுவாள்.

நான் வெறுமனே சிரித்துக் கொள்வேன். எனக்குள்ளும் அதே எண்ணம்தான் இருந்தது. ஒருமுறை அவன் புத்தகம் ஒன்றில் ஒரு கடிதத்தை சொருகி வைத்து என்னிடம் கொடுத்தான். "மீத், நீ இன்றி என்னால் வாழ முடியாது. மெதுவாக நீ பீஜி யையும் உன்னுடன் அழைத்து வரவேண்டும்." இந்த இரண்டு வார்த்தைகளின் அடிப்படையில், நான் என் எதிர்காலம் பற்றிய சித்திரத்தைக் கற்பனை செய்யத் தொடங்கினேன். கற்பனை செய்து கொண்டேயிருந்தேன் என் மனதை வேறுவகையில் திருப்ப எத்தனை வழிமுறைகளை முயற்சித்தேன். ஆனால் எப்படி செய்வது? நான் என் உணர்ச்சிகளை வெளிப்படுத்தும் வகையில் அனைத்து வகையான செய்கைகளையும், சமிக்ஞைகளையும் முயற்சித்துப் பார்த்தேன். ஆனால் அவற்றை அவனால் புரிந்து கொள்ள முடியவில்லை. என் அழகில் தன்னை முற்றிலுமாக இழந்து, இதயத்தைப் பறிகொடுத்த நிலையில், அவன் விநோதமான செயல்களை செய்வதில் ஈடுபட்டான். மீண்டும் ஒருமுறை அதே போன்ற கடிதத்தை எழுதினான். அதை ஒரு புத்தகத்தின் இடையில் செருகி வைத்துக் கொடுத்தான். நான் ஒரு சிறிய தாள் ஒன்றில் எழுதினேன். "நீ உன்னுடைய தலைமுடியை நீளமாக வளர்த்துக் கொள். பெருங்காதலுடன் உன் முடிக்கு ஒரு வலையைப் பின்னுவேன்". மறுநாள் காலையில் இந்தத் துண்டுக்கடிதத்தை அதே புத்தகத்தில் வைத்து அவனிடம் திருப்பிக் கொடுத்தேன். மிகவும் பொறுமையிழந்த நிலையில் அவன் அதை என் முன்பே எடுத்துப் படிக்கத் தொடங்கினான். என் இதயம் மிகவும் வேகமாகத் துடித்தது. என்ன சொல்லப்போகிறான் இவன்? என்னைப் பார்த்துப் புன்னகைத்தான். அவன் முகமெங்கும் சிரிப்பு வியாபித்து இருந்தது. பிறகு துடிக்கும் உதடுகளுடன், "இதை நான் ஏற்றுக்கொள்கிறேன். இப்போது பீஜி இதை ஏற்றுக் கொள்ளத் தயார் செய் உன்னுடைய அக்கா மூலம் அவரிடம் பேசு". இது எனக்கு வேதவாக்காக இருந்தது. நான் அவன் முகத்தையே உற்றுப் பார்த்துக் கொண்டிருந்தேன். என்னை நம்புங்கள். அந்தக் கணமே அவன் என் கண்முன்னே கேஷ்தாரி சொரூபத்தில் காட்சியளித்தான். இம்மனக்காட்சி என் கண்களில் நீரை ஆறாய்ப் பெருக்கியது.

குர்முக் அம்ருத் எடுத்துக் கொண்டு சீக்கியனாக மதம் மாறினான். உண்மையில் நான் மகிழ்ச்சியின் உச்சகட்டத்தில்

இருந்தேன். என் மனசாட்சியின் குரல் உருவெடுத்து உயிருடன் வந்தது போல இருந்தது எனக்கு.

***

நாங்களிருவரும் திருமணம் செய்து கொண்டோம். குருமுக் தன்னுடைய எம்.ஏ. படிப்பை முடித்தான். எங்களுக்கு ரேஷம் பிறந்தான். பிறகு அவன் பி.ஹெச்.டி.,க்குத் தன்னைத் தயார் செய்து கொண்டிருந்தான். குர்பானியும் மனிதனின் கருத்துருவும் என்ற தலைப்பில் ஆய்வு செய்தான். எப்போதும் தன்னுடைய ஆய்வுப் படிப்புக்கான தயாரிப்பில் மும்முரமாக இருந்தான். ஆனால் வீட்டில் எல்லாமே அத்தனை நன்றாக இல்லாமல் இருந்தது. அடிக்கடி சகோதரர்கள் இருவரும் சின்னச் சின்ன விஷயங்களுக்கெல்லாம் முட்டி மோதிக் கொண்டார்கள். குர்முக் வேறு எங்கும் நல்ல வேலையில் சேரமுடியாமல் இருந்தான். அவனுக்கு எங்கும் வேலையும் கிடைக்கவில்லை. இதனால் அவன் மிகவும் எரிச்சலடைந்தவனாகவும் எளிதில் உணர்ச்சிவசப்படுபவனாகவும் இருந்தான்.

“பாவம், இருவரும் தாயின்றி வளர்ந்தவர்கள். குருமுக்கின் தாயார் அவன் பிறந்தபோதே இறந்து விட்டாள். துரதிருஷ்டம் என்றும் சொல்லலாம். அவன் ஒரு முஸ்லிம் குடும்பத்தினரால் வளர்க்கப்பட்டான். குடும்பம் என்றும் சொல்ல முடியாது. ஆயிஷா அங்கு வசித்து வந்தாள். அவள் மிகவும் அருமையான பெண்மணி. தன் சொந்த மகளை விட குர்முக்குக்கு அதிகமாக அவள் பாலூட்டியிருக்கிறாள். மருமகளே, நான் சொல்கிறேன் என்று கோபப்படாதே. ஆரம்பத்திலிருந்தே உன்னுடைய குருமுக் மிகவும் தைரியசாலி... அவன் இரு மார்பகங்களிலிருந்தும் பாலை உறிஞ்சுவான். அந்தப் பெண் பாவம் பசியில் துடிக்கும். அவர்கள் வளர்ந்த பிறகு, இருவரும் ‘மாஸ்ஸி, மாஸ்ஸி’ (சித்தி) என்றே அழைத்து வந்தனர். தங்கள் தாயை நேசித்ததை விட அவளை மிகவும் அதிகமாக நேசித்தனர்... ஏதோ எல்லாம் நேற்று நடந்தது போல உள்ளது. உன்னுடைய அக்கா அந்தக் குடும்பத்தில் திருமணமாகி வந்ததும்தான் அந்தப் பெண் அங்கு வருவது நின்றது. உத்தம் இப்போதும் அந்தப் பெண்மணியை திருட்டுத்தனமாக சந்தித்து வருகிறான்... ஃபத்தேபுரியில்...”

பூனி தேவி என்னிடம் இதைச் சொன்னாள். இதைக்கேட்டதும் உண்மையிலேயே எனக்கு அதிர்ச்சியாக இருந்தது. அதனால்தான் என்னுடைய அக்கா எங்கள் இருவரின் உறவை ஏன் விரும்பவில்லை என்பதற்கான காரணம் புரிந்தது. சொல்லப்போனால் அவள் அதற்கு எதிர்ப்பு தெரிவித்து வந்தாள். “இரண்டு சகோதரிகளும் ஒரே வீட்டிலா? பார்ப்பதற்கு நன்றாக இருக்காது”. ஒவ்வொரு முறையும் உதட்டைச் சுழித்துக் கொண்டே அவள் இதைச் சொல்வாள். நான் நினைத்தேன் அவளுக்குக் குழந்தை ஏதுமில்லாததால் இப்படிச் சொல்கிறாள் என்று நினைத்தேன். அவள் இந்தக் குடும்பத்தில் அத்தனை மகிழ்ச்சியாக இல்லை. அதனால்தான் அவள் உற்சாகம் குன்றி இருந்தாள்.

அன்று மாலை என் அக்காவுடன் சண்டை போட்டேன். எப்போதுமில்லாமல் முதன்முறையாக. “ஹான்.. ஹான்.. ஏன் இதை நீ நேரடியாகச் சொல்லக் கூடாது? ஏன் புதிராகவே பேசுகிறாய்? அவள் உதட்டில் பலவீனமான புன்னகை தோன்றி மறைந்தது. பிறகு, அவர்களை ஒரு முஸ்லிம் பெண்மணி வளர்த்திருந்தால் என்ன? என்ன இருந்தாலும் தகப்பனார் ஒரு கத்ரி பெத்தி. இங்கு யாரும் ஒரு பெண்ணின் ஜாதி பற்றிக் கவலைப்படுவதில்லை. ஜாதி, கோத்திரம், வம்சம்- எல்லாம் ஆணிடமிருந்துதான் வருகிறது... பெண்கள் வெறுமனே பிள்ளைகளைப் பெறுகிறார்கள். அவ்வளவுதான்... நீ பாய்ஜியைக் கேட்டால்,அவர் அதில் ஒன்றை சேர்த்துச் சொல்வார். புரட்சியாளர்கள் எந்த மதத்தையும் சேர்ந்தவர்கள் இல்லை என்பார். இப்போது நீ என்ன சொல்ல வருகிறாய் என்று சொல்”. பிறகு, என்னிடம் இதுபற்றி நீ சொல்லியிருக்க வேண்டும்” என்றாள். எனக்கு உள்ளுக்குள் உணர்ச்சியின் அலை பொங்கியெழுந்தது. அவள் என் கண்களுக்குள் கூர்ந்து பார்த்தாள். நேரடியாக. பிறகு பல்லைக் கடித்துக் கொண்டே, என்னிடம் விளாசித் தள்ளினாள் “அந்த நேரத்தில் நீ யார் சொல்வதையாவது கேட்கத் தயாராக இருந்தாயா? முற்றிலும் குருடாக இருந்தாய், ஏறத்தாழ ஒரு முழுச் செவிடாகவும்... ” நான் பேச்சற்று நின்றிருந்தேன்.

சகோதரி என்றால் அவள்தான். ஆனால் ஜீஜா (அத்தான்) மிகவும் நல்ல மனிதராக இருந்தார். எப்போதும் சிரித்த முகத்துடன். எப்போதும் சிரித்துக் கொண்டும் கேலி பேசிக்கொண்டுமிருப்பார்.

எப்போது அவர் உற்சாகமாக உணர்ந்தாலும், அவர் சொல்வார், “ஸாலி சாஹிபா! (மச்சினி) இன்று நீ கோழிக்கறி சமைத்தால் பிரமாதமாக இருக்கும்”. இதுபோன்ற சந்தர்ப்பங்களில், என் பாதங்கள் தரையைத் தொடாது. பம்பரத்தைப் போலச் சுழன்று வேலை செய்வேன். இதைப் பார்த்து என்னுடைய அக்கா பொறாமையால் பொருமித் தள்ளுவாள். என்னுடன் சரியாகக் கூடப் பேசமாட்டாள். “அவளிடம் ஏன் நீங்கள் இப்படியொரு உபகாரம் கேட்க வேண்டும்? நான் என்ன செத்தா போய்விட்டேன்? உங்களுக்கு வேண்டுமென்றால் என்னைக் கேளுங்கள். என் வாழ்க்கை முழுவதும் நான் தான் கூட இருந்து எல்லாவற்றையும் செய்தாக வேண்டும். என்னைத் தான் உங்களுக்கு ஏலத்தில் விட்டிருக்கிறார்கள். அவள் இப்போது வந்தவள்தானே? இந்த வீட்டின் புதிய இளவரசி.” “அவளைப் பாருங்கள். மூத்தவள். தன் தங்கையின் மீது பொறாமையில் பொருமுகிறாள்” என்று சொல்லி நான் சிரிப்பேன். சிரித்துக் கொண்டேயிருப்பேன். அப்புறம் சொல்வேன், “ஓ.. காத்திருடி. இந்தப் புறாவோடு என்றாவது எங்காவது நான் ஓடிப்போய்விடுவேன்”.

இப்படித்தான் எங்கள் நாட்களை நாங்கள் கழித்துக் கொண்டிருந்தோம். சின்னஞ்சிறு பிரச்சினைகளை எதிர்கொண்டு, சின்னஞ்சிறு இன்பங்களைப் பகிர்ந்தவாறு.

ரேஷம் வளர்ந்து வந்தான்.

மெதுவாக, இதுபோன்ற சின்னச்சின்ன சச்சரவுகள் வீட்டில் மிகவும் பெரிதாக உருவெடுத்தது. குருமுக் சமர்ப்பித்த ஆய்வுக்கட்டுரை ஏற்கப்படவில்லை. இப்போதெல்லாம் அவன் மிகவும் எரிச்சலுடனும், கோபத்திலும் இருந்தான். வருத்தம். ஏமாற்றம்.சில வேளைகளில், தன் சொந்தக் குடும்ப உறுப்பினர்களையே தேவையின்றிக் கடிந்து வந்தான். சில வேளைகளில் அவனுடைய ஆய்வை மதிப்பீடு செய்பவர்கள் பற்றி எரிச்சலுடன் பேசுவான். “நாசமாகப் போன கங்காணிகள். நேர்மையற்ற ஜென்மங்கள்... பேரம் பேசுகிறார்கள்! பார்த்துக் கொண்டேயிருங்கள். ஒவ்வொருவரையும் பழிவாங்கப் போகிறேன்”. அவன் கண்களில் கண்ணீர் உருண்டு விழும்.

"அவனும், பாய்ஜி தேர்ந்தெடுத்த அதே வழியைத் தேர்ந்தெடுத்திருக்கிறான். ஒரு நாள், உத்தம் சிங் குரலில் கிண்டலைத் தோய்த்துப் பேசினார். "உன்னுடைய உண்மையான சொரூபத்தைக் காட்டாமல் இருப்பதே நல்லது... நீயும் உன்னுடைய இருட்டான பகுதியைத்தான் பிறருக்குக் காட்டுகிறாய். உன்னைப் பற்றிய எல்லாமே பொய், பித்தலாட்டம், ஏமாற்று வேலை... அப்புறம் சொல்கிறாய்... அதெல்லாம் வியாபாரத் தந்திரத்தில் ஒரு பகுதி என்று. தினமும் வீட்டுக்குக் குடித்து விட்டு வருகிறாய்... வெறுமனே உட்கார்ந்து வம்பளப்பதற்காக!" குருமுக் தன் அண்ணனையே கட்டுப்பாடு ஏதுமின்றி விளாசித் தள்ளுவான்.

"அடேய்... என்றாவது ஒருநாள் நீ கஷ்டப்பட்டு உழைத்த பணத்தை வீட்டுக்கு எடுத்து வா... பிறகு என்னிடம் பேசு... சோம்பேறியாக வீட்டில் உட்கார்ந்து கொண்டு நீ செய்வதெல்லாம், சாப்பிடுவது... சாப்பிடுவது... இது ஒன்று மட்டுமேதான். பிறகு நீ ஏதோ சுயமரியாதையுடன் இருப்பது போல நடிக்கிறாய்"... உன் நகங்களில் இன்னும் ரத்தம் கசியவில்லை. உத்தம் சிங் வேறுவகையில் கணைகளை எறிந்தான். நாங்கள் குறைந்தபட்சம் இதை எதிர்பார்க்கவில்லை. இதைக் கேட்டதும் குருமுக் வெட்கமடைந்தான். அவன் உடல் நடுங்கத் தொடங்கியது. வாயில் நுரை தள்ளியது. தடுமாறிக் கொண்டே பேசினான், நீ... நீ...செய்யும் வியாபாரம் மிகவும் கேவலமானது... போயும் போயும் உன்னுடைய பேச்சும் செய்கையும் அதனுடன் தான் ஒத்துப் போகவேண்டும்... அதாவது..."

"நீயும் அந்தத் தோல் வியாபாரத்திலிருந்து வரும் பணத்தில்தான சாப்பிடுகிறாய்... வேசிமகனே... எங்காவது போய் ஏன் விழுந்து சாகமாட்டேன் என்கிறாய்... உனக்காக... நான் ஓடியாடி உழைக்க வேண்டியிருக்கிறது..."

உத்தம் சிங்கின் இந்தத் தாக்குதலைத் தாங்கமுடியாமல் ஸ்தம்பித்து நின்றான் குர்முக். திடீரென்று பல்லைக்கடித்துக் கொண்டே ஏதோ அந்த நிமிடமே அவனுடைய குரல்வளையை நசுக்குவது போல அவனை நோக்கி ஓடினான். "என்ன செய்கிறாய் நீ?" என்று அவர்களிருவருக்கிடையில் குறுக்கிட்டேன். அவனை உட்புறமாக இழுத்தேன். வரவேற்பறையின் வாயிற்படியைக் கடக்கும்போது பாதங்களை இறுகத் தரையில் ஊன்றியவாறு நின்று,

உத்தம் சிங்கைப் பார்த்து உறுமினான், "உனக்கு சாவு ரொம்பவும் கிட்டே வந்து விட்டது என்று நினைக்கிறேன். ஜாக்கிரதையாக இருந்து கொள்" என்றான். பிறகு உள்ளே நடந்து சென்றான்.

உள்ளிருந்து, சுக்ஜீத் கவுரின் குரல் கேட்டுக் கொண்டிருந்தது. "வாஹேகுரு, வாஹே குரு என்று தொடர்ச்சியாக சத்தம் போட்டு ஜபித்துக் கொண்டிருந்தாள்.

"அடேய் முட்டாப் பயல்களா... பூச்சிகளைப் போல ஏன் இப்படி சண்டையிட்டு மடிகிறீர்கள்?... உங்களைப் பார்த்து நீங்களே வெட்கப்பட வேண்டும்... என் வாழ்க்கையைப் பாழடித்து விட்டீர்கள். இதையெல்லாம் பார்க்க முடியாமல்தான் உங்கப்பன் போய் சேர்ந்து விட்டான்... தன் அறையில் படுத்துக்கொண்டு பாய்ஜி முணுமுணுத்துக் கொண்டிருந்தார்.

என் மாமனார் குலாப் சந்த் பற்றி எனக்குத் தெரிந்ததெல்லாம், நாடு சுதந்திரம் அடைந்த பிறகு, அவர் டெல்லியின் தெருக்களில் அலைந்து அறுந்த செருப்புக்களை சேகரித்துக் கொண்டிருந்தார். பல வருடங்கள் இதை மட்டுமே அவர் செய்து கொண்டிருந்தார். எனக்குக் கல்யாணம் நடக்க இருந்தபோது, பத்தேபுரியிலிருந்து வீட்டுக்குத் திரும்ப இழுத்து வந்தனர். மணப்பெண்ணின் பல்லக்கு வீட்டுக் கதவு வரை வந்தபிறகு, அவர் மீண்டும் பத்தேபுரிக்குக் கிளம்பினார். சில நேரங்களில், எப்போதாவது வீட்டுக்கு வருவார். கைகளையும் முகத்தையும் கழுவிக் கொண்டு, வெறுமனே முற்றத்தில் சுவற்றில் சாய்ந்து உட்கார்ந்திருப்பார். யாராவது தந்தால் மட்டுமே எதையாவது சாப்பிடுவார். இல்லையென்றால், வெளியில் நழுவிச் சென்று விடுவார். போகும்போது தனக்குள் எதையாவது முணுமுணுத்துக் கொள்வார். "அவன் ஒரு பற்றற்ற ஆத்மா. உலக விஷயங்களில் எந்த ஆர்வமும் கிடையாது" இப்படித்தான் அவரை பாய்ஜி நினைவு படுத்திக் கொள்வார். அப்படி நினைவுபடுத்திக் கொள்ளும்போதெல்லாம் சோகத்தில் ஆழ்ந்து விடுவார். குடும்பத்தின் வேறு எந்த உறுப்பினரும் அவருடைய பெயரை பாய்ஜியைப் போல அதிகம் உச்சரிப்பது கிடையாது. வருடங்கள் உருண்டோடின. வீட்டுக்குத் திரும்பவில்லை. எங்கேயிருக்கிறார் என்று யாருக்குத் தெரியும்? பத்தேபுரி, பாகிஸ்தான், ஹரித்வார்.

***

ப்ளூஸ்டார்! ப்ளூஸ்டார்! இந்த சம்பவம் எங்கள் வீட்டில் ஒரு பெருத்த புயலைக் கிளப்பியது. பாய்ஜி, பாரிசத்தால் தாக்கப்பட்டார். அவருடைய பாதி உடல் முடமாகிப் போனது. மூத்த மைத்துனர் பெரும்பாலான நேரங்களைக் குடித்தே கழித்தார். குருமுக் மிகவும் அமைதியாகிப் போனான். தனக்குத் தானே எங்கோ தொலைந்து போனான். சுக்ஜீத் கவுர் என்னிடம் திடீரென்று பேசுவதை நிறுத்தி விட்டாள். "சும்மா இரு", ஒரு விரலை உதட்டின் மீது வைத்து எப்போதெல்லாம் ரேஷம் அழுகிறானோ அப்போதெல்லாம் அவனை மிரட்டிக் கொண்டிருந்தேன். இப்படித்தான் எங்கள் வீட்டில் அமைதி காவல் காத்தது. "இதெல்லாம் நல்ல சகுனம் கிடையாது'. சில நேரங்களில் இதுபோன்ற அச்சம் என்னை ஆட்கொள்ளும். ரேஷம்! அவனுடைய உடல்நிலை மீதான பதட்டம் என்னைத் தின்று கொண்டிருந்தது. "அவனுடைய கதிதான் என்ன?" நான் அடிக்கடி துயரத்திலாழ்ந்தேன்.

இப்போது அவன் அன்பை இழந்து எங்கோ தொலைந்து போயிருப்பான்.

"அந்தப் பாழாய்ப்போன விஷயத்தில் நீ அதிகமான ஈடுபாடு காட்டக் கூடாது, என் சக்களத்தியே" அவனுடைய குடிப்பழக்கத்தினால் துயரமடைந்த சுக்ஜீத் இந்த விஷயத்தில் தலையிடத் தீர்மானித்தாள்.

"ஏன், என்ன நடந்தது?" என்று அவளை முறைத்தான் அவன்.

"நீ செத்துப்போவாய்.". சுக்ஜீத் உதட்டிலிருந்து இதுபோன்ற வார்த்தை எப்படித் தப்பித்து வெளியே வந்தது என்று வியப்பாக இருந்தது.

"எப்படி இருந்தாலும் நான் சாகத்தான்போகிறேன்" தேவதாஸ் போல அவன் பேசினான். அரை போதையில் இருப்பது போல தலை மீது கையைச் சுழற்றியவாறு அப்படிச் சொன்னான். சிறிது நேரம் அமைதியாக இருந்துவிட்டு, கம்பீரமான தொனிக்கு மாறி, எப்படியிருந்தாலும் அவர்கள் நம்மை டெல்லியில் குடியேற விடமாட்டார்கள்... நம்மை முழுக்க அழித்துவிட்டுத்தான் ஓய்வார்கள்". அவன் கண்கள் பனிக்கத் தொடங்கின.

"எல்லோரும் நான் நினைப்பது போல உணரமாட்டேன்

என்கிறார்கள்". இதைச் சொல்லிக் கொண்டே அவன் சுவற்றை நோக்கித் திரும்பிக் கொண்டான். நீண்ட நேரத்துக்கு அவள் அங்கேயே உட்கார்ந்து அவன் முதுகை ஆதரவாகத் தடவிக் கொண்டிருந்தாள்.

"பாய்ஜி, அவர்கள் எல்லோருக்கும் என்ன ஆனது? ஏன் அவர்கள் ஒருவருக்கொருவர் பேசிக் கொள்ள மாட்டேன் என்கிறார்கள்? உண்மையில் அவர்களை எதிரிகளாக மாற்றியது எது? குருமுக் நீண்ட நாட்களாக வீட்டுக்குத் திரும்பாத நிலையில் என்னுடைய முறையீட்டை பாய்ஜியிடம் எடுத்துச் சென்றேன்.

இவர்கள் அனைவரும் சுயநலம் கொண்டவர்கள். அவர்களால் எப்போதும் கைகளை ஒன்றாகக் கோர்த்துக் கொள்ள முடியாது." பாய்ஜி ஆழமான பெருமூச்சொன்று விட்டார்.

"இந்தக் கலவரங்கள்... படுகொலைகள்... சம்பவங்கள்". நீண்ட நேரம் இந்தக் கேள்வி என்னைத் தொந்தரவு செய்து கொண்டிருந்தது. மிகவும் ஆழமாக எனக்குள்ளே கேட்டுக்கொண்டே இருந்தது. இன்று திடீரென்று, அது என் நாக்கில் என்னை மீறிக் கேள்வியாக வந்து விட்டது.

"ஆமாம். இதுவெல்லாம் நடந்துதான் தீரவேண்டும்! அந்த நேரத்தில் அவர்கள் பேராசையால் உந்தப்படாமலோ, அதிகாரத்துக்காக கங்காணித்தனம் செய்யாமல் இருந்தாலோ மட்டுமே... ஒருவேளை நாம் காப்பாற்றப்பட்டிருக்கலாம்... ஆனால் நாம் என்ன சொன்னாலும் அவர்கள் கேட்கத் தயாராக இல்லை. அந்த நேரத்தில் தான் அவர்கள் ஒவ்வொரு இதயத்திலும் வெறுப்பை விதைத்து இருக்கிறார்கள். பிறகு, என் மகளே, அது என்னவாக இருந்தாலும் நீ அத்தனை துயரையும் சகித்துத்தான் ஆகவேண்டும்". பாய்ஜி படபடவென்று இருப்பதைப் பார்த்து, இது பற்றி அவரிடம் மேலும் அழுத்திப் பேசவேண்டாம் என்று முடிவு செய்தேன்.

பிறகு, நீண்ட காலமாக நாங்கள் எது நடக்கும் என்று பயந்திருந்தோமோ அது நடந்தே விட்டது. ரேடியோவில், இரண்டு மெய்க்காவலர்கள் பிரதம மந்திரியை நோக்கித் துப்பாக்கியால் சுட்டார்கள் என்ற செய்தியைக் கேட்டோம்... அதே நாளில், முழுச் சூழலும் சோகமான சங்கீதத்தை மீட்டத் தொடங்கியது

கலவரங்கள், தீப்பிழம்புகள், படுகொலைகளும் எங்கும் பரவின. டெல்லியின் தெருக்கள் மரணத்தின் நிர்வாண நடனத்தைப் பார்த்தன.

எங்களை நோக்கிப் படையெடுத்து வந்து தன்னுடைய காலடியின் கீழ் எங்கள் அனைவரையும் சுத்தமாக நசுக்கிச் செல்லும் இந்த எதிரி யார்? சூரியவன்ஷி, ஆரியனின் புத்திரன், மங்கோலியன்...? அவன் கிளம்பிச் சென்றபோது என் ரேஷம் குரலையும் உடன் எடுத்துச் சென்று விட்டான்.

இப்போது ஒரு குறிப்பிட்ட சமூகத்தினர் வந்து சொல்கிறார்கள், தர்வேஷ், என்ன செய்திருக்கிறாய்?". மற்ற சமூகத்தைச் சேர்ந்தவர்கள் சொல்கிறார்கள், "உயிரிழந்த தியாகிகளின் பெயர்களைப் பதிவு செய்து கொள்ளுங்கள்". போலீஸ்காரர்கள் வந்து சொல்கிறார்கள், "குருமுக் எங்கே? அவன் எங்கே அம்ருத் எடுத்துக் கொண்டான்? இங்கேயா அல்லது அமிருதசரசிலா? பிரதமரின் கொலைகாரர்கள் பியந்த், ஸத்வந்த், கெஹர் ஆகியோரை எப்போது, எங்கே, எத்தனை முறை அவன் சந்தித்திருக்கிறான்? அப்போது பாய்ஜி யும் நானும் எங்களுக்குள் பார்வைகளைப் பரிமாறிக் கொண்டோம். நாங்கள் என்ன சொல்வது? உள்ளபடியே, இப்போது எங்கள் வாழ்க்கை பெரிய கேள்விக்குறியாகி விட்டதே.

கமால் எங்கள் வீட்டுக்கு இரண்டாவது முறையாக வருகை தந்தபோது, அவனுக்கு எதுவும் விசித்திரமாகப் படவில்லை. தேநீரை உறிஞ்சிக்கொண்டே, எங்கள் உடல்நலம் குறித்துக் கேட்டான். பிறகு நேரடியாக ஒரு கேள்வியை இறக்கினான். "ஒருவழியில், எனக்குத் தெரியும். ஆனால், உங்களால் சொல்ல முடியுமா? அன்று சரியாக என்ன நடந்தது? என்னை மன்னித்துக் கொள்ளுங்கள்... நிச்சயம் உங்களைப் புண்படுத்த வேண்டுமென்று இந்தக் கேள்வியைக் கேட்கவில்லை". எல்லாவற்றையும் அவர் சொல்லித்தான் ஆக வேண்டும் என்று பாய்ஜியிடம் சைகை செய்தேன்.

"வேறு என்ன... நம் குடும்பம்...?

"உண்மையிலேயே மிகவும் சோகமான விஷயம்தான். குர்முக் எங்கே போனார்?... முதலில் என்னை உங்கள் குடும்பத்தின் ஒரு அங்கமாக நினைத்துக் கொள்ளுங்கள். பிறகு என்னிடம் கூறுங்கள்".

பாய்ஜி வீட்டின் முகட்டினை உற்றுப் பார்த்தார். அந்த சோகமான சம்பவத்தை நினைவு கூர்ந்தார். தனக்குத் தானே மிகவும் பரிதாபமாக உணர்ந்தார். சொல்லப்போனால், எங்கிருந்து விஷயத்தைத் தொடங்குவது என்று யோசித்தார். பிறகு மெதுவாக ஆரம்பித்தார்.

“உண்மை என்னவென்றால்... அந்த நாட்களில், குருமுக் நாட்கணக்கில் வீட்டுக்கு வரமாட்டான். அன்று இரவும் அவன் வெளியில் போயிருந்தான். அவன் எங்கிருந்தான் என்று கடவுளுக்குத் தான்தெரியும்.

“அஜ்மீரி கேட்டைக் கடந்து வந்த கலவரக்காரர்கள், எங்கள் தெருவுக்குள் வேகமாக வந்தார்கள். எங்கள் வீட்டுக்கு சற்று தூரத்தில் தள்ளி நின்றிருந்தார்கள். நிச்சயம் அவர்கள் எங்கள் வீட்டுப் பக்கம் வருவார்கள். ஆட்களைக் கொன்றும், வீடுகளுக்குத் தீ வைத்தும்... படுகொலைகளை நிகழ்த்தி... எப்படியோ அது வெகுநேரம் கழித்துத்தான் எங்கள் கவனத்துக்கு வந்தது. அந்த நேரம், உள்ளே உட்கார்ந்து கொண்டு, வெளியே என்ன நடக்கிறது என்று வெகுநேரம் எதுவும் தெரியாமல் இருந்தோம். நாங்கள் எல்லோரும் உட்கார்ந்து டிவி பார்த்துக் கொண்டிருந்தோம். டிவியில் இந்திரா காந்தியின் இறுதி தரிசனம். திடீரென்று குருமுக் வீட்டுக்குள் விரைந்தோடி வந்தான். அவனுக்கு மூச்சு திணறிக் கொண்டிருந்தது. கண்கள் சிகப்புக் கோளங்களாக மாறியிருந்தன. ஒருகணம் நின்றான். டிவியில் வந்த உருவத்தைப் பார்த்துத் தலையில் அறைந்து கொண்டான். நெற்றியில் ஒரு முடிச்சாகத் தோன்றி, பிறகு அவனுடைய நரம்புகளை உசுப்பேற்றி விட்டது. இது இப்படியே தொடர்ந்தால் வெடித்து விட வாய்ப்பு இருப்பதாகத் தோன்றியது. பிறகு அவன் சமையலறைக்குள் நுழைந்தான். அங்கிருந்து கடப்பாரை ஒன்றைக் கையிலேந்தி வேகமாக வெளியில் ஓடி வந்தான். ஒரே அடியில், டிவி கண்ணாடித் திரையைச் சுக்குநூறாக உடைத்தான். அவனுடைய அண்ணனும் அண்ணியும், மிகுந்த சோகத்துடன் டிவி காட்சிகளை மிகப் பணிவுடனும் பயபக்தியுடனும் பார்ப்பதைக் கண்டதும் அவன் தன்னுடைய கட்டுப்பாட்டை இழந்தான். அதுமட்டுமின்றி, கோபத்தில் உரக்கக் கத்தினான். “கொஞ்சமாவது வெட்கம் மீதமிருக்கிறதா?” பிறகு அப்பட்டமான வெறுப்பில் தரையில் காறி உமிழ்ந்தான். “இன்று உன்னை

விடமாட்டேன்" என்று கூவியபடியே வரவேற்பறையில் நுழைந்தான்.

"என்ன பிரச்சினை இவனுக்கு?" இதுதான் திகைப்பும் அதிர்ச்சியும் ஆட்கொண்ட உத்தம் சிங்கின் உதட்டிலிருந்து தப்பித்த வார்த்தைகளாக இருந்தன.

"அவனுக்குப் பைத்தியம் பிடித்து விட்டது" சுக்ஜீத் கவுர் தானே சேர்த்துக் கொண்டாள்.

"இன்று நல்லது எதுவும் நடக்கப் போவதில்லை" என்று சொல்லிக் கொண்டே கதவை நோக்கிப் போனான் உத்தம் சிங். வெளியில் வந்தபோது அவன் கையில் உறையிலிருந்து உருவப்பட்ட நீண்ட வாள் ஒன்று இருந்தது. "ஜாக்கிரதை... ஜாக்கிரதை... என்று நான் கத்தினேன்.

"உனக்கு என்னதான் வேண்டும்? உன்னுடைய உணர்வுக்குத் திரும்பி வா..." அவன் மீண்டும் கூச்சலிட்டான்.

"எதுவும் நடக்கவில்லையா? நான் மற்றொரு கேள்வியை எறிந்தேன்.

"அவர்களுக்குத் தெரியும்! அவர்களுக்குத் தெரியும்!" இந்த சத்தத்தை நானும் கேட்டேன். அது உத்தம் அல்லது குர்முக் குரல் அல்ல. யாருக்குத் தெரியும். நான் என் நினைவில் இருந்து நழுவிக் கொண்டிருந்தேன். நான் பார்த்ததெல்லாம் இருவரும் கட்டிப் புரண்டு சண்டையிட்டுக் கொண்டிருந்தார்கள். தலைப்பாகைகள் அவிழ்ந்திருந்தன. கேசம் விரிந்து கிடந்தது. சுர்ஜித் கவுர் உரக்க சத்தம் போட்டாள், "ஐயோ... எங்களைக் கொல்கிறார்கள்! இந்த வேசிமகன் எங்களைக் கொல்லப் பார்க்கிறான். யாராவது காப்பாற்றுங்கள்... காப்பாற்றுங்கள்...என்று கூச்சலிட்டாள்.இப்படிக் கூச்சலிட்டுக் கொண்டே, அவர்களை விலக்கும் பொருட்டு அவர்களிடையில் குறுக்கிட்டாள். படுக்கையில் படுத்துக் கொண்டு, நான் கெஞ்சினேன். மன்றாடினேன். "குர்முக்கா! குர்முக்கா!" சுர்ஜித் கவுர் அவர்கள் இருவருக்கு இடையில் நெருக்கமாகச் சென்றபோது, வாள் அவளுடைய வயிற்றில் நேராகத் துளைத்துச் சென்றது. பிறகு உத்தம் சிங்கின் இடையைத் துளைத்தது. என் கண்ணுக்கு நேரெதிராக. இருவரும் படுகாயமடைந்து ரத்தக் குவியலாகக் கீழே சரிந்தார்கள். ரத்தச்சகதியில் முழுக்க நனைந்து

கிடந்தார்கள். சிறிது நேரத்துக்கு அவர்கள் இருவரையும் குர்முக் உற்றுப் பார்த்துக்கொண்டிருந்தான். அவனுடைய வாய் அகலமாக விரிந்து கிடந்தது.

நான் அவனிடம் வேண்டினேன். அவனெதிரில் அழுதேன். அவனைப் பார்த்துக்கத்தினேன். "அடேய் குர்முக்கா, என்னையும் கொன்று விடடா. குறைந்தது இந்த வாழும் நரகத்திலிருந்து எனக்கு விடுதலையாவது கிடைக்கும். இங்கே பாருடா.. நான் சாவு வேண்டும் என்று கெஞ்சுகிறேன். ஆனாலும் எனக்கு வரமாட்டேன் என்கிறது கடவுளுக்குப் புண்ணியமாகப் போகட்டும். என்னைக் கொன்று விடு!! ஆனால் அது நடப்பதாக இல்லை. ரத்தத்தில் தோய்ந்த கத்தியை மேலுயர்த்திக் காட்டி அவன் தன் கண்களின் வழியாக மவுனமாகச் சிரித்தான். மேலுதட்டை இடதுபுறமாக சுழித்துக்கொண்டு விநோதமாகச் சிரித்தான். கிண்டல் செய்வதைப் போன்ற சிரிப்பு. அவன் ஏதோ என்னைப் பரிகாசம் செய்வதைப் போல... பிறகு... வாளைக் காற்றில் சுழற்றிக் கொண்டே வெளியில் ஓடிப்போனான்.

நினைவுகளில் தொலைந்து போனவனாக, டாக்டர் கமால் தரையையே உற்றுநோக்கிய வண்ணம் இருந்தான். இடத்தை விட்டு நகராமல் இருந்தான். பிறகு நிமிர்ந்து என்னைப் பார்த்தான். அதே ஆழமான, கம்பீரமான கண்கள். கீழ்நோக்கிச் சரிந்தவாறு... சோகம்... சோகம்... சிந்தனையில் ஆழ்ந்தவனாக.. எரிச்சலுடனும் தயக்கத்துடனும், "அதுபோன்ற சூழ்நிலையில், இதே போன்ற நடவடிக்கைகள் மீண்டும் நடந்தால்... இந்த சோகமான சம்பவம் மீண்டும் ரேஷம் கண்ணெதிரில் நடைபெற்றால்... ஒருவேளை..."

ரத்தம் என் தலைக்கேறத் தொடங்கியது. என் கண்களுக்கு எதிரில் இருள் படர்ந்தது. ஏதோ தஸீர் மன்ஜில் இறுதியில் சுழல்வதைப் போல இருந்தது.

"இப்போது, இதைத்தான் நீ பரிந்துரைக்கிறாயா?" இந்த வார்த்தைகள் சிறிது நேர யோசனைக்குப் பிறகு என் உதட்டிலிருந்து வெளிப்பட்டது.

"வெறுமனே ஒரு சோதனைதான்". எப்போதும் வழக்கப்படி கூறுவதுபோலக் கூறினான்.

"நான் முற்றாக ஓய்ந்து விட்டேன் டாக்டர் சாஹிப். அந்த வலிமிகுந்த அனுபவத்தை மீண்டும் மீண்டும் என்னால் விவரித்துக்கொண்டு இருக்க முடியாது... என் மகன் ஊமையாக இருந்தாலும் கூடப் பரவாயில்லை" கண்ணீர் என் கண்களில் ஊற்றாகப் பெருக்கெடுத்தோடியது.

"யோசித்துப் பாருங்கள்... ஒருவேளை..." இந்த வார்த்தைகளுடன் அவன் அங்கிருந்து புறப்பட்டான்.

...

ஒருநாள், பாப்புஜி, ரேஷம் குறித்து விசாரிப்பதற்கு வந்தார். பல்வேறு விஷயங்களைப் பற்றிப் பேசி விட்டு, "நீ தல்ஜீத்துக்கு ஏன் எழுதக் கூடாது? அவள் உங்கள் இருவரையும் லாஸ் ஏஞ்செல்ஸ் கூப்பிடலாம். அங்கே இவனை நீ மருத்துவமனையில் சிகிச்சைக்கு சேர்க்கலாம். அங்கு உலகின் தலைசிறந்த மருத்துவர்கள் இருக்கிறார்கள்... அங்கே மிகவும் நவீனமான கருவிகள் இருப்பதாகவும் அவர்கள் சொல்கிறார்கள்...".

"பாப்புஜி" என்னால் மிகவும் சிரமப்பட்டு இந்த வார்த்தைகளைக் கூற முடிந்தது.

"ரேஷம் நலனுக்காக, ரேஷம் நலனுக்காக, என் குழந்தை" நீண்ட நேரத்துக்கு அவர் தன் கண்களைத் துடைத்துக் கொண்டிருந்தார்.

நான் ஏற்கனவே தல்ஜீத்துக்கு இங்கு நடந்த சோகமான சம்பவம் பற்றி விளக்கியிருந்தேன். அவள் எனக்கு மிகவும் நீளமான கடிதம் ஒன்றை எழுதியிருந்தாள். அக்கடிதம் கண்ணீரால் நனைக்கப்பட்டிருந்தது. நாங்கள், அதாவது பிராங்கும் நானும் இதுபோன்ற கடினமான நேரத்தில் உங்களுடன் இணைந்து கொள்கிறோம். பல ஆயிரக்கணக்கான மைல்களுக்கு அப்பால், நான் அடிக்கடி உன்னைப் பற்றி நினைத்துக் கண்ணீர் வடிக்கிறேன். உடனே பறந்தோடி வந்து உன்னைப் பார்க்க வேண்டும் என்று தோன்றுகிறது. நான் நிச்சயம் அங்கு வரவேண்டும் என்று யோசித்துக்கொண்டிருக்கிறேன். எங்களுக்கு விடுமுறை தான் ஒரே தடையாக உள்ளது... இங்கு விடுமுறை என்பதே குதிரைக் கொம்பாக உள்ளது... வாழ்க்கை மிகவும் பரபரப்பாக இருக்கிறது.

இருந்தாலும் நாங்கள் முயற்சி எடுத்து அங்கு வருவதற்கு ஏதாவது ஏற்பாடு செய்து கொள்கிறோம். உனக்கு ஏதாவது வேண்டுமென்றால், தயக்கம் ஏதுமின்றி உடனே எனக்கு எழுது".

நான் ரேஷம் சிகிச்சை பற்றி அவளுக்கு எழுதினேன்.

ஒருமாதத்துக்குக் குறைவான நேரத்தில் எனக்கு ஒரு அழைப்பு வந்தது. உடன் இரண்டு விமானப் பயணச் சீட்டுக்கள். எங்களுக்கு விதிக்கப்பட்ட நாளில் நாங்கள் லாஸ் ஏஞ்செல்ஸ் நகரை அடைந்தோம். பிராங்க்மேனும் தல்ஜீத்தும் எங்களை வரவேற்க விமானநிலையத்துக்கு வந்திருந்தனர். பிராங்க்மேன் உயரமான, ஆரோக்கியமான இளைஞன். வெள்ளைக்காரன். அவனுடைய அடர்த்தியான பழுப்பு முடி அவனுடைய கண்ணாடிக்கு மிகவும் பொருத்தமாக இருந்தது. தல்ஜீத்தும் சற்று உப்பியவாறு இருந்தாள். மிகவும் ஆதுரத்துடன் அவள் என்னைத் தழுவிக்கொண்டாள். ஒருவரையொருவர் தழுவிக்கொண்டு அப்படியே நீண்ட நேரம் இருந்து விட வேண்டும் என்று எனக்குத் தோன்றியது. பிராங்க்மேன் சற்றுப் பொறுமையிழந்தவனாக க் காணப்பட்டான். காரில் உட்கார்ந்திருந்த போது, அவளுக்கு எல்லா விஷயங்களையும் மிகவும் கவனத்துடன் கூறினேன். தல்ஜீத் கைவிரல்களால் முடியைக் கோதிக்கொண்டு, மிகவும் அநாயாசமாக நடுவகிடெடுத்துக் கொண்டாள். நாங்கள் வீடு சென்றடைந்தோம். அவர்களுக்கு சுமாரான பெரிய பங்களா ஒன்று இருந்தது. அழகாக அலங்கரிக்கப்பட்டு, மிகவும் சுத்தமாகத் துலங்கியது. பின்பக்கம் ஒரு தோட்டம். மலைகள். மனித நடமாட்டத்தில் இருந்து விலகியவண்ணம் அமைந்திருந்தது. மிகவும் சுதந்திரமான முறையில் அமைந்திருந்தது. எத்தனை அழகாக இந்த வீட்டை அவர்கள் பராமரிக்கிறார்கள்! வீட்டைப் பார்த்துக் கொள்ள ஒரு பணிப்பெண் இருந்தாள். சிறுவயதுப்பெண். இருவருக்கும் தனித்தனியாகக் கார்கள் இருந்தன. பிராங்க்மேன் கட்டிடவியல் நிபுணன். அந்த வீட்டின் ஒவ்வொரு வடிவமைப்பிலும் அவனுடைய கைவண்ணம் வெளிப்படையாகத் தெரிந்தது.

மறுநாள் ரேஷம் மருத்துவமனையில் அனுமதிக்கப்பட்டான். அவனுடைய உடல்நிலை பற்றி மருத்துவருக்கு தல்ஜீத் அனைத்தையும் விளக்கிச் சொன்னாள். எங்கள் குடும்ப வரலாறு பற்றியும் சொன்னாள். பரிசோதனைகள் தொடங்கின. மருத்துவர்கள்

தினமும் விதவிதமான கருவிகளில் இருந்து வெளிவரும் வரைபடங்களைப் பரிசோதித்துப் பார்த்தனர். அவற்றின் ஒழுங்கற்ற வளைவுகளையும் கவனத்துடன் பார்த்தனர்.அவர்கள் மருத்துவ பரிசோதனை அறிக்கை பற்றி எழுதி வைத்தார்கள். அவர்களுடைய அர்ப்பணிப்பு கலந்த சேவையைப் பார்த்த போது, எனக்கு ஓரளவு தைரியம் பிறந்தது. ரேஷம் விரைவில் குணமடைந்துவிடுவான் என்ற என்னுடைய நம்பிக்கையும் வலுப்பட்டது.

***

பிராங்க்மேன் வாரத்துக்கு ஒருமுறை மருத்துவமனைக்கு வந்து நலன் விசாரித்துச் செல்வார்... அவர் "ரஷிம் ரஷிம்' என்று சொல்லிப் பிறகு போய்விடுவார், வரைபடங்களும் வீட்டு மனைத்திட்டங்களும் அவருக்கு எதற்கும் நேரமில்லாமல் செய்திருந்தது. தல்ஜீத் தினமும் வந்து நலம் விசாரித்துச் செல்வாள். அவளால் ஏதாவது ஒரு குறிப்பிட்ட நாளில் வரமுடியவில்லை என்றால், தொலைபேசியில் அழைத்துத் தெரிந்து கொள்வாள். இப்படியே மூன்று மாதங்கள் கழிந்தன. ரேஷம் நன்கு தேறிவிட்டதாகத் தெரிந்தாலும், அவனுடைய குரல் இன்னும் திரும்பவில்லை. ஒருநாள் பிராங்க்மேன் வந்தார். உள்ளே நுழைந்ததும் மருத்துவரிடம் வாதாடத் தொடங்கினார். "இன்னும் எத்தனை நாளாகும்?" மிகவும் உரக்கவே சத்தமிட்டார். "அது அதற்கான நேரத்தை எடுத்துக்கொள்ளும்" என்று மருத்துவர் மிகவும் பொறுமையாக் பதிலளித்தார். பிறகு அந்த நேரம் எப்போது வரும் என்று யாருக்கும் தெரியவில்லை. என் சகோதரியின் வீட்டில் பதட்டம் உருவாகி வந்தது. இப்போது நானும் களைத்து விட்டேன். பலவீனமடைந்தேன். ரேஷம் உடல்நலம் தேறுவதற்காக, எப்படியோ இழுத்துக் கொண்டிருந்தேன். ஊருக்குத் திரும்பிச் செல்லும் என் விருப்பத்தைத் தெரிவித்தேன். அவர்களும் என்னை இருக்குமாறு வற்புறுத்தவில்லை. "நீயே உன் வசதியைப் பார்த்துக்கொள்" என்றாள் தல்ஜீத். பிராங்க்மேன் காட்டிய அலட்சியம் என் இதயத்தைக் குத்தியது. ஊருக்குத் திரும்பிச் செல்ல ஏற்பாடுகள் செய்தேன். கண்களில் வழிந்த நீருடன் தல்ஜீத் என்னை வழியனுப்பி வைத்தாள்.

நாங்கள் வீட்டுக்குத் திரும்பினோம். தஸீர் மன்ஜில். ஏமாற்றத்தின் நிழல் எங்கும் வியாபித்து இருந்தது. நான் ஏதோ

ஒருவகையில் என் மீதே சுவாரசியத்தை இழந்திருந்தேன். உங்களுடைய மனது திசைதிருப்ப ப் படும்போது, மகிழ்ச்சியான செய்திகள் கூட மிகச் சாதாரணமானதாகிவிடும். அண்டைவீட்டார்கள் எங்களைப் பார்க்க வந்தார்கள். அவர்கள் யாரிடமும் நான் சரியாகக் கூடப் பேசவில்லை. அவர்கள் வெறுமனே எங்கள் உடல்நலனைப் பற்றி விசாரிப்பது போலப் பாசாங்கு செய்வதற்கே வருகிறார்கள் என்று தோன்றியது. நாங்கள் எப்படி இருக்கிறோம் என்று கேட்பதற்குக் கூட என் தந்தை வரவில்லை. என் சகோதரன் வந்தான். வந்ததும் கேட்டான், "அமெரிக்காவிலிருந்து தீதி (அக்கா) எங்களுக்காக ஏதாவது அனுப்பியிருக்கிறாளா? பரிசுப்பொருளோ அல்லது ஏதாவது?"

பாப்பு (அப்பா) குறித்து அவனிடம் கேட்டபோது, "அவருக்கு உடம்பு சரியில்லை. படுக்கையிலிருந்து எழக்கூட அவரால் முடியாது". சால்ஜாப்புகள்... சால்ஜாப்புகள்... எங்கள் குடும்பத்தில் எதையாவது அலட்சியப்படுத்த வேண்டுமென்றால், இப்படித்தான் எல்லோரும் செய்வார்கள். பிறகு என் சகோதரன் அங்கு உட்கார்ந்திருந்த வரை, இதையே மீண்டும் மீண்டும் சொல்லிக் கொண்டிருந்தான். "பஞ்சாப் போய்விடுங்கள். பஞ்சாப் போய்விடுங்கள்". இங்கு டெல்லியில் நிலைமை மிகவும் மோசமாக இருக்கிறது. இங்கே வாழ்வதில் அர்த்தமெதுவும் இல்லை." எனக்கு எல்லாம் தெரியும். அவனுக்கு தஸீர் மன்ஜில் மீதுதான் கண். வேறு எதுவுமில்லை. ஒவ்வொரு முறை கிளம்பும்போதும், முகத்தைத் தொங்கப் போட்டுக்கொண்டு, "தீதி, இந்த வீட்டை உனக்கு விற்கவேண்டுமென்றால், நம் குடும்ப உறுப்பினர்களை கவனத்தில் வைத்துக்கொள்ள வேண்டும்". அங்கு பாய்ஜி இதையேதான் சொல்லி வருகிறார். " எல்லாம் ஆன்மா பற்றிய விஷயம்தான். ஆன்மா பற்றியது. இதை அந்த பாழாய்ப்போன சாம்பல் நிறக்கண்ணன்களான அமெரிக்கர்களால் எப்போதும் புரிந்து கொள்ள முடியாது. பைத்தியக்கார முதலாளிகள்! கமால் என்றால் அது கமால்தான். எப்போதும்!!

"பாய்ஜி உண்மையிலேயே இந்த டாக்டரிடம் மனதைப் பறிகொடுத்து விட்டார். அவர்களின் உரையாடல்கள் எப்போதும் முடிவின்றிப் போய்க்கொண்டிருக்கும். டீ, அரட்டை, டீ, அரட்டை என்று போய்க்கொண்டே இருக்கும்" ஷங்கர் தனக்கே உரிய குணாதிசயத்துடன் புலம்பிக் கொண்டிருப்பான்.

"ரேஷம் பேசத் தொடங்கி விட்டான் என்றால் இந்த உலகிலிருந்து நான் விடை பெறுவது எளிதாக இருக்கும்". ஒருநாள் பெரிதாகப் பெருமூச்சு விட்டு இப்படிக் கூறினார் பாய்ஜி.

என்னை ஏதோ மூலையில் தள்ளிவிட்டது போல உணர்ந்தேன். உண்மையில் இது மிகவும் கடினமானதாக இருந்தது. வலி மிகுந்தும் இருந்தது. ஆனால் நான் ஒரு முடிவை எடுத்தாக வேண்டும். பிறகு அந்த அற்புதம் நிகழ்ந்தது. நான் வாயடைத்துப் போனேன். குழப்பத்திலும் ஆழ்ந்தேன்.

ரேஷம் குரல் மீண்டு விட்டது.

இது ஐந்து வருடங்களுக்கு மேலிருக்கும். அந்த காலகட்டத்தில் நான் எத்தனை துயரங்களை அனுபவித்து இருக்கிறேன். என் ஒருத்திக்கு மட்டுமே தெரியும். சிகிச்சையின் சிறு சிறு விஷயங்களிலும் அவன் ஒத்துழைக்க மறுத்திருக்கிறான். கொதிப்படைந்து அவன் வீட்டில் இருந்த சாமான்களை எடுத்து உடைத்திருக்கிறான். பக்கத்து வீட்டுக்குழந்தைகளிடம் சண்டையிட்டிருக்கிறான். அவன் ஒவ்வொரு முறை வாய்விட்டு உரக்க அழுத போதும் நான் அவனை சமாதானப்படுத்தும் வகையில், அவன் தலையைக் கோதி விட்டு சமாதானப்படுத்தியிருக்கிறேன். திடீரென்று அவனுக்குக் கோபம் உச்சந்தலைக்கு ஏறி தஸீர் மன்ஜில் சுவற்றின் சுண்ணாம்மைப் பெயர்த்து எடுத்திருக்கிறான். அல்லது பாய்ஜியை ஏதாவது சீண்டிக்கொண்டிருப்பான். "நம்முடைய ஆட்கள் உண்மையிலேயே நல்ல விளையாட்டுக்காரர்கள். நான்கு அல்லது ஆறு ரன் எடுத்து அவுட் ஆகிவிடுகிறார்கள். ஆனால் இந்தத் தொண்டு கிழம் நூறைத் தொட்டு விடும் போலிருக்கு" என்பான். இதைக்கேட்டு பாய்ஜி வெறுமனே சிரிக்கத் தொடங்குவார். அவர் இறந்தபோது இவன் மார்பில் ஓங்கி அறைந்து கொண்டு மனம் கரைய அழுதான். அழுது கொண்டேயிருந்தான். அவருடைய உடலை எடுத்துச் செல்லும்போது, வாயிற்படியில் உட்கார்ந்து வழிமறித்தான். கையில் ஒரு ஹாக்கி மட்டையை வைத்துக் கொண்டு, "அவரை எடுத்துக் கொண்டு போகவிட மாட்டேன். யார் சொன்னது அவர் செத்து விட்டார் என்று?" அநியாயத்துக்குப் பிடிவாதம் பிடித்தான். அவனை அங்கிருந்து நகர்த்துவது எல்லோருக்கும் பெரும்பாடாகப் போய்விட்டது.

இத்தனை வருடமும் நான் வீட்டுக்கு உள்ளேயே இருந்திருக்கிறேன்.

இறைவன் அருளால் அவன் இப்போது ஒரு நன்கு வளர்ந்த இளைஞன். அவன் முகத்திலும் கழுத்துப் பகுதியிலும் பழுப்பு நிறத்தில் முடி வளரத் தொடங்கியது. அவன் இப்போது ஹாக்கி விளையாட்டு வீரனாகிவிட்டான். படிப்பில் கெட்டிக்காரனாக இருக்கிறான். ஏன் சண்டைபோடுவதிலும்தான். டாக்டர் கமால் அவனை 'ஜீனியஸ்' என்றே கூப்பிட விரும்புகிறான். இவனை வளர்ப்பதில் என்னை நான் முழுக்க ஈடுபடுத்திக்கொண்டதில் என் மனதிலிருந்து குர்முக்கை முற்றாக வெளியேற்ற சாத்தியமாகி இருந்தது. ரேஷம் கண்ணாடிக்கு எதிரில் நின்று கொண்டு தன்னுடைய தலைப்பாகையைக் கட்டிக் கொள்ளும் போது மட்டும் குர்முக்கை நினைத்துக் கொள்வேன். அதாவது என்னுள் ஏதாவது நிகழும்போது மட்டும். என் இதயம் மூழ்குவது போன்ற உணர்ச்சியில். ஒருவேளை இது ஏதாவது குற்ற உணர்ச்சியின் வெளிப்பாடா? ஏன் இப்படி மீண்டும் மீண்டும் இது எழுகிறது? சேத்னாவை எப்போது சந்தித்தேனோ அப்போதிலிருந்தே ஏனோ ஒருவகையில் அது எனக்குள் வலுப்பட்டு வருகிறது. சேத்னா ஜெயின் குடும்பத்தில் அவர்களுக்கு தூரத்து உறவுப்பெண். ரேஷம் வயதே அவளுக்கும். பேசிக்கொண்டிருக்கும் போதே திடீரென்று அவள் கோபமடைவாள். ஒருநாள் அவர்கள் வீட்டுக்குத் தீவிரவாதிகள் யாரோ வந்தார்கள். அவளுடைய குடும்ப உறுப்பினர்கள் எல்லோரையும் சுவற்றைப் பார்த்து நிற்க வைத்து விட்டு, ஒவ்வொருவராக எல்லோரையும் சுட்டுக் கொன்றார்கள். பெரிய பெட்டி ஒன்றுக்குப் பின்னால் பதுங்கிக் கொண்டு அவள் எல்லாவற்றையும் பார்த்துக் கொண்டிருந்தாள். ஒருநாள் மிகவும் பாசத்துடன் அவளை அழைத்து என் அருகில் உட்கார வைத்தேன். "யார் அந்தக் கொலைகாரர்கள்?" என்று அவளைக் கேட்டேன். அவளுடைய சிறிய வாய் திறந்து மிகவும் அச்சமான குரல் வெளிப்பட்டது. "அங்கிள்". "அவர் ஏன் அவர்களைக் கொல்ல வேண்டும்?" என்று மீண்டும் கேட்டேன். அவள் சொன்னாள், "எனக்குத் தெரியாது". "நிச்சயம் ஏதாவது இருக்க வேண்டும். விரோதம், பகை" நான் ஆழமாக நோண்டிப் பார்க்க முயற்சித்தேன். அவள் வெறுமனே தலையை ஆட்டிவிட்டு, 'இல்லை' என்றாள். சிறிது நேரம் அமைதியாக இருந்தாள். பிறகு அவளே பேசத்

தொடங்கினாள். “பாய்ஜி சொன்னார், உங்களுக்கு என்ன வேண்டுமோ எடுத்துக் கொள்ளுங்கள். நகையோ பணமோ என்ன வேண்டுமானாலும். ஆனால் அவர்களில் ஒரு அங்கிள் சொன்னார், “உன் உயிர் எங்களுக்கு வேண்டும்” என்றார். பிறகு எல்லோரையும் அவர்கள் சுட்டுக் கொன்றார்கள்”. அது ஏதோ கோப்பை மேலும் துயரத்தால் பொங்கி நுரைத்துத் தள்ளுவது போல இருந்தது.

அவளுடைய கவனத்தை வேறுவகையில் மாற்றும்பொருட்டு நான் சொன்னேன், “உனக்குப் பைத்தியம் பிடித்திருக்கிறது. நீ இங்கே ஏறத்தாழ இரண்டு மாதங்கள் இருந்திருக்கிறாய். ஏன் எங்கள் வீட்டுக்கு வந்திருக்க க் கூடாது?” “என்னுடைய அத்தை என்னை வர அனுமதிக்கவில்லை” என்றாள். “என்ன காரணம்?” என்று ஆச்சரியத்துடன் கேட்டேன். “அது கொலைகாரர்களின் வீடு. நீ அங்கெல்லாம் போக க் கூடாது என்று என் அத்தை சொன்னார்”. இதைக் கேட்டதும் என்னுடைய அழுகையைக் கட்டுப்படுத்த முடியவில்லை. “இல்லை ஆண்ட்டி, அழாதீர்கள். உங்களுக்குக் கண் வலிக்கத் தொடங்கிவிடும்”. அவளுடைய துப்பட்டாவின் நுனியால் என் கண்ணீரைத் துடைத்துவிட்டாள்.

அதற்குப் பிறகு அவள் எங்கள் வீட்டுக்குப் பலமுறை வந்திருக்கிறாள். ஆனால் ரேஷம் அவளிடம் சரியாகப் பேசவில்லை, “ஏன் என்ன ஆச்சு? பாஜி (அண்ணன்) என் மீது ஏதாவது கோபமாக இருக்கிறாரா? மிகவும் மிருதுவாக அவள் என்னிடம் கேட்டாள். “இல்லை. அப்படியெல்லாம் இல்லை. அவன் சற்றுக் கிறுக்கன். பேசத் தொடங்கினால் அவன் நிறுத்த மாட்டான். அப்படி அவன் நிறுத்தி விட்டால் மீண்டும் பேசமாட்டான்” என்று சிரித்துக்கொண்டே சொன்னேன். ஆனால் உள்ளுக்குள் என்னை அது பாதித்தது. ஏன் அவன் இப்படி எதிலும் பற்றில்லாமல் இருக்கிறான்? ஏன் அவன் மற்றவர்களுடன் இயல்பாகப் பழகமாட்டேன் என்கிறான்? சேத்னாவின் வாழ்க்கையில் எத்தனை கொடூரமான சம்பவம் நிகழ்ந்திருக்கிறது. முட்டாள். குறைந்தது அவன் அவளுடன் சில வார்த்தைகளையாவது பேசியிருக்க வேண்டும். அவள் துயரத்தைப் பகிர்ந்திருக்க வேண்டும். இன்னும் சொல்லப்போனால் அவன் அந்த ஜெயின் குடும்பத்தாரிடம் மிகவும் எரிச்சலில் இருந்தான். அவன் ஸத்பால் ஜெயினை பகடி செய்வான். வெளியில் கடைக்குச் செல்லும்போது வேண்டுமென்றே உரக்க க கத்துவான். “மம்மி,

எத்தனை கிலோ மூன்கி தால் (பயித்தம் பருப்பு) வாங்கி வரட்டும்? ஐந்து கிலோ?" எல்லோருக்கும் தெரியும். ஜெயின் குடும்பத்தினர் வாரத்தில் ஆறுநாட்கள் பயித்தம் பருப்புதான் சமைக்கின்றனர் என்பது. ஏதோ முற்றிலும் அந்நியர்களைப் போல எங்கள் வீட்டை அவர்கள் பார்க்கத் தொடங்கினார்கள். அது என்றாவது பெரிய தகறாராக முடியக் கூடாது என்று பயந்து விட்டேன்

ஒருநாள் காலை, ரேஷம் தலையை வாருவதற்காக உட்கார்ந்தேன். அவன் தலைமுடி தரையைத் தொட்டுக் கொண்டிருந்தது. முடி அடர்த்தியாக இருந்தது மட்டுமின்றி நிறைய சிடுக்கும் இருந்தது. மேலும் சீப்பால் வாரத்தொடங்கியதும் மேலும் அது சிடுக்கானது. அப்படி சிடுக்காகும்போது சீப்பு மாட்டிக் கொண்டு இழுத்தால் அவன் குழந்தையைப் போல அழத்தொடங்கினான். எனக்கு எரிச்சல் ஏற்பட்டது. கோபமூட்டியது. அவனை இழுத்து அறை விட்டேன். இரண்டு, மூன்று அறைகள். கடவுளுக்குத்தான் தெரியும். அவள் எங்கிருந்து வந்தாள் என்று. அந்த முட்டாள் பெண் சேத்னா. "ஆண்ட்டி அவனை இப்போது கொல்லப்போகிறீர்களா? ஏதோ ஒரு கொலைகாரியைப் பார்ப்பது போல அச்சத்துடன் என்னைப் பார்த்தாள். என்னை வேறுபுறமாகத் தள்ளிவிட்டு, சீப்பைக் கைப்பற்றிக் கொண்டு ரேஷம் தலையை வாரிவிடத் தொடங்கினாள். ரேஷம் மனதுக்குள் என்ன நிகழ்ந்தது என்று தெரியவில்லை. "விடு. நானே சீவிக்கொள்கிறேன்" என்று சொல்லிக் கொண்டே அவளிடமிருந்து சீப்பைப் பிடுங்கிக் கொண்டான்.

சேத்னாவும் நானும் ஒருமுறை தீவிரமாக உரையாடிக் கொண்டிருந்தபோது, சன்னலுக்கு அருகில் உட்கார்ந்து ஏதோ புத்தகத்தைப் படித்துக் கொண்டிருந்தான் ரேஷம். பறந்து கொண்டிருந்த மின்விசிறியில் யதேச்சையாகப் பட்டு ஒரு குருவி தரையில் விழுந்தது. முற்றிலும் ரத்தத்தில் நனைந்திருந்தது. அதன் இடதுபுற இறகு வெட்டுப்பட்டிருந்தது. அரைகுறை உணர்வுடன் வலியால் துடித்துக் கொண்டு அது படும் வேதனையை என்னால் பார்க்க முடியவில்லை. "அதைக் கொன்று விடு" என்று ரேஷமிடம் கூறினேன். என்னைக் குறுக்கிட்டு, "வேண்டாம். வேண்டாம் ரேஷம். அது பாவம். பறவைகளையும் சந்நியாசிகளையும் கொல்லக் கூடாது. "பாவம் பற்றியும் பாவமன்னிப்பு பற்றியும் உனக்கு

ரொம்பத் தெரியுமோ? என்று கோபத்துடன் அவளைக் கேட்டான் ரேஷம். மிகவும் ஆக்ரோஷமாக நடையை எடுத்து வைத்துத் தன் வீட்டை நோக்கிப் போனாள். அவளுடைய கைகளைப் பிடித்துக் கொண்டு அவளை அங்கேயே இருக்குமாறு சொன்னேன். “அவன் ஒரு முட்டாள். உன் சகோதரன் உன்னிடம் கோபித்துக் கொண்டால் நீ அதை தவறாக எடுத்துக் கொள்ளக் கூடாது” என்றேன். இருவரும் சற்று சுமுகமானார்கள். அடிபட்ட குருவிக்கு ரேஷம் நீர் புகட்டிக் கொண்டிருந்தான். அதற்கு சிறிய துணிக்கட்டும் போட்டு விட்டான். இப்போது ஒற்றை இறகுடன் அது வீடு முழுவதும் பர்ர் பர்ர் சத்தத்துடன் பறக்கத் தொடங்கியது. அங்குமிங்கும் அலைந்தது. அது எழுந்து பறப்பதை ரேஷம், சேத்னா இருவரும் உற்சாகத்துடனும் கனிவுடனும் பார்த்துக் கொண்டிருந்தனர். அவர்கள் இருவரும் அப்படி இருந்ததைப் பார்த்து ரேஷம், சேத்னாவை காதலிக்க வில்லையென்றாலும் அவளை வெறுக்கவும் மாட்டான் என்று தோன்றியது. இந்த எண்ணம் தோன்றியதும் நான் புதுப்பிக்கப்பட்ட வலுவுடன் தஸீர் மஞ்சிலை வலம் வந்தேன்

சில நாட்கள் இப்படியே கழிந்தன. ஒரு புழுக்கமான மாலை நேரத்தில், எங்கள் தெருவில் ஏதோ இரைச்சல் கேட்டது. சன்னல் வழியே எட்டிப் பார்த்தேன். மூன்று அல்லது நான்கு பேர் ஒரு ஆட்டோ ரிக்ஷாவில் ரேஷம்மை கைத் தாங்கலாகப் பிடித்துத் தூக்கி வந்தனர். அவனுடைய தலைமுடியெல்லாம் கலைந்திருந்தது. நெற்றியில் ஆழமான காயம் ஒன்று ஏற்பட்டிருந்தது. அதிலிருந்து இன்னும் ரத்தம் வழிந்து கொண்டிருந்தது. அவன் நெற்றிக்காயத்துக்கு பத்து தையல்கள் போடவேண்டியிருந்தது. அன்று மாலை அவன் சேத்னாவை யாரோ கடத்த முயற்சித்ததைத் தடுத்து நிறுத்தி அவளைக் காப்பாற்றியிருக்கிறான். நான்கு அல்லது ஐந்து குண்டர்களுடன் சண்டையிட்டு அதனால் அவனுக்கு மோசமான காயம் ஏற்பட்டுள்ளது.

மறுநாள் காலை, நான் நன்கு உடல்தேய்த்துக் குளித்தேன். பெரிய பெட்டியிலிருந்து புதிய ஜதை ஆடை எடுத்து உடுத்திக் கொண்டேன். சீப்பால் தலையைப் படிய வாரிக்கொண்டேன். பிறகு என்னுடன் சேத்னாவை, அஜ்மீரி கேட் பகுதியில் ஒரு சுற்று நடைப்பயிற்சிக்கு அழைத்துச் சென்றேன். அந்த நேரத்தில் என் கால்கள் தரையைத் தொடவே இல்லை.

***

ஒரு பெண்மானின் கண்- மேலும் சில சிறுகதைகள், மோஹன் பண்டாரியின் பஞ்சாபி சிறுகதைகளின் மிகவும் அபூர்வமான தொகுப்பாகும். பஞ்சாப் துயரத்தை சற்றே நினைவூட்டும் தன்மை கொண்டவை. இக்கதைகள், வாசிப்பவர்களின் ஆர்வத்தைக் கிளறும் அதே வேளையில் அச்சமூட்டுபவையாகவும் அமைந்துள்ளன. இத்தொகுப்பில் உள்ள ஒவ்வொரு கதையும் கடந்து போன காலத்தை, அதன் சொந்தக் கதைகளை வைத்து நெய்து கொண்டே செல்கின்றது. இச்சமூகத்தில் உள்ளார்ந்தும் வெளியிலும் வன்முறைச் செயல்களின் பயங்கரத்துடன் போராடும் ஆண்கள், பெண்களின் பித்துப்பிடித்தது போன்ற தீவிரத்தன்மையுடனும், அதே வேளையில் அவர்களின் உணர்வு பொங்கும் மனிதாபிமானப் படிமங்களை ஒவ்வொன்றாக அவிழ்ப்பதைப் போலவும் இருக்கிறது. இத்தொகுப்பு, அதன் கதை மாந்தர்கள் அல்லது அவர்களின் சூழ்நிலை தொடர்பான மறக்கவியலாத விவரணைகளை வழங்குகிறது. அதனால், அதன் தொடர்புடைய காலத்தின் வாழும் வரலாறாக விளங்குகிறது. நேயம் மிகுந்த மனிதாபிமானி, சமகால வரலாற்றின் இடிபாடுகளை அயராது அகழ்ந்து எடுப்பவர் பண்டாரி. மொழியின் மீதான தனது ஆளுமையை எந்த இடத்திலும் இழக்காமல், எப்போதும் நீடித்து நிலைக்கும் வகையில் அவற்றின் உருவகங்களை மீட்டெடுப்பவர்.

மோஹன் பண்டாரி (பிறப்பு. 1937) மிகவும் பிரசித்தமான பஞ்சாபி எழுத்தாளர், நாற்பதாண்டுக்கும் அதிகமான அவருடைய இலக்கிய செயல்பாட்டின் மூலம் அவர் ஏழு சிறுகதைத் தொகுப்புக்களைக் கொண்டு வந்திருக்கிறார். தில் சாவ்லி, மனூக் தி பைர், காத் தி லட், மூ தி அக், தன் பத்தன் ஆகியவை அவருடைய மிகவும் பிரபலமான தொகுப்புக்களாகும். உருதுவிலிருந்தும் பிற இந்திய மொழிகளிலிருந்தும் பல்வேறு சிறுகதைகள், புதினங்கள் ஆகியவற்றை மொழிபெயர்த்திருக்கிறார். சாகித்திய அகாடெமி விருது (1998), சண்டிகர் சாகித்திய அகாடெமி விருது, குல்வந்த் சிங் விர்க் விருது ஆகியவை அவருக்கு வழங்கப்பட்ட விருதுகளாகும்.

பென்னேசன் (1958) புதுடெல்லியில் யதார்த்தா நாடகக் குழுவைத் தொடங்கி பல்வேறு நாடகங்களைத் தயாரித்து இயக்கியிருக்கிறார். ழான் யானஸ்கோ, சந்திரசேகர கம்பார்,

பேராசிரியர் ஓம்சேரி, விஜய் டெண்டுல்கர், சதீஷ் அல்லேகர் ஆகியோரின் நாடகங்களை தமிழாக்கி மேடையேற்றியிருக்கிறார். ராகவன் தம்பி என்ற பெயரில் நிறைய கட்டுரைகளையும் மொழிபெயர்ப்புகளையும் செய்திருக்கிறார்.

ஸாதத் ஹஸ்ஸன் மண்ட்டோ, க்ருஷன் சந்த், இஸ்மத் சுக்தாய், ரஜீந்தர் சிங் பெத்தி, ராகேஷ் ஷர்மா ஆகியோரின் சிறுகதைகளின் மொழிபெயர்ப்பு பல்வேறு இதழ்களிலும் இணையதளங்களிலும் வெளியாகியுள்ளன. வடக்கு வாசல் மாத இதழை டெல்லியிலிருந்து வெளிக்கொண்டு வந்தவர்.

வடக்கு வாசல் பதிப்பகம் மூலம் இவருடைய சனிமூலை கட்டுரை தொகுப்பையும் சேர்த்து 5 நூல்களை டாக்டர் அப்துல் கலாம் டெல்லியில் வெளியிட்டிருக்கிறார். இது தவிர, வடக்கு வாசல் இலக்கிய சிறப்பிதழ், எஸ்.சங்கரநாராயணன் தொகுப்பில் ஜுகல்பந்தி-சங்கீதக் கதைகள் சிறுகதைத் தொகுப்பையும் வெளியிட்டிருக்கிறார். மத்திய அரசிலும் சில காலம் தமிழ் நாளேடு ஒன்றின் தலைமை செய்தியாளராகவும் பணிபுரிந்தவர். தற்போது கிருஷ்ணகிரியில் வசித்து வருகிறார்.